दक्षिण महाराष्ट्र

राजकीय चळवळी व नेतृत्व

डॉ. अरुण भोसले

डायमंड पब्लिकेशन्स

या पुस्तकातील कोणत्याही भागाचे पुनर्निर्माण अथवा वापर इलेक्ट्रॉनिक अथवा यांत्रिकी साधनांनी-फोटोकॉपिंग, रेकॉर्डिंग किंवा कोणत्याही प्रकारे माहिती साठवणुकीच्या तंत्रज्ञानातून प्रकाशकाच्या आणि लेखकाच्या लेखी परवानगीशिवाय करता येणार नाही. सर्व हक्क राखून ठेवले आहेत.

प्रस्तुत पुस्तकातील मजकुराशी प्रकाशक सहमत असतीलच असे नाही. परिणामी, सदर पुस्तकातील मजकूर हे पूर्णतया लेखकाचे/लेखकांचे वैयक्तिक विचार अथवा वैयक्तिक मत आहे.

दक्षिण महाराष्ट्र : राजकीय चळवळी व नेतृत्व
लेखक : डॉ. अरुण भोसले
Dakshin Maharashtra : Rajkiya
Chalwali ani Netrutva
Lekhak : Dr. Arun Bhosale

© डॉ. अरुण भोसले

मुखपृष्ठ
शाम भालेकर

पहिली आवृत्ती : २०२२

ISBN : 978-93-91948-58-0

प्रकाशक
डायमंड पब्लिकेशन्स
२६४/३ शनिवार पेठ,
३०२ अनुग्रह अपार्टमेंट,
ओंकारेश्वर मंदिराजवळ,
पुणे-४११ ०३०
☎ ०२०-२४४५२३८७, २४४६६६४२
info@dpbooks.in

अक्षरजुळणी
मानसी घाणेकर

ऑनलाईन पुस्तक खरेदीसाठी भेट द्या
www.dpbooks.in

कै. ती. सौ. आई

आणि

कै. ती. भाऊ

यांच्या पवित्र स्मृतीस ....!

अनुक्रम

प्रस्तावना

दक्षिण महाराष्ट्रातील राजकीय इतिहासाची स्वत:ची अशी काही वैशिष्ट्ये आहेत. तसे पाहिले तर या भागाला २००० वर्षांचा सलग इतिहास आहे. महाराष्ट्राची आपण सर्वसाधारणपणे कोकण, पश्चिम महाराष्ट्र, मराठवाडा आणि विदर्भ अशी विभागणी करतो. परंतु, या विभागातही स्वत:ची अशी काही वैशिष्ट्ये असणारे काही उपविभाग आहेत. उदा. विदर्भाची विभागणी वऱ्हाड आणि नागविदर्भ अशी करण्यात येते. तर मराठवाड्यामध्ये अशीच विभागणी गोदावरी नदीच्या उत्तरेकडील जिल्हे आणि बीड, उस्मानाबादसारखे दक्षिणेकडील जिल्हे यांच्यामध्ये करता येईल. पश्चिम महाराष्ट्र हा सर्वांत मोठा विभाग, त्यामध्ये उत्तरेकडील खानदेश आणि बागलान या भागांचा स्वतंत्र इतिहास आहे आणि त्यांची काही सांस्कृतिक वैशिष्ट्ये पण आहेत. हीच बाब दक्षिण महाराष्ट्रातील सातारा, सांगली आणि कोल्हापूर या जिल्ह्यांच्या बाबतीतही खरी आहे. या भागाचा काहीसा वेगळा असा इतिहास आहे आणि त्याची स्वत:ची अशी सांस्कृतिक वैशिष्ट्ये आहेत. शिवाजी विद्यापीठातील इतिहासाचे ज्येष्ठ प्राध्यापक डॉ. अरुण भोसले यांनी प्रस्तुतच्या ग्रंथात आधुनिक दक्षिण महाराष्ट्रातील काही राजकीय पैलूंची उद्‌बोधक अशी चर्चा केली आहे.

दक्षिण महाराष्ट्राचा प्रदेश हा कृष्णा, पंचगंगा, वारणा, कोयना, माण इत्यादी नद्यांचा सुपीक प्रदेश. हा प्रदेश दक्षिणेकडील बेळगाव जिल्ह्याला पण समान भाषिक आणि सांस्कृतिक वैशिष्ट्यांमुळे आपल्यात समाविष्ट करून घेऊ शकतो आणि १९५६ पूर्वी हा जिल्हा त्रैभाषिक मुंबई राज्याचाच एक भाग होता. महाराष्ट्रामध्ये सर्वांत कमी काळ या भागामध्ये मुसलमानांची सत्ता होती. शिवाजी महाराजांच्या स्वराज्याला मोठा आधार देण्याचे काम दक्षिण महाराष्ट्राने केले आणि त्यांच्या मृत्यूनंतर मराठ्यांनी औरंगजेबाशी जी निकराने झुंज दिली ती ही याच भागात. मराठेशाहीच्या वैभवाच्या काळात शिवाजी महाराजांच्या वारसदारांची दोन स्वतंत्र राज्ये सातारा आणि कोल्हापूर येथे होती. १८१८ साली मराठेशाहीचा ऱ्हास झाला आणि इंग्रज सरकारने अन्यायकारकरित्या साताराचे छत्रपती प्रतापसिंह महाराज यांना १८३९ साली पदच्युत

केले. म्हणून १८५७ साली इंग्रज राजवटीविरुद्ध दक्षिण भारतामध्ये जे काही सशस्त्र उठाव झाले ते या भागातच झाले. इंग्रजांची राजवट स्थापन झाल्यानंतर दक्षिण महाराष्ट्रामध्ये काही महत्त्वाची संस्थाने शिल्लक राहिली. त्यामध्ये कोल्हापूरचे छत्रपती राजारामांचे वंशज असणारे करवीर संस्थान सर्वांत मोठे आणि महत्त्वाचे. त्याचबरोबर पेशव्यांचे सरदार असणाऱ्या पटवर्धनांची सांगली, मिरज, तासगाव, बुधगाव, कुरुंदवाड आणि जमखंडी ही सहा छोटी छोटी संस्थाने होती. सावंतवाडी, रामदुर्ग, औंध, अक्कलकोट व इचलकरंजी ही आणखी काही संस्थाने. या संस्थानात अनेक महत्त्वाच्या चळवळी झाल्या. त्यात राष्ट्रीय चळवळ, सत्यशोधक चळवळ, ब्राह्मणेतर चळवळ या प्रमुख होत. कोल्हापूर, औंध, फलटण, सांगली, इचलकरंजी, सावंतवाडी आणि जमखंडी येथील संस्थानिकांनी अनेक महत्त्वाच्या सुधारणा घडवून आणल्या. या भागातूनच राष्ट्रीय पातळीवर आणि महाराष्ट्राच्या पातळीवर महत्त्वाची भूमिका बजावणारे अनेक राजकीय नेते निर्माण झाले.

डॉ. अरुण भोसले यांना दक्षिण महाराष्ट्राचा इतिहास आणि संस्कृती यांची खोलवर अशी माहिती आहे आणि त्याचे प्रत्यंतर या ग्रंथातील विविध लेखांमधून येते. कोणत्याही भागाचा राजकीय इतिहास तपासताना त्या काळात झालेल्या लहान-मोठ्या घटनांची नोंद अभ्यासकाला घ्यावी लागते. त्यामागच्या वेगवेगळ्या परंपरा समजावून घ्याव्या लागतात. दक्षिण महाराष्ट्राचा इतिहास गुंतागुंतीचा आहे. कारण, या भागात खालसा प्रदेशाप्रमाणेच संस्थानी प्रदेश महत्त्वाचा होता. यात कोल्हापूरसारखे मोठे संस्थान होते. संस्थानी प्रदेशांमध्ये प्रजापरिषदांच्या लोकशाही हक्क प्राप्त करण्यासाठी चळवळी चालू होत्या. काँग्रेस पक्षाच्या स्वातंत्र्य चळवळीशी त्यांचा प्रत्यक्ष संबंध नव्हता. पण सातारा जिल्हा हा टिळक युगापासून नाना पाटलांच्या प्रतिसरकारच्या चळवळीपर्यंत आक्रमक स्वातंत्र्य चळवळीचे केंद्र होता. ही जी परस्पर संबंधांची गुंतागुंत आहे, त्याची चांगली जाण डॉ. भोसले यांना असल्यामुळे त्याबाबतचे विवेचन सुगम झाले आहे.

या पुस्तकामध्ये एकूण लहान-मोठ्या १७ लेखांचा समावेश करण्यात आलेला आहे. यामध्ये विविध संस्थानांतील प्रजा-परिषदेच्या चळवळी, सातारा जिल्ह्यातील स्वातंत्र्याची चळवळ, राजर्षी शाहू महाराज, मालोजी राजे निंबाळकर यांच्यासारख्या संस्थानिकांचे कार्य आणि टिळकांचे सहकारी दादासाहेब करंदीकर, मुंबई राज्याचे पहिले मुख्यमंत्री धनजी शॉ कूपर, शिक्षणतज्ज्ञ डॉ. आप्पासाहेब पवार आणि राष्ट्रीय वृत्तीचे सनदी अधिकारी हमीद अली यांच्यावरील लेखांचा समावेश होतो. यातील बहुतेक सर्व लोकांनी विसाव्या शतकाच्या पूर्वार्धामध्ये कामगिरी बजावलेली आहे. थोडक्यात यामध्ये चार प्रकारचे लेख आहेत.

डॉ. अरुण भोसले यांनी यातील बहुतेक लेख गेल्या २०-२५ वर्षांच्या काळामध्ये लिहिलेले आहेत. त्यामध्ये वैचारिक सुसंगती आहे. परंतु, काही ठिकाणी विषयाची पुनरुक्ती होणे अपरिहार्य आहे. डॉ. भोसले तथ्यांना प्रमाण मानून आपल्या विषयाची मांडणी करतात आणि पुराव्याच्या आधारे आपले निष्कर्ष काढतात. त्यासाठी त्या विषयावरचे सर्व पुरावे गोळा करण्याचा त्यांचा प्रयत्न असतो. कोल्हापूर जिल्ह्यातील स्वातंत्र्य चळवळ, दादासाहेब करंदीकर, वडूज गोळीबार प्रकरण, बाज्या-बैज्याचे बंड आणि हमीदअली या विषयावरचे लेख त्याची उदाहरणे आहेत. त्यांची निवेदन शैली प्रभावी असून मांडणीचे सूत्र ते सोडत नाहीत. त्यामुळे त्यांचे हे लेख वाचनीय झाले आहेत.

दक्षिणी संस्थानांच्या इतिहासाची पुनर्मांडणी या लेखात डॉ. भोसले यांनी दक्षिण महाराष्ट्रातील संस्थानांच्या इतिहासांची काही बाबतीत फेरमांडणी कशी करता येईल याचे विवेचन केले आहे. या भागात एकूण १७ संस्थाने व एक जहागीर होती. त्यात एकूण ३१८२ खेडी असून त्यांचे क्षेत्रफळ १०९०२ चौरस मैल होते. बहुसंख्य संस्थानातील राज्यकर्ते मराठी भाषिक होते. बाकी संस्थाने ८ मार्च १९४८ रोजी भारतात विलीन झाली, पण कोल्हापूर संस्थान मात्र १ मार्च १९४९ रोजी विलीन झाले. कोल्हापूर हे सर्वांत मोठे संस्थान. या संस्थानातही अनेक बाबतीत भिन्नता होती. वेगवेगळ्या राजकीय चळवळी सुरू होत्या. घटनात्मक प्रयोग चालू होते त्यामुळे डॉ. भोसले म्हणतात त्याप्रमाणे या संस्थानामधील वेगवेगळ्या सामाजिक चळवळी आणि प्रजापरिषदांच्या चळवळी या संस्थानामध्ये सुरू केलेले विकासाचे प्रयोग या सर्वांचा तौलनिक अभ्यास झाला पाहिजे. त्यामुळे हा एक स्वतंत्र अभ्यास विषय ठरू शकतो.

दक्षिण महाराष्ट्रातील संस्थानांमध्ये स्वातंत्र्य चळवळ ही प्रजापरिषदेची चळवळ म्हणून ओळखली जाई. सुरुवातीच्या काळामध्ये काँग्रेस पक्षाने तेथे चळवळ सुरू केली नाही आणि प्रजापरिषदेच्या झेंड्याखाली या चळवळी सुरू झाल्या. या चळवळीची दोन उद्दिष्टे होती त्यातील पहिले उद्दिष्ट होते संस्थानिकांची अनिर्बंध हुकूमशाही नष्ट करून त्याजागी लोकांना जबाबदार असणारी शासनपद्धती स्थापन करणे आणि संस्थानिकांच्या खासगी खर्चावर मर्यादा आणणे. दुसरे उद्दिष्ट होते इंग्रजांविरुद्धच्या भारतीय चळवळींना पाठिंबा देणे आणि कालांतराने संस्थानाचे स्वतंत्र भारतामध्ये विलीनीकरण करणे. प्रजापरिषदेच्या नेत्यांना काँग्रेसचे वरिष्ठ नेते सातत्याने मार्गदर्शन करीत असत. या पुस्तकात डॉ. भोसले यांनी कोल्हापूर, फलटण, औंध आणि अक्कलकोट येथील प्रजापरिषदेच्या चळवळींचा ऊहापोह केला आहे. त्यातील कोल्हापूर

संस्थानातील स्वातंत्र्यचळवळीवरचा लेख अभ्यासपूर्ण आणि उद्‌बोधक आहे. कोल्हापूर हे संस्थान सर्वांत मोठे. छत्रपती शिवाजी महाराजांचा वारसा असलेले हे एकमेव मराठी संस्थान. या संस्थानामध्ये राजर्षी शाहू महाराज गादीवर येण्यापूर्वी मोठ्या प्रमाणात असंतोष आणि अस्थिरता होती. राजर्षी शाहू आणि छत्रपती राजाराम यांच्या कारकिर्दीनंतर पुन्हा एकदा अस्थिरता निर्माण झाली. सर्वश्री माधवराव बागल आणि रत्नाप्पा कुंभार यांच्या नेतृत्वाखाली प्रजापरिषदेची चळवळ सुरू झाली आणि त्याला लोकांचा मोठा पाठिंबा मिळाला. त्याकाळातील राजकारणाचे आणि सामाजिक विग्रहाचे बारकावे डॉ. भोसले यांनी चांगल्या प्रकारे टिपलेले आहेत. भारत स्वतंत्र झाल्यानंतर कोल्हापूरने भारतात विलीन व्हावे की स्वतंत्र रहावे याबाबत प्रजापरिषदेमध्ये मतभेद निर्माण झाले. माधवराव बागल यांनी कोल्हापूर संस्थान स्वतंत्र ठेवण्याची मागणी केली. रत्नाप्पा कुंभार विलीनीकरणाच्या बाजूचे होते. संस्थान सार्वभौम भारतीय राज्यापासून स्वतंत्र ठेवणे कितपत शक्य आहे, जम्मू आणि काश्मीर, हैदराबाद आणि त्रावणकोर यांसारखी राज्ये जी भारतात विलीन व्हायला तयार नव्हती त्या राज्यांनासुद्धा शेवटी भारतात विलीन व्हावे लागले याची ऐतिहासिक जाण या पुढाऱ्यांना होती असे जाणवत नाही. संस्थाने काहीकाळ तरी भारतांतर्गत स्वतंत्र ठेवण्याचा मार्ग, दक्षिणी संस्थानाचा संघ स्थापन करणे हा होता. तसेच प्रयत्न झाले पण कोल्हापूर सारख्या मोठ्या संस्थानाने पुढाकार न घेतल्याने त्याला यश लाभले नाही. नाहीतर पंजाबमध्ये मध्यप्रांतात मध्यभारत वगैरे 'ब' दर्जाची राज्ये १९५६ पर्यंत अस्तित्वात होती. १९४८ साली कोल्हापुरात ब्राह्मणविरोधी दंगे झाले. त्यामुळे विलिनीकरणाच्या दिशेने संस्थानाची वाटचाल सुरू झाली. नवे छत्रपती शहाजी महाराज हे शेवटी संस्थान भारतामध्ये विलीन करायला तयार झाले आणि १ मार्च १९४९ रोजी हे संस्थान भारतात विलीन झाले. औंध हे दक्षिण महाराष्ट्रातील दुसरे महत्त्वाचे संस्थान. औंधचे राजे बाळासाहेब पंतप्रतिनिधी यांनी आधुनिक महाराष्ट्राच्या सांस्कृतिक इतिहासामध्ये मोलाची भर घातली. आपण लोकांचे विश्वस्त म्हणून काम करावे असा सल्ला महाराजांना महात्मा गांधी यांनी दिला होता. त्याप्रमाणे लोकशाहीप्रधान अशी राज्यघटना तेथे लागू करण्यात आली. राष्ट्रीय चळवळीतल्या नेत्यांशी राज्यकर्त्यांचे जवळचे संबंध असूनही औंधमध्ये प्रजापरिषदेची चळवळ का झाली याचे विवेचन डॉ. भोसले यांनी केलेले आहे. प्रजापरिषदेने राजाच्या खासगी खर्चावर टीका केली. संस्थानचे एकूण उत्पन्नाच्या शेकडा ३३ टक्के उत्पन्न महाराजांच्या खासगी बाबीवर खर्च होत होते. त्याचप्रमाणे शेतसाराही डोईजड असा होता. त्यामुळे ४००० ते ५००० शेतकऱ्यांनी साठ मैल पायी चालून मोर्चा काढलेला होता. थोडक्यात, रयतेमध्ये असणाऱ्या

असंतोषाला प्रजापरिषदेने वाचा फोडली. डॉ. भोसले यांच्या मते, प्रजापरिषदेचे नेतृत्व संयमी, सुजाण आणि परिणामकारक असे होते आणि राजा व प्रजा यांच्यामध्ये फारसा संघर्ष नव्हता. ते ही गोष्टही नमूद करतात की, क्रांतिसिंह नाना पाटील यांच्या प्रतिसरकारच्या चळवळीला औंध संस्थानने मोठा पाठिंबा दिला आणि औंधची प्रजासत्ताक ग्रामराज्ये भूमिगत कार्यकर्त्यांच्या हालचालीची केंद्रे होती.

डॉ. भोसले यांनी फलटण आणि अक्कलकोट या संस्थानांतील प्रजापरिषदेच्या चळवळीचीही दोन वेगवेगळ्या प्रकरणांतून माहिती दिली आहे. फलटण हे महाराष्ट्रातील जुने संस्थान होते आणि तेथील राज्यकर्ते मालोजीराजे नाईक-निंबाळकर हे प्रजाहितदक्ष व सुधारणा चाहणारे राजे होते. त्यामुळे चळवळ हिंसक झाली नाही. प्रजापरिषदेनी शेतकऱ्यांच्या प्रश्नावर लोकांची बाजू घेतली आणि शेवटी मालोजीराजेंनी पंतप्रधान नेहरूंच्या सल्ल्याप्रमाणे संस्थानाचे विलिनीकरण केले. अक्कलकोट संस्थानामध्ये प्रजापारिषदेच्या नेतृत्वामध्ये हिन्दुत्ववादी गट होता आणि त्यामुळे प्रजापरिषदेची चळवळ कमजोर बनली.

पुस्तकातील दुसऱ्या भागात एकूण चार लेख राजर्षी शाहू महाराज यांच्यावर आहेत. त्यामध्ये शाहू महाराजांच्या कार्याची वैशिष्ट्ये डॉ. भोसले यांनी समजावून सांगितली आहेत. त्यातील राजर्षी शाहू आणि नामदार भास्करराव जाधव, राजर्षी शाहू आणि कर्मवीर भाऊराव पाटील या दोन सत्यशोधकांबरोबर असणाऱ्या शाहू महाराजांच्या संबंधांची डॉ. भोसले यांनी चर्चा केली आहे. महात्मा फुले यांच्या सत्यशोधक चळवळीला पुनरुज्जीवित करण्याचे काम शाहू महाराजांनी केले ही गोष्ट सर्वविदित आहे. त्यासाठी त्यांनी भास्करराव जाधव, आण्णासाहेब लठ्ठे, प्रा. डोंगरे, प्रबोधनकार ठाकरे यांची मदत घेतली. पण प्रथम सत्यशोधक आणि नंतर ब्राह्मणेतर चळवळीला इतर भागात पसरवण्याचे काम नामदार भास्करराव जाधव यांनी केले. जाधव हे अत्यंत कुशाग्र बुद्धीचे आणि विद्वान राजकीय कार्यकर्ते होते. काही बाबतीत महाराजांशी मतभेद असले तरी त्यांना प्रिय असणाऱ्या तत्त्वांचा प्रचार आणि प्रसार करण्यात भास्कररावांनी कोणतीही कसर राखली नाही. दरबारी राजकारणामुळे कोल्हापुरात त्रास सहन करावा लागला तरी महाराजांच्या ध्येयदृष्टीवर श्रद्धा असणाऱ्या भाऊरावांनी रयत शिक्षण संस्थेने स्थापन केलेल्या बोर्डिंगचे नाव शाहू बोर्डिंग असे ठेवले. हे दोन्हीही लेख वाचनीय आहेत.

या पुस्तकाच्या तिसऱ्या भागातील लेख मुख्यत: सातारा जिल्ह्यातील स्वातंत्र्य चळवळीवर आधारलेले आहेत. त्यामध्ये चलेजाव चळवळ, या चळवळीतील वडूज गोळीबार प्रकरण, प्रतिसरकार आणि नाना पाटील या तीन लेखांचा समावेश करण्यात

आला आहे. या तीन लेखांपेक्षा एक वेगळा लेख १९२१ साली सरकार विरुद्ध बंड पुकारणाऱ्या बाज्या आणि बैज्या या दोन रामोशांच्या बंडावरचा आहे. हा या पुस्तकातील सर्वांत महत्त्वाचा लेख आहे. १९४२च्या चळवळीमध्ये इंग्रज सरकारने अनेक ठिकाणी निदर्शकावर गोळीबार केला. सातारा येथे वडूज येथील गोळीबारात मोर्चाचे नेते परशुराम घारगे यांच्यासह नऊ लोक हुतात्मा झाले. त्यानंतर झालेल्या वाळवा इस्लामपूर गोळीबारात दोघेजण ठार झाले. डॉ. भोसले यांच्या मते, त्या गोळीबारानंतर सातारा जिल्ह्यातील उघड प्रतिकाराचे पर्व संपुष्टात आले आणि जिल्ह्यातील स्वातंत्र्य सैनिकांनी हिंसक मार्गाने अन्यायाचा प्रतिकार केला व कॉ. नाना पाटील यांच्या नेतृत्वाखाली प्रतिसरकार स्थापन केले. भारतात मिदनापूर, बस्ती बालिया या भागातही प्रतिसरकारे स्थापन झाली. पण नाना पाटील यांचे प्रतिसरकार जास्त काळ टिकले. त्यांनी ग्राम राज्याचा प्रयोग ग्रामीण भागात अंमलात आणला. डॉ. भोसले यांच्या मते, भूमिगत चळवळ, प्रतिसरकारची कामगिरी आणि त्याच्या प्रेरणा तपासल्या तर नाना पाटील हेच या चळवळीचे केंद्र होते हे लक्षात येते.

इंग्रजांचे राज्य भारतामध्ये स्थापन झाल्यानंतर त्या राज्याच्या आर्थिक आणि सामाजिक धोरणाचे भारतातील समाजघटकांवर वेगवेगळे परिणाम झाले. आदिवासी, भिल्ल, रामोशी, कोळी वगैरे जे सबाल्टर्न (Subaltern) किंवा मागास समाज होते त्यांच्यावर या धोरणांचा विपरीत परिणाम झाला. त्यामुळे अव्वल इंग्रजी राजवटीमध्ये भिल्ल, कोळी, रामोशी या समाजांनी इंग्रजांविरुद्ध सशस्त्र संघर्ष उभे केले. १८५० नंतरही कमी-जास्त प्रमाणात हे उठाव चालू राहिले. वासुदेव बळवंत फडक्यांनासुद्धा रामोशांचाच पाठिंबा होता. डॉ. भोसले यांनी १९२१ साली सातारा जिल्ह्यात बाज्या आणि बैज्या या दोन रामोशांनी जे उठाव केले त्याचे पहिल्यांदाच सविस्तर विवेचन बाज्या-बैज्याचे बंड ऊर्फ रामोशी उठाव या लेखात केले आहे. सातारा जिल्ह्यातील माण आणि खटाव तालुक्यांमध्ये बाज्या आणि बैज्या या दोन म्होरक्यांनी मोठा धुमाकूळ घातला आणि धनीक लोकांवर एकप्रकारची जरब बसवली. इंग्रजांनी हे बंड मोडून काढले पण या दोघांच्या शौर्याच्या कथा पोवाड्यांच्या रूपाने ग्रामीण भागात प्रसृत केल्या जात होत्या. या दोघांनी इंग्रजांच्या विरुद्ध जे बंड पुकारले त्यापासून प्रेरणा घेऊनच आपण स्वातंत्र्य चळवळीत भाग घेतला असे खटाव तालुक्यातील एका वयोवृद्ध स्वातंत्र्यसैनिकाने सांगितले. बाज्याचे पूर्ण नाव बाजी दादू जाधव असे होते. या लेखात डॉ. भोसले यांनी बंड करण्यामागची कारणे, संघटन, उद्दिष्ट व कार्यपद्धती, पोलिसांशी संघर्ष आणि दुर्दैवी शेवट या बाबींची चर्चा केली आहे. यानंतर त्यांनी इंग्रज सरकारच्या कागदपत्रांमध्ये या बंडाबद्दलची काय माहिती दिली आहे त्याचीही

छाननी केली आहे. सर्व पुराव्यांची योग्य प्रकारे तपासणी करून डॉ. भोसले असे मत व्यक्त करतात की, लोकांच्या मध्ये बंडखोर रामोशांबद्दल प्रेमापेक्षा दहशतीची भावना जास्त होती. गावोगावचे पोलिसपाटील बंडखोरांना आतून मिळालेले होते. त्यामुळे त्यांना पकडणे अवघड गेले. बाज्या आणि बैज्या गरीब लोकांना त्रास देत नसत. त्यांनी लोकांना त्रास देणाऱ्या गावगुंडांचा बंदोबस्त केला. त्यांचे बंड गुंडगिरी व सावकारशाहीच्या विरुद्ध असले तरी ते गोरगरीब जनतेच्या भाकरीसाठी झालेले होते असे म्हणता येणार नाही. डॉ. भोसले उपलब्ध पुराव्यांच्या आधारेच पुढे जात असल्यामुळे त्यांनी हे निष्कर्ष काढलेले आहेत. परंतु, हा लेख या विषयावर जास्त खोलवर अभ्यास झाला पाहिजे याची जाणीव करून देतो. थोर मार्क्सवादी इतिहासकार डॉ. एरिक हॉब्ज बाम यांनी सामाजिक दरोडेखोरी या विषयावर विशिष्ट अशी मांडणी केलेली आहे. त्याचप्रमाणे भारतामध्ये सबाल्टर्न स्टडीज या वंचित वर्गाच्या इतिहासातील भूमिकेची चर्चा करणारे इतिहासकार रणजित गुहा यांच्या Elementry aspects of peasant insurgency या पुस्तकात बंगालमधील उठावांची चर्चा केली आहे. ह्या बाबतीत या दोघांनी जी अंतदृष्टी दिलेली आहे त्याच्या आधारे पुढील काम करता येईल. तरी काही महत्त्वाची सूचक तत्त्वे भोसले यांच्या लेखातदेखील सापडतात.

पुस्तकाच्या चौथ्या भागामध्ये काही महत्त्वाच्या राजकीय नेत्यांबद्दल व सनदी सेवकांबद्दल लिखाण केले आहे. यामधील तीन ते चार लेख महत्त्वाचे आहेत. त्यामध्ये फलटणचे राजे मालोजीराजे निंबाळकर, धनजीशॉ कूपर, दादासाहेब करंदीकर आणि हमीद अली या लेखांचा समावेश होतो. फलटणचे राजेसाहेब मालोजीराजे नाईक निंबाळकर यांच्या कामगिरीचा आढावा डॉ.भोसले यांनी घेतला आहे. मालोजीराजांनी स्वातंत्र्यपूर्व काळात फलटण संस्थानचा मोठ्या प्रमाणात विकास केला. १९१८ साली त्यांनी सक्तीच्या प्राथमिक शिक्षणाचा कायदा केला व अनेक सामाजिक सुधारणा लागू केल्या. १९२५ साली भाटघर धरणातील उजव्या कालव्याचे पाणी फलटणला मिळू लागले. संस्थानचे विलिनीकरण झाल्यानंतर महाराष्ट्राच्या राजकारणात राजांनी महत्त्वाची भूमिका बजावली. १९४९-५२ या काळात सहकारमंत्री असताना त्यांनी सहकारी साखर कारखाने काढण्यास प्रोत्साहन दिले. संयुक्त महाराष्ट्र चळवळीच्या काळात काँग्रेसवर असणारे शंकरराव देव यांचे वर्चस्व झुगारून देऊन त्यांनी यशवंतराव चव्हाण यांच्या बरोबर नवे राजकारण सुरू केले. १९५७च्या निवडणुकीत पराभूत झालेल्या काँग्रेसची फेरमांडणी करण्यामध्ये आणि पक्षाला बहुजन समाजामध्ये खोलवर रुजवण्यामध्ये प्रदेश अध्यक्ष म्हणून मालोजी राजांनी महत्त्वाची भूमिका बजावली.

१९३७ साली १९३५च्या कायद्याप्रमाणे मुंबई विधानसभेसाठीची पहिली निवडणूक झाली. निवडणुकीनंतर सरकार बनवायचे की, नाही याबाबत काँग्रेसचा निर्णय झालेला नव्हता. त्या संधिकाळात ब्राह्मणेतर पक्षातील नेते आणि साताऱ्यातील एक व्यावसायिक धनजी शॉ कुपर यांनी मुंबई प्रांताचे पहिले पंतप्रधान म्हणून शपथ घेतली. डॉ. भोसले यांनी धनजी शॉ कूपर यांच्याबद्दलची बरीच माहिती गोळा करून त्यांच्या राजकारणाचे विश्लेषण केले आहे. साताऱ्याच्या राजकारणावर रावबहाद्दूर काळे आणि कूपर यांचे वर्चस्व होते. कूपर यांच्या पक्षामध्ये प्रामुख्याने सावकार, जमीनदार व सरंजामदार यांचा समावेश होता आणि जिल्ह्यातील नगरपालिका, लोकलबोर्ड आणि स्कूलबोर्ड या संस्था कूपर पार्टीच्या ताब्यात होत्या. कूपर यांनी जवळजवळ सर्व महत्त्वाची पदे भूषविली. मंत्री म्हणून ते कार्यक्षम होते. त्यांनी ११० दिवस पंतप्रधान म्हणून काम केले आणि त्यांच्या सरकारचा एक महत्त्वाचा निर्णय म्हणजे स्वातंत्र्यवीर सावरकर यांची रत्नागिरी येथील स्थानबद्धतेतून सुटका करणे. त्यांनी कधीही कोणत्याही जातीविरुद्ध प्रचार केला नाही आणि आपला व्यवसाय सांभाळण्यासाठीच आपण राजकारणामध्ये आहोत असे ते म्हणत. एका दुर्लक्षित पण महत्त्वाच्या राजकीय नेत्याच्या कार्याचा परिचय करून देण्याचे काम भोसले यांनी केले आहे.

डॉ. भोसले यांनी केलेले आणखी एक महत्त्वाचे काम म्हणजे त्यांनी महाराष्ट्रातील ज्येष्ठ टिळकवादी नेते आणि ख्यातनाम वकील दादासाहेब करंदीकर यांचा करून दिलेला परिचय. सन १८८७ ते १९२९/३० पर्यंत दादासाहेब महाराष्ट्राच्या राजकीय जीवनामध्ये कार्यरत होते. डॉ. भोसले यांच्या मते, सुरुवातीची अनेक वर्षे करंदीकर हे नेमस्त राजकारणाचे पुरस्कर्ते होते. परंतु, लोकमान्य टिळकांच्या चारित्र्याची कसोटी पहाणाऱ्या ताई महाराज प्रकरणात टिळकांची बाजू त्यांनी संयमाने आणि कौशल्याने मांडली. इतर खटल्यातही त्यांनी मोठ्या कसोशीने टिळकांची बाजू मांडली. काँग्रेसमधील मवाळ आणि जहाल यांच्यामध्ये एकी घडवून आणण्याचा प्रयत्न दादासाहेबांनी केला आणि त्यांना त्यामध्ये यश मिळाले. १९१६मध्ये ते टिळकांच्या होमरूल लीगमध्ये सामील झाले. १९२० साली टिळकांचे निधन झाल्यानंतर गांधी युगामध्ये सातारा जिल्ह्यातील राजकारणात त्यांचा प्रभाव कमी झाला. गांधींच्या बहिष्काराच्या राजकारणाला त्यांचा विरोध असला तरी गांधींच्या विधायक कार्यक्रमांना त्यांचा पाठिंबा होता. १९३०च्या आज्ञाभंगाच्या चळवळीत त्यांचा सहभाग नव्हता पण बिळाशी आणि चिरनेर येथे झालेल्या जंगल सत्याग्रहातील सत्याग्रह्यांचे खटले दादासाहेबांनी लढवले. डॉ. भोसले यांनी एका दुर्लक्षित देशभक्ताच्या जीवन आणि

कार्यावर यथोचित प्रकाश टाकून मोठे काम केले आहे. १८९३ साली वाळवा येथे काँग्रेसचे सरचिटणीस ए.ओ.ह्युम यांच्या उपस्थितीत काँग्रेसचे प्रांतिक अधिवेशन भरवण्यात त्यांची प्रमुख भूमिका होती.

या पुस्तकातील शेवटचा महत्त्वाचा लेख आय.सी.एस. अधिकारी श्री. हमीदअली यांच्याबद्दल आहे. हमीदअली हे प्रख्यात पक्षीतज्ज्ञ सलीमअली यांचे बंधू. एक राष्ट्रीय वृत्तीचा सनदी अधिकारी म्हणून त्यांनी देशातील वेगवेगळ्या भागांमध्ये काम केले. हमीदअली १९०२ साली इंडियन सिव्हिल सर्व्हिसमध्ये सामील झाले आणि कलेक्टर म्हणून १९३६ साली निवृत्त झाले. १९१७ साली गुजरातमध्ये असताना त्यांनी आपल्या तंबूमध्ये महात्मा गांधींना चहापानासाठी बोलवले. हमीदअली यांच्या स्वातंत्र्य चळवळीबद्दलच्या सहानुभूतीमुळे त्यांना कलेक्टर पदावरूनच निवृत्त व्हावे लागले. इंग्रज सरकारने त्यांना प्रमोशन दिले नाही. महाराष्ट्राच्या दृष्टीने त्यांची मोठी कामगिरी म्हणजे साताऱ्याला कलेक्टर असताना त्यांनी रयत शिक्षण संस्थेला दिलेला पाठिंबा. त्यांच्या मनात भाऊराव पाटील यांच्या कार्याबद्दल अनुकूल मत तयार झाले आणि त्यांनी रयत शिक्षण संस्थेला मदत केली. काही काळ ते रयत शिक्षण संस्थेचे अध्यक्षपण होते. त्यांनी संस्थेला जमीन मिळवून दिली. हमीदअली यांच्या कार्याची थोडक्यात ओळख करून देऊन डॉ. भोसले यांनी अभिनंदनीय असे काम केले आहे.

डॉ. अरुण भोसले यांनी या पुस्तकात अनेक दुर्लक्षित पण कर्तबगार लोकांचे कार्य समाजापुढे आणले आहे. हे करीत असताना त्यांनी संशोधनाची शिस्त पाळली आहे. संशोधनाचे नवे मार्ग खुले केले आहेत. या पुस्तकाचे वाचक चांगल्याप्रकारे स्वागत करतील अशी मला उमेद आहे.

डॉ. अशोक चौसाळकर

कोल्हापूर, २५-९-२१

दोन शब्द

प्रा. अरुण भोसले यांनी सुमारे छत्तीस वर्षे शिवाजी विद्यापीठाच्या इतिहास अधिविभागात अध्यापन केले आहे. पैकी सन १९९९ ते २००८ इतका कार्यकाळ ते विभागाचे प्रमुख होते. व्यासंगी इतिहास संशोधक, नामांकित वक्ते, विद्यार्थीप्रिय शिक्षक, कुशल प्रशासक म्हणून ते सर्वत्र परिचित आहेत. इतिहास अधिविभाग नावारूपाला आणण्यामध्ये त्यांचा मोठा हातभार आहे. त्यांनी विभागात अध्यापन करताना विद्यार्थ्यांच्यामध्ये संशोधनदृष्टी विकसित करण्यावर भर दिला. त्यांचा मन:पिंड व्यासंगी आणि चिकित्सक असल्याने विद्यार्थ्यांमध्ये इतिहासदृष्टी विकसित होण्यास मदत झाली. त्यांच्या या दृष्टीमुळेच शिवाजी विद्यापीठाच्या कार्यक्षेत्रामध्ये इतिहासाचे अनेक उत्तम विद्यार्थी, संशोधक आणि प्राध्यापक तयार झाले आहेत. त्यांनी शिवाजी विद्यापीठामध्ये कुलसचिव, बी.सी.यु.डी.चे संचालक, सामाजिक शास्त्र विद्याशाखेचे प्रभारी अधिष्ठाता आणि दूर शिक्षण केंद्राचे संचालक अशा विविध पदांवर योगदान दिले आहे. सन २०१३मध्ये ते शिवाजी विद्यापीठाच्या सेवेमधून निवृत्त झाले.

ऑगस्ट, १९९९मध्ये मी विभागामध्ये रुजू झालो तेव्हा डॉ. अरुण भोसले नुकतेच इतिहास विभागाचे प्रमुख झाले होते. पुढील नऊ वर्षे त्यांच्या मार्गदर्शनाखाली विभागाने देदीप्यमान प्रगती केली. त्यांच्या पुढाकाराने मराठा इतिहासाच्या संशोधनाला चालना देण्यासाठी जून २००३मध्ये मराठा इतिहास संशोधन केंद्राची स्थापना झाली. या केंद्राचे संस्थापक समन्वयक म्हणून त्यांनी प्रारंभीच्या काळात काम केले. नंतर महाराष्ट्र शासनाने ह्या केंद्राचे नामकरण 'छत्रपती शाहू महाराज मराठा इतिहास अध्ययन केंद्र' असे केले.

शिवाजी विद्यापीठाचे पहिले कुलगुरू डॉ.आप्पासाहेब पवार यांच्या जन्मशताब्दीच्या निमित्ताने सन २००५मध्ये शिवाजी विद्यापीठाने आंतरराष्ट्रीय परिषद आयोजित केली. डॉ. अरुण भोसले या परिषदेचे संयोजक होते. देश-विदेशातील शंभराहून अधिक नामवंत अभ्यासकांनी या परिषदेत हजेरी लावली. ते शिवाजी विद्यापीठ इतिहास परिषदेचे संस्थापक सदस्य होते. सन २००७-०८ या वर्षी ते

परिषदेचे अध्यक्ष होते. स्थापनेपासून त्यांनी परिषदेच्या कामकाजात घेतलेल्या स्वारस्यामुळे परिषदेचे कार्य दिवसेंदिवस वृद्धिंगत झाले आहे. त्यांनी दिलेल्या योगदानाचा गौरव करण्यासाठी शिवाजी विद्यापीठाने त्यांना 'गुणवंत शिक्षक पुरस्कार' (२००३) आणि महाराष्ट्र शासनाने 'आदर्श शिक्षक पुरस्कार' (२००६) दिला.

डॉ. अरुण भोसले अतिशय कुशल प्रशासक आणि संघटक असले तरी त्यांचा मूळचा पिंड इतिहास संशोधकाचा आहे. शिवाजी विद्यापीठातून इतिहास विषयात पीएच.डी. पदवी मिळवणारे ते पहिले विद्यार्थी होते. सातारा जिल्ह्यातील स्वातंत्र्य चळवळीचा इतिहास (१८८५-१९४७) हा त्यांचा संशोधन विषय होता. सन १९८१मध्ये त्यांनी लंडन विद्यापीठाच्या स्कूल ऑफ ओरिएंटल अँड आफ्रिकन स्टडीज ह्या संस्थेत पोस्ट डॉक्टरल संशोधन केले. याच दरम्यान त्यांनी लंडन येथील इंडिया ऑफिस लायब्ररीतील ब्रिटिशकालीन कागदपत्रांचा अभ्यास केला. भारतातील स्वातंत्र्य लढा स्थानिक स्तरावर कशा प्रकारे लढला गेला याचा शोध घेण्यामध्ये त्यांची रुची होती. त्यांनी साताऱ्याच्या प्रतिसरकार चळवळीचे स्थानिक अंतरंग आपल्या संशोधनात उलगडून दाखवले. नंतरच्या काळात डॉ. अरुण भोसले यांनी 'दक्षिण महाराष्ट्रातील संस्थानातील स्वातंत्र्य चळवळ' ह्या विषयावर संशोधन प्रकल्प पूर्ण केला. महाराष्ट्रातील स्वातंत्र्य लढ्याच्या बहुतेक अभ्यासांमध्ये दक्षिणी संस्थानातील घडामोडींकडे दुर्लक्ष केलेले दिसते. डॉ. अरुण भोसले यांच्या संशोधनाने कोल्हापूर, फलटण, अक्कलकोट आणि इतर संस्थानातील घडामोडींवर प्रकाश टाकला. तसेच दक्षिणी संस्थानांमध्ये निर्माण झालेल्या आगळ्यावेगळ्या परिस्थितीचा मागोवा घेतला. पुढे 'फ्रीडम मुव्हमेंट इन प्रिन्सली स्टेट्स ऑफ महाराष्ट्र' ह्या विषयावर शिवाजी विद्यापीठात त्यांनी एक राष्ट्रीय चर्चासत्र आयोजित केले. ह्या चर्चासत्रात सादर केलेल्या शोधनिबंधांचा ग्रंथ शिवाजी विद्यापीठाने मार्च, २००० मध्ये प्रसिद्ध केला. डॉ. अरुण भोसले ह्या ग्रंथाचे सहसंपादक होते. महाराष्ट्रातील संस्थानांमधील स्वातंत्र्य चळवळींवर तपशीलवार चर्चा करणारा हा ग्रंथ होता. त्यांच्या व्यासंगामुळे 'दक्षिणी संस्थानांचा इतिहास' या विषयाला इतिहास विभागाच्या अभ्यासाचे खास क्षेत्र म्हणून मान्यता मिळाली.

डॉ. अरुण भोसले यांनी स्थानिक स्तरावर लोकांनी ब्रिटिश सत्तेला केलेला विरोध प्रकाशात आणण्याचा प्रयत्न केला. सातारा जिल्ह्यातील बाज्या-बैज्याच्या बंडावरील त्यांचा निबंध इतिहासकारांकडून खूप नावाजला गेला. जून २००१मध्ये अमेरिकेतील सेंट पॉल या ठिकाणी आयोजित केलेल्या आंतरराष्ट्रीय परिषदेत त्यांनी महाराष्ट्रातील रामोशी समूहावर एक संशोधन निबंध वाचला. सन २००१मध्ये याच निबंधाची सुधारित आवृत्ती इंडियन हिस्टरी काँग्रेस या इतिहासकारांच्या राष्ट्रीय संघटनेच्या

शोधनिबंध संग्रहामध्ये प्रसिद्ध झाली. या लेखांमधून महाराष्ट्रातील 'रामोशी' ह्या वंचित समूहातील व्यक्तींचा अतिशय दुर्लक्षित इतिहास मांडण्याचा प्रयत्न त्यांनी केला. अस्सल कागदपत्रांचा आधार घेऊन रामोशी समूहाच्या ब्रिटिश विरोधी कृत्यावर नवा प्रकाश टाकला.

डॉ. अरुण भोसले यांनी मोजक्या प्रमाणात चारित्रात्मक लेखनदेखील केले. एखाद्या ऐतिहासिक व्यक्तीच्या जीवनकार्याचे चित्रण करून त्यांनी समकालीन इतिहासाचा वेध घेण्याचा प्रयत्न केला. त्यांचे क्रांतिसिंह नाना पाटील, सर धनजीशा कूपर, सनदी अधिकारी हमीदअली आणि डॉ. आप्पासाहेब पवार यांच्यावरील लेख अशा स्वरूपाचे आहेत. त्यांनी दोन महान व्यक्तिमत्त्वांचे जीवन आणि कार्याची तुलना करणारे लेखदेखील लिहिले. त्यांच्या राजर्षी शाहू महाराजांच्या ना. भास्करराव जाधव आणि कर्मवीर भाऊराव पाटील यांच्या बरोबरच्या संबंधांचा आढावा घेणाऱ्या लेखांमुळे वाचकांना ह्या महान व्यक्तींच्या जीवनकार्याबद्दल नवीन दृष्टी मिळते.

डॉ. अरुण भोसले यांच्या मार्गदर्शनाखाली १४ विद्यार्थ्यांनी पीएच. डी. आणि २० विद्यार्थ्यांनी एम. फिल. पदवी मिळवली आहे. त्यांच्या मार्गदर्शनाखाली संशोधन केलेल्या विद्यार्थ्यांनी ना. भास्करराव जाधव, तुळशीदास जाधव, केशवराव जेधे आणि शंकरराव मोरे यांच्यासारख्या थोर व्यक्तींच्या जीवन आणि कार्याचा मागोवा घेताना महाराष्ट्राच्या इतिहासाचा वेध घेतला. आपल्या विद्यार्थ्यांना ब्राह्मणेतर नेत्यांचे कार्य आणि विचार अभ्यासण्याचे विषय देऊन त्यांनी महाराष्ट्रातील ब्राह्मणेतर चळवळीचा इतिहास लोकांसमोर आणण्यात मोलाचे योगदान दिले आहे.

डॉ. अरुण भोसले यांचे वक्तृत्व मंत्रमुग्ध करणारे आहे. त्यांची महाराष्ट्राचा राजकीय इतिहास विशद करणारी भाषणे श्रोत्यांना खिळवून ठेवणारी असतात. अवघड आणि क्लिष्ट विषयांची मांडणी अत्यंत सोप्या आणि ओघवत्या भाषेत करण्यामध्ये त्यांचा हातखंडा आहे. त्यांना वक्तृत्वाचा वारसा त्यांचे काका भाषाप्रभू प्राचार्य शिवाजीराव भोसले यांच्याकडून मिळाला आहे. त्यांना राजकारणाच्या अभ्यासाची आवड त्यांचे दुसरे काका आणि महाराष्ट्राचे माजी मुख्यमंत्री श्री. बाबासाहेब भोसले यांच्याकडून मिळाली आहे. डॉ. अरुण भोसले यांना पश्चिम महाराष्ट्राच्या राजकीय इतिहासाचे इतके बारीकसारीक तपशील माहिती आहेत की, त्यांचे भाषण ऐकणाऱ्याला नवल वाटल्याखेरीज राहत नाही.

विविध नियतकालिकांतून प्रकाशित डॉ. अरुण भोसले यांचे लेख एकत्रित करून प्रस्तुत ग्रंथ तयार झाला आहे. या नियतकालिकांचे अंक दुर्मीळ झाल्याने ते अभ्यासकांना उपलब्ध होण्यात अडचणी होत्या. त्यामुळे नव्या पिढीला ते लेख

सहजासहजी उपलब्ध नाहीत. म्हणून गुरुवर्य डॉ. अ. रा. भोसले यांनी लिहिलेले विविध विषयांवरील लेख एकत्र ग्रंथरूपात येत असल्याचे पाहून मला मनस्वी आनंद होत आहे. यांच्या अत्यंत सुलभ आणि वाचनीय लेखनाचा आनंद आणि लाभ नव्या पिढीला मिळणार आहे. त्यापासून अनेक जणांना ज्ञान साधनेची प्रेरणा आणि इतिहास कुतूहलाचे समाधान होईल, अशी मला खात्री आहे.

डॉ. अवनीश पाटील
इतिहास अधिविभाग प्रमुख,
शिवाजी विद्यापीठ, कोल्हापूर

मनोगत

'दक्षिण महाराष्ट्र : राजकीय चळवळी व नेतृत्व' हा वेळोवेळी लिहिलेल्या माझ्या लेखांचा संग्रह असून तो वाचकांच्या हाती सुपूर्द करताना मला अतिशय आनंद वाटतो. महाराष्ट्राच्या वाटचालीची चर्चा होत असताना 'विकासाचा प्रादेशिक असमतोल', 'विकासाचा अनुशेष' हे मुद्दे विशेषत्वाने उपस्थित होतात. त्यातूनच राज्यात तीन वैधानिक विकास महामंडळे स्थापन करण्यात आली. त्यानंतर कोकण व खानदेश विभागासाठी स्वतंत्र वैधानिक विकास महामंडळे स्थापन करण्यात यावीत असा सूर ऐकू येत असतो. मात्र, या चर्चाविश्वात 'दक्षिण महाराष्ट्र' असा उल्लेख आढळत नाही. त्यामुळे 'दक्षिण महाराष्ट्र' या विभागाला स्वतंत्र ओळख दिसून येत नाही. १९६२ साली कोल्हापूर, सातारा, सांगली, सोलापूर आणि विभाजनपूर्व रत्नागिरी या दक्षिण महाराष्ट्रातील पाच जिल्ह्यांसाठी कोल्हापूर येथे महाराष्ट्र शासनाने 'शिवाजी विद्यापीठा'ची स्थापना केली. तेव्हा त्या पाच जिल्ह्यांचा प्रादेशिक विभाग दक्षिण महाराष्ट्र असल्याचे स्पष्ट झाले. विख्यात इतिहासकार व राजाराम कॉलेज (कोल्हापूर)चे भूतपूर्व प्राचार्य डॉ. बाळकृष्ण यांनी दक्षिण महाराष्ट्रासाठी कोल्हापूर येथे श्री छत्रपती शिवाजी महाराज यांच्या नावे स्वतंत्र विद्यापीठ स्थापन करण्यात यावे अशी मागणी प्रथम १९३५ साली केली होती आणि जीवनाच्या अखेरपर्यंत ते या मागणीचा पुनरुच्चार करत होते. स्वातंत्र्यपूर्व काळात मुंबई प्रांताच्या दक्षिण भागात असलेली सतरा एतद्देशीय संस्थाने 'दक्षिणी संस्थाने' (Southern Maratha Country States) म्हणून ओळखली जात असत. त्यांपैकी बहुतेक संस्थाने दक्षिण महाराष्ट्राच्या पाच जिल्ह्यांत होती.

विसाव्या शतकात दक्षिण महाराष्ट्राच्या खालसा व संस्थानी मुलखात सामाजिक, सांस्कृतिक, राजकीय आणि आर्थिक क्षेत्रात अनेक स्थित्यंतरे, उलथापालथी झाल्या. राष्ट्रीय स्वातंत्र्य चळवळीची व्याप्ती वाढत गेली. शेतकरी, कष्टकरी, मध्यमवर्गीय, सुशिक्षित, तरुण वर्ग, स्त्रिया इत्यादी समाजघटकांच्या सहभागामुळे स्वातंत्र्य चळवळीला जनआंदोलनाचे स्वरूप आले. ब्रिटिश मुलखातील स्वातंत्र्य आंदोलनाला संस्थानी

प्रदेशातील प्रजापरिषदेच्या चळवळीने प्रतिसाद दिला. क्रांतिसिंह नाना पाटील यांच्या नेतृत्वाखालचे साताराचे प्रतिसरकार देशात गाजले. राजर्षी छत्रपती शाहू महाराज व छत्रपती राजाराम महाराज यांनी कोल्हापूर संस्थानात क्रांतिकारी पुरोगामी सामाजिक, सांस्कृतिक परिवर्तन घडवून आणले. फलटणचे मालोजीराजे नाईक निंबाळकर व औंधचे भवानराव ऊर्फ बाळासाहेब पंतप्रतिनिधी यांनी आपल्या राज्यकारभाराला पुरोगामी वळण लावले. कर्मवीर भाऊराव पाटील यांनी रयत शिक्षण संस्थेची स्थापना करून शिक्षणाची गंगा गरिबांच्या झोपडीपर्यंत पोहोचवली. मुंबई राज्याचे पहिले प्रधानमंत्री सर धनजीशा कूपर साताराचे! रयत शिक्षण संस्थेचे पहिले अध्यक्ष साताराचे भूतपूर्व जिल्हाधिकारी हमीद अली ICS हे होते. दक्षिण महाराष्ट्राचा सांस्कृतिक वारसा नावीन्य व विविधता यांनी परिपूर्ण आहे. विसाव्या शतकात दक्षिण महाराष्ट्रात झालेल्या राजकीय चळवळी आणि नेतृत्व या विषयाचे मला आकर्षण वाटते. भारतीय स्वातंत्र्य चळवळ, हिंदी संस्थाने, विसाव्या शतकातील महाराष्ट्र, मराठ्यांचा इतिहास हे माझ्या आवडीचे आणि अभ्यासाचे विषय आहेत. त्यामुळे त्या अनुषंगाने मी वेळोवेळी लेख लिहिले. ते सर्व विविध नियतकालिकांत प्रसिद्ध झालेले आहेत.

शिवाजी विद्यापीठातील इतिहास विभागप्रमुख डॉ. अवनीश पाटील, ज्येष्ठ पत्रकार दशरथ पारेकर, डॉ. भरतभूषण माळी या माझ्या मित्रांनी मला माझे निवडक लेख पुस्तक रूपाने प्रसिद्ध करण्याची कल्पना सुचवली व सतत त्याचा पाठपुरावा केला. पुस्तक तयार करून प्रकाशित करण्याचा माझा प्रकल्प सिद्धीस नेण्यासाठी ज्येष्ठ समीक्षक व मराठी विभागप्रमुख प्रा.रणधीर शिंदे आणि प्रसिद्ध राजकीय विश्लेषक प्रा. प्रकाश पवार या शिवाजी विद्यापीठातील मित्रद्वयांचे बहुमोल सहकार्य लाभले. माझ्या धडपडीला ज्येष्ठ इतिहास संशोधक मित्र डॉ. जयसिंगराव पवार यांचे प्रोत्साहान व बहुमोल मार्गदर्शन लाभले.

प्रस्तुत लेखसंग्रहात कोल्हापूर व छ. शाहू महाराज यासंबंधीचे चार, अन्य संस्थानाविषयीचे चार, रामोशी उठावावर एक, चलेजाव आंदोलनासंबंधी दोन, वैशिष्ट्यपूर्ण कामगिरी बजावलेले राजकीय नेते, राज्यकर्ते, प्रशासक यांच्यासंबंधी सहा अशा एकूण 'सतरा' लेखांचा समावेश आहे. ते सर्व लेख विसाव्या शतकातील दक्षिण महाराष्ट्रातील राजकीय चळवळी व नेतृत्व यांच्याशी निगडित आहेत. या पुस्तकातील 'राष्ट्रीय मनोवृत्तीचे सनदी अधिकारी–हमीद अली' या लेखासाठी मला प्रख्यात इतिहासकार पद्मभूषण प्रा. इरफान हबीब, अलिगड यांचे बहुमोल सहकार्य व मार्गदर्शन लाभले त्याबद्दल मी त्यांचा अत्यंत आभारी आहे.

प्रस्तुत पुस्तकाला माझे मित्र राज्यशास्त्रज्ञ, विचारवंत व प्रथितयश लेखक

प्रा. डॉ. अशोक चौसाळकर यांनी प्रस्तावना लिहून मला उपकृत केले आहे. त्याचप्रमाणे इतिहास विभागप्रमुख व माझे तरुण संशोधक, लेखक मित्र डॉ. अवनीश पाटील यांनी 'दोन शब्द' या शीर्षकाने आपले मनोगत लिहिले आहे. अभ्यासपूर्ण प्रस्तावना आणि मनोगत यामुळे माझ्या प्रस्तुत पुस्तकाच्या गुणवत्तेत मोलाची भर पडली आहे. डॉ. अशोक चौसाळकर व डॉ. अवनीश पाटील यांचे मन:पूर्वक आभार.

माझे प्रस्तुत पुस्तक तयार होण्यात प्रारंभापासून अखेरपर्यंत मला अनेकांची मदत, सहकार्य, प्रोत्साहन मिळाले. त्यासाठी डॉ. जयसिंगराव पवार, प्रा. इरफान हबीब, डॉ. अशोक चौसाळकर, प्रा. रणधीर शिंदे, प्रा. प्रकाश पवार, डॉ. अवनीश पाटील, दशरथ पारेकर, डॉ. भरतभूषण माळी, डॉ. बी. एम. हिर्डेकर, बी. एस. पाटील, डॉ. सुरेश शिखरे, दत्तात्रय मचाले यांचा मी अत्यंत आभारी आहे.

माझे हे पुस्तके ज्यांनी मला जीवनाचा ग्रंथ वाचायला शिकवला आणि कितीही बिकट परिस्थिती उद्भवली तरी नीतिमत्ता आणि प्रामाणिकपणा कधी सोडू नये हा मूल्य संस्कार माझ्या व्यक्तिमत्त्वात खोलवर रुजवला त्या माझ्या दिवंगत आई-वडिलांना अर्पण केले आहे.

मी फारसा प्रसिद्ध लेखक नसतानाही डायमंड पब्लिकेशन्सचे प्रमुख श्री. दत्तात्रेय पाष्टे यांनी माझ्या पुस्तकाचे अंतरंग न्याहाळून व मौलिकता ओळखून ते प्रकाशित करण्याचा धाडसी निर्णय घेतल्याबद्दल मी त्यांचा ऋणी आहे. डायमंड पब्लिकेशन्स संस्थेचे सूत्रधार पाष्टे पिता-पुत्र आणि त्यांचे सहकारी यांनी आपली सर्व कौशल्ये वापरून माझे प्रस्तुत पुस्तक अत्यंत उठावदार, देखण्या-स्वरूपात सिद्ध केल्याबद्दल त्या सर्वांना मन:पूर्वक धन्यवाद!

'दक्षिण महाराष्ट्र : राजकीय चळवळी व नेतृत्व' हे माझे पुस्तक वाचक, समीक्षक, तरुण विद्यार्थी, पत्रकार इत्यादींच्या पसंतीस उतरेल असा मला विश्वास वाटतो.

५ नोव्हेंबर २०२१ **– डॉ. अरुण भोसले**

कोल्हापूर

विभाग – १

राजकीय चळवळी

१

कोल्हापूर जिल्ह्यातील स्वातंत्र्य चळवळ

भारतीय स्वातंत्र्य चळवळ ही आधुनिक जगाच्या इतिहासातील एक आगळीवेगळी लोकचळवळ होती. स्वातंत्र्यपूर्व काळात आपल्या देशाचे 'ब्रिटिश भारत' व 'संस्थानी भारत' असे दोन स्थूल विभाग पडले होते. ब्रिटिश भारतात ब्रिटिश साम्राज्यसत्तेचा प्रत्यक्ष (Direct) तर संस्थानी भारतात अप्रत्यक्ष (Indirect) अंमल होता. त्याकाळात भारतीय उपखंडात ५७७ लहानमोठी संस्थाने होती. (कुलकर्णी ना.ह., भारतीय संस्थाने, मराठी विश्वकोश, खंड – १२) संस्थानांचे दुसरे साक्षेपी अभ्यासक विश्वनाथ अनंत पटवर्धन भारतीय संस्थानांची संख्या ५५४ नमूद करतात. (पटवर्धन वि.अ., दक्षिण महाराष्ट्रातील संस्थानांच्या विलीनीकरणाची कथा, पुणे, १९६६) तत्कालीन मुंबई प्रांतात 'दक्षिणी संस्थाने' या नावाने ओळखली जाणारी अठरा लहान-मोठी संस्थाने होती. त्यांपैकी कोल्हापूर संस्थान हे प्रदेश विस्तार, लोकसंख्या आणि महसुलाचे उत्पन्न यांच्या मानाने सर्वांत मोठे होते. (पटवर्धन वि.अ.(सं) संस्थानातील लोकशाहीचा लढा, पुणे, १९४०, पृ. १३७, १३८) १७ व्या शतकात दख्खनच्या पठारावर छत्रपती शिवाजी महाराजांनी स्थापन केलेल्या स्वतंत्र व सार्वभौम हिंदवी स्वराज्याचे प्रतीक म्हणून करवीर तथा कोल्हापूर संस्थानाला अनन्यसाधारण ऐतिहासिक महत्त्व होते. छ. शिवाजी महाराजांच्या स्नुषा महाराणी ताराबाईंनी १७१० साली स्वतंत्र करवीर राज्याची स्थापना केली. १७८२ पासून कोल्हापूर ही करवीर राज्याची राजधानी बनली. राजर्षी छत्रपती शाहू महाराज (१८७४– १९२२) हे कोल्हापूर संस्थानाचे विख्यात पुरोगामी राज्यकर्ते होते. त्यांच्या कारकिर्दीत कोल्हापूर महाराष्ट्रातील पुरोगामी सामाजिक चळवळींचे आणि बहुजन समाजाच्या शैक्षणिक उत्थापनाचे महत्त्वाचे केंद्र बनले होते. १५ ऑगस्ट १९४७ रोजी भारत स्वतंत्र झाल्यानंतर देशातील संस्थानांच्या विलीनीकरणाचा विचार बळावला आणि

त्याची प्रक्रिया गतिमान झाली. दक्षिण महाराष्ट्रातील कोल्हापूर वगळून अन्य १७ संस्थानांचे ०८ मार्च १९४८ रोजी मुंबई प्रांतात विलीनीकरण झाले. ०१ मार्च १९४९ रोजी कोल्हापूर संस्थान मुंबई प्रांतात विलीन झाले. त्यावेळी त्याचा रायबाग विभाग हल्लीच्या कर्नाटक राज्यात व बेळगाव जिल्ह्यातील चंदगड तालुका कोल्हापूर जिल्ह्यात समाविष्ट करून आणि इतर किरकोळ प्रादेशिक बदल करून विद्यमान कोल्हापूर जिल्हा निर्माण करण्यात आला. त्यावेळी कुरुंदवाड संस्थानातील कुरुंदवाड या राजधानीसह अनेक गावांचा कोल्हापूर जिल्ह्यात समावेश करण्यात आला. कोल्हापूर जिल्ह्याच्या पश्चिमेस रत्नागिरी, उत्तरेस सांगली आणि पूर्व व दक्षिण दिशेस कर्नाटकातील बेळगाव हे जिल्हे आहेत. कोल्हापूर जिल्ह्याचे शाहूवाडी, पन्हाळा, भुदरगड, गगनबावडा, करवीर, कागल, हातकणंगले, शिरोळ, आजरा, गडहिंग्लज, चंदगड, राधानगरी हे १२ तालुके आहेत.

कोल्हापूर – इंग्रज संबंध :

छत्रपती राजाराम आणि महाराणी ताराबाई यांचे पुत्र शिवाजी (१७१०-१७१४) हे स्वतंत्र कोल्हापूर संस्थानाचे पहिले छत्रपती होते. १७१४ ला कोल्हापुरच्या राजवाड्यात रक्तहीन क्रांती झाली व ताराबाई आणि तिचा पुत्र शिवाजी यांना पदच्यूत करून छ. राजाराम - राजसबाई यांचे पुत्र संभाजी (दुसरे) कोल्हापूरचे छत्रपती झाले. त्यांच्या कारकिर्दीत (१७१४-१७६०) इंग्रजांचे कोल्हापूर संस्थानाशी राजनैतिक संबंध येण्यास सुरुवात झाली. कोल्हापूर छत्रपतींकडून इंग्रजांना काही व्यापारी सवलती मिळाल्या आणि कोकणातील काही ठिकाणेही त्यांना देण्यात आली. छ. संभाजी आणि सातारचे छ. शाहू यांच्यातील यादवी युद्ध १३ एप्रिल १७३१ रोजी वारणेचा तह होऊन संपुष्टात आले. सातारच्या छत्रपती शाहूंनी कोल्हापुरच्या स्वतंत्र राज्यास मान्यता दिली. वारणा नदी ही सातारा आणि कोल्हापूर राज्यांमधील सीमा ठरली. १७६०मध्ये छ. संभाजी दुसरे यांचे निधन झाल्यानंतर कोल्हापूरचे राज्य सुरक्षित ठेवण्याची जबाबदारी त्यांची राणी जिजाबाई यांच्यावर पडली. त्यांनी ती तब्बल बारा वर्षे समर्थपणे पेलली. कोल्हापूरकर व पेशवे यांच्यातील संघर्ष चालूच होता. कोल्हापुरच्या सरहद्दीवर पेशव्यांनी निर्माण केलेले सरदार तासगावचे पटवर्धन, इचलकरंजीचे घोरपडे, निपाणीचे शिधोजीराव नाईक - निंबाळकर यांचा कोल्हापूरला सतत होणारा उपद्रव टाळण्यासाठी जिजाबाईंना हैदर अली, पोर्तुगीज यांच्याबरोबरच इंग्रजांचेसुद्धा साहाय्य घ्यावे लागत होते. अशा प्रकारे कोल्हापुरच्या राजकारणात इंग्रजांचा शिरकाव होत होता. कोल्हापूर राज्याच्या राजकीय कमकुवतपणाचा फायदा घेऊन ब्रिटिश ईस्ट इंडिया कंपनीने इ.स.१७६६ ते १८२९ या कालखंडात कोल्हापुरकरांच्यावर जाचक अटींचे पाच तह लादले आणि

त्याद्वारे कोल्हापूर दरबारची सत्ता आपल्या हातात घेण्याचा प्रयत्न केला. सन १८१२ व १८२९मध्ये ब्रिटिशांनी कोल्हापूर दरबाराबरोबर केलेल्या तहानुसार कोल्हापूर दरबारवर अनेक बंधने लादण्यात आली. ०१ ऑक्टोबर १८१२ रोजी छत्रपती व इंग्रज यांच्यात झालेल्या करारातील प्रत्येक कलमाने कोल्हापुरकर छत्रपतींच्या सत्तेला मर्यादा पडत गेल्या. कोल्हापूरचे आरमार मोडले, छत्रपतींच्या परराज्यविषयक धोरणाबाबतचे सर्व स्वातंत्र्य नष्ट झाले. या तहाने कोल्हापूरच्या छत्रपतींना ब्रिटिशांचे मांडलिकत्व स्वीकारणे भाग पडले. १८२९च्या तहनाम्यामुळे कोल्हापुरच्या छत्रपतींचे लष्करी सामर्थ्य व मुलकी सत्ता ही दोन्ही क्षेत्रे इंग्रजांच्या ताब्यात गेली. अशा प्रकारे १७६६ ते १८२९ दरम्यानच्या कालखंडात कोल्हापूर छत्रपतींच्या सत्तेवर ब्रिटिशांचे नियंत्रण एकसारखे वाढत गेले.

१८२९च्या तहातील एका कलमानुसार छत्रपतींचा कारभार पाहण्यासाठी इंग्रज सरकारच्या वतीने कोल्हापूरचे पहिले कारभारी म्हणून दाजी कृष्ण पंडित यांची इ.स. १८४४ला नेमणूक करण्यात आली. ते धारवाड जिल्ह्याचे दप्तरदार होते. त्यांना रु. ५००/- मासिक वेतन देण्याचे ठरले होते. त्यांना मदतनीस म्हणून हिंदुराव गायकवाड यांची दरमहा रु. ३५०/- वर नेमणूक झाली होती. पोलिटिकल एजंटने स्वत: कोल्हापुरात येऊन मार्च १८४४मध्ये दरबार भरविला आणि इंग्रजांना संस्थानाच्या कारभाराची नवी व्यवस्था का करणे भाग पडले ते सांगितले. (गर्गे स.मा., करवीर रियासत, पृ.५३४) इंग्रजांनी नेमलेला कारभारी दाजी कृष्ण पंडित संस्थानातील प्रजेस आवडला नाही. तो अल्पावधीतच अप्रिय झाला. कोल्हापूर संस्थानाच्या कारभारातील इंग्रजांचा वाढता हस्तक्षेप सहन न झाल्यामुळे संस्थानात सर्वत्र इंग्रजविरोधी वातावरण तयार झाले. अशा प्रकारे एके काळी स्वतंत्र असलेले कोल्हापूर संस्थान इंग्रजांचे मांडलिक झाले आणि संस्थानाची खरीखुरी सत्ता इंग्रजांच्या हातात गेली. त्यामुळे कोल्हापूर संस्थानात इंग्रजी राजवटीबद्दल असंतोष निर्माण होऊन इंग्रजांच्याविरोधी लहान-मोठे उठाव झाले.

कोल्हापूर गडकऱ्यांचा उठाव (१८४४) :

दाजी कृष्ण पंडिताने कोल्हापुरच्या राज्यकारभारात बऱ्याच सुधारणा घडवून आणल्या. मराठी राज्यात किल्ल्यांतील बंदोबस्त गडकरी ठेवीत असत. त्यांना त्याबद्दल तनखा मिळत असे. त्या त्या किल्ल्यांच्या जवळपासच्या जमिनी त्यांना तनख्याने लावून दिलेल्या असत. गडकऱ्यांना येथून पुढे किल्ल्यांच्या संरक्षणासाठी जमिनी द्यावयाच्या नाहीत असा निर्णय इंग्रज सरकारने घेतला. कारण किल्ल्यांचे संरक्षण करण्यासाठी इंग्रजांना गडकऱ्यांच्या नोकरीची गरज नव्हती. मात्र, ज्या जमिनी

गडकऱ्यांच्याकडे होत्या त्या इंग्रजांनी तशाच राहू दिल्या आणि त्यांचा जमीनसारा त्यांनी सरकारात भरावा असे ठरले. मात्र, दाजी कृष्ण पंडितांच्या सुधारणा दरबारातील बड्यांच्या इच्छेविरुद्ध झाल्या, त्यामुळे कटुता वाढली आणि तिचा स्फोट १८४४ च्या गडकऱ्यांच्या उठावात झाला. या उठावाचा आरंभ २२ जुलै १८४४ रोजी झाला. दाजी कृष्ण पंडितांनी सारा वसुलीसाठी नेमलेल्या मामलेदारास भुदरगडच्या गडकऱ्यांनी किल्ल्यावर घेण्याचे नाकारले आणि बंडाची ठिणगी पडली. सामानगडावरील हुजरे, कारकून व सैनिक यांनी दाजीबाने पाठविलेल्या मामलेदारास वसूल देण्याचे नाकारले. इतकेच नव्हे तर त्यांनी मामलेदारातर्फे आलेल्या माणसांना चोपून काढले. कोल्हापूर संस्थानात इंग्रजी सत्तेविरुद्ध झालेला गडकऱ्यांचा हा सार्वत्रिक उठाव प्रामुख्याने कोल्हापूर शहर, सामानगड आणि भुदरगड या तीन ठिकाणी विशेष जाणवण्यासारखा होता. (ग्रॅहम डी. सी., कोल्हापूर प्रांताचा अहवाल, पृ. ५४४-५४५) गडकऱ्यांच्या या बंडाचे निशाण जुलै १८४४मध्ये प्रथम सामानगडावर उभारण्यात आले. १८४४चे इंग्रजविरोधी गडकऱ्यांचे उठाव सामानगड, भुदरगड, पन्हाळगड, पावनगड, विशाळगड, मनोहरगड, मनसंतोषगड आणि खुद्द राजधानी कोल्हापूर इत्यादी ठिकाणी झाले. पण इंग्रज सैन्याने ते उठाव दडपून टाकले. १३ ऑक्टोबर १८४४ रोजी सामानगड इंग्रज फौजेच्या हाती पडला आणि त्याबरोबरच गडकऱ्यांच्या उठावाची इतिश्री झाली. या उठावांचे प्रमुख सूत्रधार सुभाना निकम, आबाजी आयरेकर, मुजाप्पा नायक, रावजी वाकनीस आणि दिनकरराव गायकवाड होते. या उठावास प्रेरणा देणाऱ्या प्रमुख आबासाहेब महाराजांच्या राणी सईबाई ऊर्फ दिवाणसाहेब या होत्या. गडकऱ्यांचे उठाव दडपून टाकल्यानंतर इंग्रजांनी त्यांना कोल्हापुरातून हलवून पुण्याला नजरकैदेत ठेवले. (गर्गे स. मा., उपरोक्त, पृ. ५३१-५४२; खोबरेकर डॉ. वि. गो., महाराष्ट्रातील स्वातंत्र्य लढे, इ. स. १८१८ ते १८८४, मुंबई, १९९४ पृ. ५६-६०) जानेवारी १८४५मध्ये मेजर डी.सी.ग्रॅहमची कोल्हापूरचा पहिला राजनैतिक अधिकारी (पोलिटिकल सुपरिन्टेडंट) म्हणून नेमणूक झाली. त्याच्या कारकिर्दीत त्यांनी शाळा, दवाखाने, तारायंत्रे, वाचनालय अशा काही सुधारणा कोल्हापुरात केल्या. तसेच त्यांनी कोल्हापूर राज्याची सर्वांगीण पाहणी करून तयार केलेला रिपोर्ट आज एक महत्त्वाचे ऐतिहासिक संदर्भसाधन मानले जाते. मात्र, ग्रॅहम छत्रपतींच्या सर्व हालचालींवर नजर ठेवून असे.

१८५७ चा उठाव :

१८५७ साली भारतातील इंग्रज राजवटीविरोधी व्यापक सशस्त्र उठाव झाला. त्यामुळे इंग्रजांच्या भारतातील राजवटीला जबरदस्त आव्हान मिळाले आणि भारतातील इंग्रज राजवट पायापासून हादरली. त्यामुळे १८५७चा उठाव ही आधुनिक भारताच्या

इतिहासाला कलाटणी देणारी घटना समजली जाते. बंडखोर हिंदी शिपाई त्या उठावाच्या अग्रभागी होते. १८५७चा उठाव उत्तर भारतात तीव्र होता. बहादूरशहा जफर, नानासाहेब पेशवे, तात्या टोपे, झाशीची राणी लक्ष्मीबाई, रंगो बापूजी गुप्ते इत्यादी उठावाचे प्रमुख नेते होते. कोल्हापूर हे १८५७च्या व्यापक उठावाचे दक्षिण भारतातील एक महत्त्वाचे केंद्र होते. कोल्हापूर संस्थान हे मराठ्यांचे मानबिंदू होते. कोल्हापूरचे छत्रपती बुवासाहेब यांचे १८३८ साली निधन झाले होते. त्यावेळी त्यांना तिसरे शिवाजी ऊर्फ बाबासाहेब व चिमासाहेब हे दोन अल्पवयीन मुलगे होते. त्यांपैकी एकाला गादीवर न बसवता इंग्रज सरकारने रामराव देसाई या आपल्या तंत्राने वागणाऱ्यास संस्थानचा मुख्य कारभारी नेमून त्याने बेळगावचे ब्रिटिश पोलिटिकल एजंट अंडरसन यांच्या सल्ल्याने व मार्गदर्शनाखाली कोल्हापूरचा कारभार करावा अशी व्यवस्था केली होती.

१८४४-४५च्या गडकऱ्यांच्या उठावाचा बीमोड करण्यासाठी लागलेला खर्च इंग्रजांनी १/३ सावंतवाडी व २/३ कोल्हापूर दरबारावर लादला. हा खर्च म्हणजे कोल्हापूर राजाने घेतलेले कर्ज समजण्यात यावे आणि हे कर्ज फिटेपर्यंत राजाला गादीवर न बसवण्याचे कंपनी सरकारने ठरवून टाकले होते. त्यामुळे लोकांचा संशय बळावून त्यांना वाटू लागले की राजाच्या हाती राज्यकारभार कधीच येणार नाही. परिणामत: लोकांच्या मनातील इंग्रज सरकारबद्दलची कटुता वाढत गेली.

नानासाहेब पेशव्यांचे दूत दक्षिणेत वावरत होते. त्यांच्यामार्फत उत्तरेकडच्या बातम्या कोल्हापूर दरबारात व सैनिकांत पसरू लागल्या होत्या. कोल्हापुरच्या महाराजांना आपलेसे करून उठावात सहभागी करून घेण्याचे प्रयत्न झाले. बंडाच्या नेत्यांनी बळवंतराव नाईक निंबाळकर या सरदाराच्या मदतीने कोल्हापुरातील २७व्या फलटणीच्या शिपायांना उठाव करण्यास 'उद्युक्त' केले होते हे नंतर उघडकीस आले. मुंबईहून प्रसिद्ध होणारी 'वर्तमानदीपिका' आणि 'वृत्तसार' ही दोन मराठी वृत्तपत्रे उत्तरेकडील उठावाच्या सांगोवांगी बातम्या देऊन दक्षिणेकडील सैनिकांना फूस लावत होती. अशा विविध कारणांनी कोल्हापुरात १८५७चा सशस्त्र उठाव ३१ जुलै आणि ०६ डिसेंबर अशा दोन वेळा झाला.

इंग्रजांनी कोल्हापूर येथे ठेवलेल्या २७व्या नेटिव्ह इन्फंट्री फलटणीने ३१ जुलै १८५७ रोजी बंडाचा झेंडा फडकावला. २०० बंडखोर शिपायांनी ३१ जुलैच्या रात्री ''मारो फिरंगीको'' अशा आरोळ्यांत इंग्रज मिलिटरी अधिकाऱ्यांच्या निवासस्थानावर हल्ला चढविला. त्यांनी सैन्य खजिना लुटला, दारुगोळा ताब्यात घेतला व कँटोन्मेंट बाजारही लुटला. कोल्हापुरच्या या बंडाचा पुढारी रामजी शिरसाट हा होता. १० ऑगस्ट १८५७ ला कर्नल जेकब आपल्या फौजेनिशी कोल्हापूरला आला व त्याने हे

बंड मोडून काढले. इंग्रज सरकारने कर्नल ली ग्रँट जेकब यास स्पेशल कमिशनर म्हणून कोल्हापूरला पाठविले होते. त्याने २७व्या फलटणीच्या शिपायांना नि:शस्त्र केले. तसेच त्याने बंडखोर शिपायांना कठोर शिक्षा केल्या. आठ जणांना तोफेच्या तोंडी दिले, दोघांना फासावर लटकविले आणि ११ जणांना बंदुकीच्या गोळ्या घालून ठार केले. अनेक शिपायांवर खटले चालू केले आणि त्यात दोषी ठरवलेल्या ५१ शिपायांना ठार करण्यात आले. ऑगस्टच्या शेवटच्या आठवड्यात कोल्हापुरात सर्वत्र शांतता निर्माण झाली. बंडाचा नेता रामजी शिरसाट कोकणात पोलीस गोळीबारात ठार झाला. कर्नल ली ग्रँट जेकबने या उठावाच्या उगमस्थानाचा शोध घेतला. त्यात त्याला असे दिसून आले की, "प्रजा इंग्रज राज्यकर्त्यांवर नाखूश आहे त्याचे कारण चरबीची काडतुसे नसून छत्रपतींची सातारा गादी नष्ट केली हे आहे."

०६ डिसेंबर १८५७ ला कोल्हापुरात बंडाचा पुन्हा उद्रेक झाला. मात्र, इंग्रजांनी कॅप्टन ॲबटच्या नेतृत्वाखाली शिपायांच्या दुसऱ्या बंडाचा बीमोड केला. १८५७च्या उठावाच्या वेळी कोल्हापूरचे छत्रपती बाबासाहेब महाराज दूरदृष्टी ठेवून इंग्रजांशी एकनिष्ठ राहिले. त्यामुळे कोल्हापूर राज्य वाचले. मात्र, छत्रपतींचे बंधू चिमासाहेब उठावामागची सुप्त शक्ती असल्याचा इंग्रज अधिकाऱ्यांना संशय वाटत होता. तथापि, त्याबद्दल निश्चित पुरावा त्यांना मिळत नव्हता. कॅप्टन ॲबटने राजपुत्र चिमासाहेबांच्या मनाचा ठाव घेण्यासाठी त्यांना आपल्या भेटीस बोलावले. भेट आटोपून चिमासाहेब जेव्हा राजवाड्याकडे जायला निघाले तेव्हा रस्त्याच्या दुतर्फा जमलेल्या जनसंमर्दाने चिमासाहेबांचा जयजयकार केला. काही सुवासिनींनी त्यांना ओवाळलेही. त्यावरून इंग्रजांनी चिमासाहेब हा बंडखोरांची सुप्तशक्ती व नेता असल्याचे अनुमान काढले. "राजा चिमासाहेब मोठा धीराचा माणूस, धिप्पाड शरीरयष्टीचा, उत्साही, शिवरायांचा खरा वंशज आणि जनतेचा लाडका" असे कॅप्टन ॲबटने चिमासाहेब महाराजांचे वर्णन केले आहे. कोल्हापुरातील उठावामागची सुप्त शक्ती चिमासाहेब महाराज असल्याचे गृहीत धरून इंग्रजांनी त्यांना कोल्हापुरातून गुप्तपणे हलवून कराची येथे नजरकैदेत ठेवले. ते तेथे ११ वर्षे इंग्रजांच्या बंदिवासात होते. दि. १५ मे १८६९ रोजी चिमासाहेब महाराजांचे कराची येथे निधन झाले. (खोबरेकर वि. गो. उपरिनिर्दिष्ट, पृ. ६१-७७; जेकब सर जॉर्ज ली ग्रँट, वेस्टर्न इंडिया बिफोर ॲण्ड ड्युरिंग म्युटिनी, दिल्ली, १९८५, पृ. ८७, १००-१०१, १९३ व २०२; मोडक बा. प्र., कोल्हापूर राज्याचा इतिहास, भाग - २, पृ. १२५).

१८५७ साली हिंदुस्थानात इंग्रज विरोधी झालेला असंतोषाचा उद्रेक दडपून टाकण्यात इंग्रज सरकार यशस्वी झाले. त्यानंतर अखिल हिंदुस्थानावर इंग्रजांचा एकछत्री अंमल सुरू झाला. इंग्रजांच्या साम्राज्य विस्ताराच्या लालसेतून देशी संस्थाने

फक्त वाचली होती. परंतु, त्यांचे सार्वभौमत्व धोक्यात होते. त्यामुळे त्यांचे अस्तित्व 'ब्रिटिशांच्या साम्राज्यशाहीचे आधारस्तंभ' असेच झाले होते. १८५७च्या उठावानंतरची दोन दशके फार महत्त्वाची मानली जातात. याच काळात इंग्रजी शिक्षण आणि दळणवळणाच्या साधनसुविधांमुळे देशात विलक्षण स्थित्यंतर घडून येत होते. भारतातील राष्ट्रवादाच्या उदयाची पार्श्वभूमी याच सुमारास तयार होत गेली. त्याकाळात देशातील राजकीय चळवळ संथ दिसत असली तरी १८८५ साली स्थापन झालेल्या 'हिंदी राष्ट्रीय सभा' या संघटनेची बिजे या दोन दशकांत खोलवर रुजली गेली. ब्रिटिश साम्राज्यसत्तेचे सर्वंकश वर्चस्व, त्यांची पक्षपाती धोरणे, इंग्रज राज्यकर्त्यांची मग्रुरी, जुलूमजबरदस्ती इत्यादी विरोधी हिंदी जनमानसात निर्माण झालेला असंतोष हा नवोदित भारतीय राष्ट्रवादाचा गाभा होता.

१८५७च्या सशस्त्र उठावाच्या काळात इंग्रज सरकारशी एकनिष्ठ राहून कोल्हापूर संस्थानचे अस्तित्व टिकवून ठेवणारे संस्थानाधिपती तिसरे शिवाजी ऊर्फ बाबासाहेब महाराज यांचे १८६६ साली निधन झाले. त्यानंतर १८६६ ते १८७० राजाराम महाराज कोल्हापुरच्या गादीवर होते. त्यांचे युरोपच्या दौऱ्यावर असताना इटलीत फ्लॉरेन्स शहरात आकस्मिक निधन झाले. १८७०ला छत्रपती शिवाजी चौथे यांची कारकीर्द सुरू झाली. त्यावेळी माधवराव बर्वे हे कोल्हापूरचे दिवाण होते. त्यांनी छत्रपती शिवाजी चौथे यांचे मानसिक संतुलन बिघडल्याची अफवा तयार करून त्यांचा छळ सुरू केला. त्यासंबंधी 'केसरी' वृत्तपत्रातून १८८१ साली बाळ गंगाधर टिळकांनी इंग्रज सरकार व बर्वे दिवाण यांच्यावर प्रखर टीका केली. माधवराव बर्वे दिवाणानी केसरी-मराठा पत्रांच्या संपादकावर बदनामीचा खटला दाखला केला. १७ जुलै १८८२ रोजी बर्वे प्रकरणाचा न्यायालयात निकाल लागून त्यात टिळक-आगरकरांना चार महिन्यांची शिक्षा झाली. (केळकर न. चिं., लो. टिळक यांचे चरित्र, पूर्वार्ध, पृ. १५०). इंग्रज राज्यकर्त्यांनी छत्रपती शिवाजी चौथे यांना मनोरुग्ण ठरवून १८ जून १८८२ पासून अहमदनगरच्या किल्ल्यात कारावासात ठेवले. तेथे त्यांचा अमानुष छळ करण्यात आला. अहमदनगरच्या तुरुंगात इंग्रज सैनिक ग्रीन महाराजांना बेदम मारहाण करत असल्याच्या बातम्या बाहेर पसरू लागल्या. तुरुंगातील अमानुष छळामुळे शेवटी शिवाजी महाराजांचे २५ डिसेंबर १८८३ रोजी दु:खद निधन झाले. (कोल्हापूर संस्थानचा वार्षिक अहवाल, वर्ष १८८२-८३, पृ. १) कोल्हापूर राज्याच्या दोन छत्रपतींचे अल्पावधीतच गूढ मृत्यू झाल्यामुळे इंग्रज साम्राज्यसत्तेविरोधी लोकभावना प्रक्षुब्ध झाल्या.

शिवाजी क्लब :

छत्रपती शिवाजी चौथे यांच्या मृत्युनंतर १८८४ साली राजर्षी छत्रपती शाहू महाराज (१८७४-१९२२) हे कोल्हापूर संस्थानचे अधिपती झाले. ते पुरोगामी विचारसरणीचे राज्यकर्ते होते; त्यामुळे त्यांनी आपल्या कारकिर्दीत सामाजिक क्रांतीला अग्रक्रम दिला. परंतु, त्याकाळात कोल्हापूर संस्थानात क्रांतिकारकांच्या कारवाया सुरू झाल्या होत्या. त्याची सुरुवात 'शिवाजी क्लब' या क्रांतिकारक संघटनेमार्फत झाली.

१८९३-९४ ते १८९६च्या सुमारास कोल्हापुरात काही लोकांनी एक क्रांतिकारक संघटना स्थापन केली. दामू सोनार (दुसानी) आणि हणमंतराव मुरकीभावीकर यांच्या पुढाकाराने शिवाजी क्लब ही क्रांतिकारकांची गुप्त संघटना कोल्हापुरात स्थापन करण्यात आली. दामू सोनार हा अगोदर कराड येथे राहत असे. तो उत्तम पिस्तुल तयार करत असे. कराड येथे तो भाऊसाहेब कळंबे गुरुजी या क्रांतिकारक विचारसरणीच्या गृहस्थाच्या सहवासात होता. मात्र, कराडमध्ये पोलीस उपद्रव देऊ लागले म्हणून त्याने कराड सोडून कोल्हापुरात राहण्यास सुरुवात केली. त्याचे काही तालीम शौकीन मित्र त्याच्या घरी जमत असत. ते सर्वजण हणमंतराव मुरकीभावीकर यांना गुरुस्थानी मानत असत. भीमराव अप्पाजी ऊर्फ हणमंतराव कुलकर्णी मुरकीभावीकर हे कोल्हापुरच्या राजाराम हायस्कूलचे माजी विद्यार्थी होते. दामू सोनार, हणमंतराव मुरकीभावीकर आणि त्यांच्या सहकाऱ्यांनी हनुमान जयंतीच्या मुहूर्तावर 'शिवाजी क्लब'ची स्थापना केली. हणमंतराव मुरकीभावीकर हे या क्लबचे अध्वर्यू होते. त्यांचे पुण्यात महर्षी आप्पासाहेब पटवर्धन, लो. टिळक, सातारचे दामोदरपंत भिडे (भटजी) यांच्याशी निकटचे संबंध होते.

या शिवाजी क्लबमध्ये हणमंतराव मुरकीभावीकर, दामू सोनार, गोपाळराव गुणे, रंगनाथ खानविलकर, विष्णूपंत लेले, शंकर बेडेकर, वामन आपटे, चिंतामणी करंदीकर, गोविंदराव गोखले, रामभाऊ गद्रे, रामदास ब्रह्मचारी, वैद्य, बाबुराव गुळवणी, गणपतराव आठवले, विष्णुपंत कशाळकर, श्रीपादराव शहाडे, केशवराव बापट, फडणीस मास्तर, गोपाळराव व केशवराव पळसुले, वासुदेव पाध्ये, दत्तोबा प्रसादे, पिलोबा फडके, नाना नागपूरकर, गणपतराव जोगळेकर, बाळाचार्य खुपेरकर व दामू जोशी ही माणसे होती. त्यामध्ये दामू जोशी वयाने लहान, पण धाडसी व हुशार होता.

शिवाजी क्लबच्या लोकांच्या क्रांतीच्या कल्पना मर्यादित होत्या. 'इंग्रजांना हाकलून लावून छत्रपतींचे एकछत्री राज्य स्थापन करणे' हा या लोकांचा उद्देश होता. ही सर्व मंडळी पंचगंगेच्या काठावरील आईसाहेब महाराजांच्या घाटापलीकडील

मैदानात नित्य जमत व तेथे दांडपट्टा, विटा, फरिदगदा, पळणे, पोहणे, घोड्यावर बसणे वगैरे कार्यक्रम करीत. प्रारंभी शाहू महाराजांना त्यांचे कौतुक वाटले असावे. (महाराज बा. बा., 'शिवाजी क्लब', साळुंखे पी. बी., (संपादक) शाहू गौरव ग्रंथ, दुसरी आवृत्ती, मुंबई, १९८८, पृ. २०६-२१०; जाधव रमेश, लोकराजा शाहू छत्रपती, पुणे १९९७, पृ. १७५-१७६).

एकदा शिवाजी क्लबच्या लोकांचा खेळ पाहण्यास पोलिटिकल एजंट यांना बोलाविले होते. खेळ पाहून ते बिथरले. दुसऱ्याच दिवशी त्यांनी शिवाजी क्लबवर बंदी घालण्याचा हुकूम दिला. त्यामुळे क्लबचे उघडपणे होणारे सर्व कार्य बंद करावे लागले. मात्र, त्यांच्या गुप्त कारवाया चालूच राहिल्या. शिवाजी क्लबच्या लोकांनी शस्त्रसामग्री आणि दारुगोळा गोवा व हैदराबाद संस्थान येथून आणण्यासाठी लागणारा पैसा उभारण्यासाठी कोल्हापूर व बीड - नांदेड भागात दरोडे घातले. (महाराज बा. बा., उपरिनिर्दिष्ट, पृ. २०६-२१०).

इंग्रज अधिकारी रॉबर्टसन यानेही या संघटनेची (शिवाजी क्लबची) चौकशी केली व ही संघटना ब्रिटिशांविरोधी कारवाया करणारी आहे हे शाहूंच्या निदर्शनास आणले. शाहू महाराजांनी या संघटनेत कोणी सहभागी होऊ नये असे जाहीर केले. वेदोक्त प्रकरणानंतर या संघटनेचे रूपांतर (दहशतवादी) क्रांतिकारक संघटनेत झाले. (Extract from letters from and to His Highness the Chhatrapati Maharaj Saheb of Kolhapur, (SPG Mission Press, Ahmadnagar, 18 July 1908, P. 8) quoted by Powar V.S. in Freedom Movement in Kolhapur State, unpublished Ph.D. thesis, Shivaji University, Kolhapur, 2002, PP.48-50, 60).

पुण्यात बॉम्ब तयार करून ते कोल्हापुरात कर्नल फेरिस यांच्या विरोधी वापरण्याचाही कट उघड झाला. त्यामध्ये के. डी. कुलकर्णी, राष्ट्रमातेचे गणू मोडक व केसरीचे खाडीलकर यांचा सहभाग होता. चौकशीत खाडीलकर कटाचे मुख्य सूत्रधार असल्याचे दिसून आले. (उपरोक्त, ७ सप्टेंबर १९०८, पृ. १४ उद्धृत पोवार व्ही. एस., उपरोक्त पृ. ४८-५०, ६०).

दिनांक २१ मार्च १९०८ रोजी शाहू महाराजांच्या कन्या आक्कासाहेब महाराज यांच्या विवाहप्रसंगी गव्हर्नर क्लार्क, कर्नल फेरिस, शाहू महाराज, भावनगरचे महाराज व मुधोळचे महाराज यांच्यावर बॉम्ब टाकण्याचा कट दामू जोशी, मोडक यांनी केला होता. (उपरोक्त, ११ ऑक्टोबर १९०८, पृ. २६, उद्धृत, पोवार व्ही. एस., उपरोक्त पृ. ४८-५०, ६०) उपरोक्त गोपनीय कागदपत्रांचे अवलोकन केल्यानंतर शिवाजी

क्लबच्या चळवळीचे स्वरूप ब्रिटिश विरोधी असण्यापेक्षा शाहू महाराजांच्या विरोधी अधिक असल्याचे उघड होते.

शिवाजी क्लबचे अध्वर्यू हणमंतराव मुरकीभावीकर क्रांतीकार्यास्तव नेपाळला गेले असता तेथे त्यांचे निधन झाले. त्यांच्या निधनामुळे शिवाजी क्लबची घडी विस्कळीत झाली. मात्र, पुढे तीन वर्षांनी या क्लबचे पुनरुज्जीवन होऊन तो 'बेलापूर स्वामी क्लब' या नावाने ओळखला जाऊ लागला. परंतु, १९०० साली हाही प्रयत्न असफल झाला. (महाराज, बा. बा., उपरोक्त, पृ. २१०; कीर धनंजय, शाहू छत्रपती ए रॉयल रेव्हल्युशनरी, मुंबई, १९७६, पृ. १५६-१५७).

शाहू महाराज आणि क्रांतिकारक :

१८८४मध्ये दत्तक विधान होऊन शाहू महाराज कोल्हापुरच्या गादीवर आले. तथापि इंग्रज सरकारकडून त्यांना राज्यकारभाराचे संपूर्ण अधिकार मात्र १८९४मध्ये मिळाले. त्यांच्या अगोदरचे दोन छत्रपती राजाराम महाराज आणि चौथे शिवाजी महाराज यांचे संशयास्पद मृत्यू होऊन संशयाची सुई इंग्रज राज्यकर्त्यांकडे वळली असल्यामुळे शाहू छत्रपतींच्या मनात इंग्रज राज्यकर्त्यांबद्दल तिरस्काराची भावना असणे स्वाभाविक होते. परंतु, आपण इंग्रज अधिसत्तेचे मांडलिक आहोत ही जाणीव सतत ठेवून इंग्रज सरकारशी आपली राजनिष्ठा व्यक्त करण्याबाबतच्या सर्व शिष्टाचारांचे ते कटाक्षाने पालन करत असत. त्यामुळे त्यांच्या राजनिष्ठेबाबत इंग्रज सरकार कधी आक्षेप घेऊ शकले नाही.

छत्रपती शाहू महाराज कोल्हापुरच्या गादीवर विराजमान झाल्यानंतर १८८५च्या अखेरीस 'हिंदी राष्ट्रीय सभेची' (इंडियन नॅशनल काँग्रेस) स्थापना झाली. त्या संघटनेने भारतीय स्वातंत्र्य संग्रामात अत्यंत महत्त्वपूर्ण कामगिरी बजावली. न्या. महादेव गोविंद रानडे, ना. गोपाल कृष्ण गोखले यांच्यासारख्या उदारमतवादी समाजसुधारक राजकीय नेत्यांबद्दल शाहू छत्रपतींच्या मनात आदराची भावना होती. काँग्रेसच्या अधिवेशनाला उपस्थित राहण्याची कोल्हापुरच्या डॉ. कृष्णाबाई केळवकर यांना शाहू महाराजांनी मदत केल्याचा उल्लेख आढळतो. (भोसले रा. द., 'डॉ. कु. कृष्णाबाई केळवकर', शताब्दी महोत्सव स्मरणिका, राजाराम महाविद्यालय, कोल्हापूर, १९८१, पृ. २५१-२५२).

काँग्रेसचे एक मातब्बर नेते लो. बाळ गंगाधर टिळक आणि शाहू महाराज यांच्यात सामाजिक सुधारणा, बहुजनांचे शिक्षण या बाबींना द्यावयाचे महत्त्व व प्राधान्य या मुद्द्यांवरून तीव्र मतभेद होते. मतभेदांना काही वेळा संघर्षाचे स्वरूप येत होते. मात्र, ते दोघे एकमेकांची योग्यता जाणत होते. टिळकांना आपल्या आयुष्यातील

पहिला कारावास कोल्हापुरच्या एका अभागी छत्रपतीला न्याय मिळवून देण्याच्या प्रयत्नात सोसावा लागला होता. टिळक अनेक वेळा कोल्हापूरला येत–जात असत. कोल्हापुरात त्यांचे अनुयायी तसेच केसरीचे वाचकही होते.

छ. शाहू महाराज आपल्या इंग्रज सरकारप्रती असणाऱ्या राजनिष्ठेला बाधा न येऊ देता सच्च्या, प्रामाणिक, चारित्र्यवान देशभक्तांना गुप्तपणे मोलाची आर्थिक मदत करत असत. काकासाहेब खाडीलकरांनी नेपाळमध्ये बंदुका तयार करण्याचा कारखाना काढण्याचा प्रयोग केला. त्यासाठी शाहू महाराजांनी पाच हजार रुपये मिरजचे राजेसाहेब यांच्यामार्फत टिळकांकडे पाठवून दिले. (पुढारी, ०२ जुलै १९७४, राजर्षी शाहू व लोकमान्य टिळक: जयंतराव टिळक, शाहू जन्मशताब्दी निमित्त कोल्हापूर येथे झालेले व्याख्यान; तोफखाने वा. द., राजर्षी शाहू छत्रपतींचे अंतरंग, कोल्हापूर, १९६२, पृ. १७) त्याचप्रमाणे माणिकतोळा बॉम्ब कटाच्या खटल्यातील आरोपी बंगालचे विख्यात स्वातंत्र्यवीर बाबू अरविंद घोष यांना छत्रपती शाहू महाराजांनी पाच हजार रुपये बडोद्याचे खासेराव जाधव यांचे बंधू कॅ. माधवराव जाधव यांच्याबरोबर मदत म्हणून गुप्तपणे पाठविले होते. (तोफखाने वा. द., उपरोक्त, पृ. १७; महाराज बा.बा., उपरोक्त पृ. २१४) वेदोक्त प्रकरणाचा निकाल लागल्यानंतर १९०५ ते १९०७च्या काळात शाहू महाराजांनी टिळकांना त्यांच्या विनंतीप्रमाणे त्यांच्या गुमास्त्यांकरवी अनेक वेळा गुप्तपणे आर्थिक साहाय्य केल्याचा पुरावा उपलब्ध आहे. गणपतराव जांबोटकर नावाचे लोकमान्य टिळकांचे एक विश्वासू साथीदार शाहू छत्रपतींना लोकमान्यांचे निरोप पोहोचविण्याचे महत्त्वाचे काम करीत असत. त्यांनी दिलेली एक मुलाखत केसरीच्या दि. ०१ ऑगस्ट १९७१च्या अंकात प्रसिद्ध झाली होती. त्या मुलाखतीत ते सांगतात, "सुमारे १९०३ पासून ते १९०८ पर्यंत भावी सशस्त्र युद्धाकरिता टिळकांनी एक गुप्त संघटना स्थापून ती मोठ्या चातुर्याने चालविली होती. या संघटनेला आर्थिक मदत म्हणून छत्रपती शाहू महाराज हे प्रतिवर्षी पाचशे रुपये पाठवित होते." (जाधव रमेश, लोकराजा शाहू छत्रपती, पुणे, १९९७, पृ.१७८) उपरोक्त पुराव्यांवरून लो.टिळकांना आणि क्रांतिकारकांच्या चळवळींना शाहू महाराजांची गुप्तपणे मदत होत होती, हे स्पष्ट होते.

महात्मा गांधींची कोल्हापूर भेट (१९२७) :

०१ ऑगस्ट १९२० रोजी लोकमान्य टिळकांचे निधन झाल्यानंतर भारतीय स्वातंत्र्य लढ्याचे नेतृत्व म. गांधींच्याकडे आले. जानेवारी १९१५मध्ये दक्षिण आफ्रिकेतून मायदेशी परतल्यानंतर म. गांधींनी एक वर्ष देशभर दौरा करून देशातील जनजीवन बारकाईने अभ्यासले. मुंबई प्रांतात राजर्षी छत्रपती शाहू महाराजांच्या प्रोत्साहनाने

१९११ साली सत्यशोधक समाजाचे पुनरुज्जीवन होऊन त्याच्या वार्षिक परिषदा नियमित होत होत्या. १९१६ पासून म. गांधी सत्यशोधक समाजाच्या वार्षिक परिषदांना 'शुभेच्छा संदेश' पाठवत होते. म.गांधींच्या नेतृत्वाबद्दल महाराष्ट्रातील बहुजन समाजाच्या नेत्यांना आपुलकी वाटत होती. कोल्हापूर हे सत्यशोधक चळवळीचे एक महत्त्वाचे केंद्र होते.

ब्रिटिश भारतात होणाऱ्या राजकीय घडामोडींबाबत कोल्हापूरमध्ये काही लोकांच्यात जागृतता होती. १९२२ पासून कोल्हापुरातील गोपाळराव मेथे मास्तर, भाऊ धर्माधिकारी म. गांधींच्या प्रभावाखाली काम करत होते. खंडेराव बागल, गोपाळराव मेथे, धर्माधिकारी यांनी कोल्हापुरात 'चरखा संघाची' स्थापना केली होती. खंडेराव बागल कोल्हापुरात खादीचा प्रचार करत असत.

मार्च १९२७मध्ये गांधीजींनी कोल्हापूरला भेट दिली. २५ मार्च १९२७ला त्यांचे खासबाग मैदानावर भाषण झाले. खंडेराव बागल यांनी सत्यशोधक समाजामार्फत म. गांधींना मानपत्र देण्याचा कार्यक्रम घडवून आणला. गांधीजींच्या कोल्हापूर भेटीमुळे कोल्हापुरातील लोकांच्यात स्वातंत्र्य लढ्याविषयी जागृती निर्माण झाली. १९३०च्या सविनय कायदेभंगाच्या आंदोलनात शिरोडा व रत्नागिरी येथील मिठाच्या सत्याग्रहात कोल्हापुरातील अनेक लोकांनी भाग घेतला होता. त्यामध्ये भाऊ धर्माधिकारी, बळवंतराव माने, दत्तोबा तांबट, तुकदेव कुलकर्णी, माधवराव पार्टे, सिद्लिंग हवीरे, माधवराव गायकवाड, राजाराम ससे, दिनकरराव देसाई, कृष्णा खटावकर, हनुमंतराव वडेर, आंदू कोठावळे, वसंतराव पाटील, राम आपटे हे अगदी तरुण सत्याग्रही होते. सत्याग्रहातून परत आलेल्या बळवंतराव माने व सिद्लिंग हवीरे यांनी लोकजागृतीसाठी कोल्हापुरात 'झेंडा सत्याग्रह' आयोजित केला. २७ जून १९३०ला कोल्हापूर रेल्वे स्टेशनवरून भगव्या झेंड्याची मिरवणूक काढून झेंडा सत्याग्रह सुरू केला. त्या सत्याग्रहात कोल्हापुरातील आणि आसपासच्या भागातील लोक मोठ्या संख्येने सहभागी झाले होते. लोकांनी परदेशी कापडाची होळी केली. मात्र, झेंडा सत्याग्रहाची ती मिरवणूक शांततेत पार पडली.

१९३१मध्ये कोल्हापूरमधील राष्ट्रीय विचारसरणीच्या लोकांची माधवराव बागल यांच्या अध्यक्षतेखाली सभा होऊन 'कोल्हापूर संस्थान काँग्रेस'ची स्थापना करण्यात आली. माधवराव गायकवाड, बळवंतराव माने, सिद्लिंग हवीरे हे कोल्हापूर संस्थान काँग्रेसच्या स्थापनेतील प्रमुख नेते होते. काँग्रेस अध्यक्ष म्हणून बळवंतराव माने, तर चिटणीस म्हणून सिद्लिंग हवीरे यांची निवड करण्यात आली होती. मात्र, ब्रिटिश

भारताबाहेर संस्थानी प्रदेशात काँग्रेस कमिटी स्थापन करण्यास काँग्रेस नेतृत्वाची संमती न मिळाल्याने अल्पावधीतच कोल्हापूर संस्थान काँग्रेस बरखास्त करण्यात आली.

दक्षिणी संस्थान हितवर्धक सभा (१९२१) :

भारतीय स्वातंत्र्य संग्रामातील टिळक युगाच्या अखेरपर्यंत संस्थानी मुलखात राष्ट्रीय जागृतीचा मागमुसही नव्हता. १९२१ सालापर्यंत संस्थांनी प्रजेच्या आशाआकांक्षा, व्यथा यांना वाचा फोडणारी एकही सार्वजनिक संस्था, संघटना संस्थानी किंवा खालसा मुलखात नव्हती. १९२१मध्ये दक्षिण महाराष्ट्र काँग्रेसचे पुढारी वामनराव पटवर्धन, प्रा. ग. र. अभ्यंकर, न. चिं. केळकर यांनी एकत्रित येऊन संस्थानातील प्रजेचे प्रश्न सोडविण्यासाठी 'दक्षिणी संस्थान हितवर्धक सभा' स्थापन करून संस्थानी प्रजेच्या आशा-आकांक्षा आणि गाऱ्हाण्यांना वाचा फोडणारे प्रभावी व्यासपीठ निर्माण केले. (पटवर्धन वि. अ., उपरोक्त, पृ. ८) दक्षिणी संस्थान हितवर्धक सभेच्या खटपटीने बऱ्याच दक्षिणी संस्थानात लोकजागृती होण्यास मोठी मदत झाली. सनदशीर चळवळ, प्रतिसहकारात्मक चळवळ, कायदेभंगाची चळवळ वगैरे चळवळींचे सर्व प्रकार दक्षिणी संस्थानात कोठे ना कोठे तरी घडून आल्याचे आढळते.

कोल्हापूर संस्थान प्रजापरिषद :

छत्रपती राजाराम महाराजांच्या कारकिर्दीच्या अखेरच्या टप्प्यात कोल्हापूर संस्थान प्रजापरिषदेची १९३९ साली स्थापना झाली. शेतसारा वाढीच्या असह्य ओझ्याने त्रस्त झालेल्या कोल्हापूर संस्थानातील शेतकऱ्यांची गाऱ्हाणी संस्थानाधिपतींच्या समोर मांडण्यासाठी १९३८-३९मध्ये कोल्हापुरात येऊन धडकलेल्या दोन विराट शेतकरी मोर्चांच्यामुळे निर्माण झालेल्या जनजागृतीतून कोल्हापूर संस्थान प्रजापरिषदेचा जन्म झाला.

कोल्हापूर संस्थानात सभाबंदी व मुद्रणबंदी होती. प्रजेला नागरी स्वातंत्र्य मिळावे असे अर्ज, विनंत्या करून १९३८मध्ये दरबाराकडे मागणी केली. परंतु, त्याचा फारसा उपयोग झाला नाही. कोल्हापूर दरबाराने आकारलेला शेतसारा ब्रिटिश हद्दीतील शेतसाऱ्यापेक्षा बराच जास्त आहे म्हणून तो कमी करावा यासाठी सामाजिक कार्यकर्ते, शेतकरी प्रचंड आंदोलन करून दरबाराला विरोध करू लागले. शिरोळ पेठ्यामध्ये सारावाढीविरुद्ध मोठे आंदोलन सुरू झाले. माधवराव बागलांनी त्याचे नेतृत्व केले. त्यांनी संस्थानभर दरबार व इंग्रज सरकार विरोधी प्रचार सुरू केला. बागलांना रत्नाप्पा कुंभार, नानासाहेब जगदाळे, दिनकरराव देसाई, रामभाऊ शेटे

यांच्यासारखे तडफदार सहकारी मिळाले. कोल्हापुरच्या सीमा भागात अनेक सभा घेऊन प्रचंड जनजागृती करण्यात आली. माधवराव बागलांनी सातारा जिल्ह्यातील धामणी येथे प्रचंड सभा घेऊन शेतसारा कमी करणे, भाषण स्वातंत्र्य आणि जबाबदार राज्यपद्धती मिळावी या प्रमुख मागण्या सभेत मांडल्या. संस्थानातील प्रजेमध्ये आपल्या हक्कांविषयी प्रचंड जागृती झाली. आपले हक्क मिळविण्यासाठी कोल्हापूर दरबारवर मोठा मोर्चा नेण्याचा निर्धार करून त्याची तयारी सुरू करण्यात आली.

२५ डिसेंबर १९३८ रोजी शेतकरी रेल्वेने मोर्चासाठी कोल्हापूरला आले. माधवराव बागलांच्या नेतृत्वाखाली मोर्चा निघाला. मोर्चाच्या नेत्यांचे मागण्यांचे निवेदन स्वीकारण्यासाठी छत्रपती राजाराम महाराज कोल्हापुरात नव्हते. त्यामुळे मोर्चा दिवाण सुर्वे यांच्या कार्यालयावर नेण्यात आला. माधवराव बागल यांना मोर्चातच अटक करण्यात आली. त्यानंतर मोर्चाचे नेतृत्व नानासाहेब जगदाळे यांनी केले व दिवाण सुर्वे यांना निवेदन दिले. (बागल, माधवराव, जीवनप्रवाह, पृ. १४; गोखले बाबुराव, विद्याविलास शतसांवत्सरिक प्रकाशन, स्वातंत्र्य लढा कोल्हापूर, १९८६, पृ. ४७-४८) या मोर्चाने कोल्हापूर दरबारापुढे खालील मागण्या मांडल्या.

१) डोईजड शेतसारा कमी व्हावा.
२) संपूर्ण नागरी हक्क, स्वातंत्र्य मिळावे.
३) जबाबदार राज्यपद्धती सुरू करण्यात यावी.

हा मोर्चा शांततेत पार पडला. दिवाण सुर्वेंनी मोर्चाचे निवेदन स्वीकारले होते. त्यानंतर दरबारने ५ जानेवारी १९३९ला जाहीरनामा काढला. परंतु, त्याने कोणाचे समाधान झाले नाही. दरबाराने शेतसारा कमी केला नाही तसेच भाषण स्वातंत्र्य दिले नाही. त्यामुळे १५ जानेवारी १९३९ रोजी शेतकऱ्यांचा दुसरा मोर्चा शिरोळचे नानासाहेब जगदाळे यांच्या नेतृत्वाखाली काढण्यात आला. मोर्चाच्या मागण्या पूर्वीच्याच होत्या. त्यात भाई माधवराव बागल यांची सुटका करावी ही मागणी वाढविण्यात आली. छत्रपती राजाराम महाराजांनी मोर्चाला सामोरे जाऊन शेतकऱ्यांच्या मागण्यांचे निवेदन स्वीकारले. राजाराम महाराजांनी भाषण स्वातंत्र्य, शेतसारा ब्रिटिश हद्दी इतकाच, नागरी स्वातंत्र्य व सर्व राजबंद्यांची तुरुंगातून सुटका या मागण्या मान्य करण्याचे आश्वासन दिले. (बागल माधवराव, उपरोक्त, पृ. ५१).

०६ फेब्रुवारी १९३९ रोजी जयसिंगपूर येथील श्रीराम ऑईल मिलमध्ये भरलेल्या कार्यकर्त्यांच्या बैठकीत कोल्हापूर संस्थान प्रजापरिषदेच्या स्थापनेची घोषणा करण्यात आली. त्याच बैठकीत माधवराव बागल प्रजापरिषदेचे कार्याध्यक्ष आणि रत्नाप्पा कुंभार सरचिटणीस निवडले गेले. संस्थानातील अनियंत्रित कारभार, प्रजेची दुरवस्था,

ग्रामीण जनतेतील जागृती व संघटन, शेतकऱ्यांचे दोन मोठे मोर्चे इ. बाबी प्रजापरिषदेच्या स्थापनेला कारणीभूत होत्या. प्रजापरिषदेचे प्रमुख उद्दिष्ट संस्थानात छत्रपतींच्या आधिपत्याखाली जबाबदार शासन निर्माण करणे हे होते. त्याशिवाय प्रजेला स्वातंत्र्याचे हक्क लाभावेत, शेतसाऱ्याचा डोईजड भार कमी करून ब्रिटिश मुलखातल्याप्रमाणे संस्थानात सारा वसूल करावा, छत्रपतींच्या शिकारीच्या शौकासाठी तयार करण्यात आलेले पार्क रद्द करून त्या जमिनी शेतकऱ्यांना परत कराव्यात अशा प्रजापरिषदेच्या अन्य मागण्या होत्या. (कारखानीस, त्र्यं. सी., प्रजापरिषदेचे दिवस, रविवार सकाळ, दिवाळी अंक, नोव्हेंबर, १९८६. कारखानीस प्रजापरिषदेच्या मंत्रिमंडळात अर्थमंत्री होते.)

दक्षिण महाराष्ट्रातील बहुतेक संस्थानात प्रजापक्षीय चळवळीचे नेतृत्व राष्ट्रीय विचारांच्या ब्राह्मण लोकांच्याकडे असल्याचे आढळते. कोल्हापुरात मात्र याबाबत वेगळी परिस्थिती होती. कोल्हापूर संस्थान प्रजापरिषेदेचे नेतृत्व ब्राह्मणेतर समाजातील होते. ते तसे नसते तर येथे प्रजापरिषदेचे आंदोलन कितपत वाढू शकले असते याची शंका वाटते. माधवराव बागल व रत्नाप्पा कुंभार हे कोल्हापूर संस्थान प्रजापरिषदेचे दोन मातब्बर नेते होते. ते दोघेही खालसा प्रदेशातील राष्ट्रीय चळवळीशी पूर्वीपासून निगडित होते. कोल्हापूर संस्थान प्रजापरिषदेला प्रारंभापासूनच प्रतिकूल परिस्थितीशी मुकाबला करावा लागला. तरीसुद्धा प्रजापरिषदेने आपल्या उद्दिष्टांच्या परिपूर्तीसाठी तब्बल एक दशकभर आंदोलन चालविले. स्थापनेपासून प्रजापरिषदेच्या प्रचाराने जोम धरला. प्रजापरिषद कोल्हापूर दरबार व ब्रिटिश रेसिडेन्सीच्या डोळ्यांत सलत होती. त्यामुळे २९ मार्च १९३९ रोजी करवीर दरबारने जादा गॅझेट काढून १९०८च्या क्रिमिनल लॉ अमेंडमेंट ॲक्टच्या कलम १४ व १६ अन्वये कोल्हापूर संस्थान प्रजापरिषद बेकायदेशीर असल्याचे घोषित करून बंदी हुकूम जारी केला. (पुढारी, ३१ मार्च १९३९ पृ. १ वरील बातमी; दि. २५-०३-१९३९चे कोल्हापूर दरबारचे गॅझेट, कोल्हापूर रेकॉर्ड ऑफिस) त्यानंतर कोल्हापूर संस्थान प्रजापरिषद तब्बल ३२ महिने बंदिवासात होती.

२४ नोव्हेंबर १९४१ रोजी पद्माराजे यांच्या नामकरणाच्या निमित्ताने झालेल्या समारंभाच्यावेळी कोल्हापूर संस्थानचे तत्कालीन पंतप्रधान ए.एन.डब्ल्यू. पेरी यांनी प्रजापरिषदेवरील बंदी उठविली व तिच्या राजकीय कामास वाव दिला. (पटवर्धन वि. अ., उपरोक्त, पृ. २२-२४).

प्रजापरिषदेला शह देण्यासाठी काही दरबारी अधिकाऱ्यांनी राजनिष्ठ लोकांना हाताशी धरून १६ मार्च १९३९ रोजी 'करवीर इलाखा रयत सभेची' स्थापना केली.

त्यात प्रामुख्याने कृष्णराव दाजी माने, ग. कृ. कुऱ्हाडे, डी. एस. माने हे प्रमुख होते. त्याचप्रमाणे ब्राह्मणेतर पक्ष, हिंदू सभा, मराठा मंडळ, सत्यशोधक समाज, दलित समाज यांचा पाठिंबा रयत सभेला होता. (कोल्हापूर रेकॉर्ड ऑफिस पोलिटिकल फाईल नं. ४२४, उद्धृत, पोवार व्ही. एस., उपरोक्त, पृ. १४५-४६, १७८) सदर रयत सभा प्रजापरिषदेला विरोध करणे व छत्रपतींचे हात बळकट करणे यासाठीच अस्तित्वात आली होती. (पुढारी, १७ मार्च १९३९ पृ. १ वरील बातमी) रयत सभेचे बाळासाहेब मोरे यांच्या अध्यक्षतेखाली जून १९३९मध्ये कोल्हापुरात अधिवेशन घेण्यात आले. (उपाध्ये लालजी: करवीर क्रांती, पृ.१३).

३० डिसेंबर १९३९ रोजी कोल्हापुरच्या खासबाग मैदानावर दादासाहेब शिर्के यांनी 'कोल्हापूर संस्थान दलित प्रजापरिषदेचे' अधिवेशन मोठ्या धैर्याने व कुशलतेने आयोजित केले. त्या अधिवेशनाचे स्वागताध्यक्ष दादासाहेब शिर्के होते. डॉ. बाबासाहेब आंबेडकर हे प्रमुख पाहुणे होते. त्यांचे या दलित प्रजापरिषदेत अध्यक्षीय भाषण झाले. संपूर्ण कोल्हापूर संस्थानातून दलित प्रजा प्रचंड संख्येने अधिवेशनास हजर होती. डॉ. आंबेडकरांनी आपल्या भाषणात छत्रपती राजाराम महाराजांना आवाहन केले की, ''एक तर त्यांनी स्वत:च्या हातात राज्यसूत्रे घेऊन कारभार पहावा नाही तर प्रजेला अधिकार देऊन लोकशाही तरी स्थापन करावी. प्रजेला नोकरशाहीच्या ताब्यात मात्र मुळीच ठेवू नये.'' (जनता पत्रातील लेख, दि. ०६ जानेवारी १९४०).

विद्यार्थी संघटना (Student Union) :

कोल्हापुरच्या स्वातंत्र्य लढ्यात विद्यार्थी संघटनेचे (Student Union) कार्य मोठे आहे. म.गांधी पर्वातील स्वातंत्र्य लढ्यात १९३०च्या दशकात देशभरात युवक, विद्यार्थी यांच्यात राष्ट्रीय जागृती आणि संघटन करण्याचे कार्य जोमाने सुरू होते. त्यामुळे स्वातंत्र्य लढ्यातील युवक, विद्यार्थी यांचा सहभाग वाढत चालला होता. त्यांच्यावर म.गांधींचे नेतृत्व, समाजवादाची विचारसरणी या गोष्टींचा प्रभाव पडला होता. विसाव्या शतकाच्या पूर्वार्धातच कोल्हापूर दक्षिण महाराष्ट्रातील महत्त्वाचे शैक्षणिक केंद्र झाले होते. २३ वसतिगृहे, ०३ महाविद्यालये आणि हायस्कूल्स यामुळे कोल्हापूर शहरातील विद्यार्थी संख्या लक्षणीय होती. कॉ. यशवंत चव्हाण, कॉ. संतराम पाटील, यशवंत नाईक यांनी कोल्हापुरात विद्यार्थी संघटनेची स्थापना केली होती. कोल्हापुरातील वेगवेगळ्या हायस्कूलमध्ये या संघटनेच्या सभा होत असत. कोल्हापूर संस्थान प्रजापरिषदेच्या चळवळीबरोबरच कोल्हापुरात विद्यार्थी संघटना चांगले मूळ धरू लागली होती. कॉ. यशवंत चव्हाण, संतराम पाटील, बापूसाहेब पाटील, बळवंत बराले, दत्ता शिंदे ही विद्यार्थी संघटनेची ज्येष्ठ नेतेमंडळी होती. विद्यार्थी संघाचा

स्वतंत्र चौकोनी पांढरा ध्वज होता आणि त्यावर 'स्वातंत्र्य, शांतता आणि प्रगती' हे बोधवाक्य लाल रंगात इंग्रजीत लिहिलेले होते. विद्यार्थी संघाच्या नेत्यांचे काम स्वतंत्रपणे चालत होते.

सोव्हिएत रशियावरील नाझी आक्रमणानंतर दुसरे महायुद्ध हे लोकयुद्ध असल्याच्या भूमिकेचा विद्यार्थी संघाच्या ज्येष्ठ नेत्यांनी पुरस्कार केला. कारण ते समाजवादी विचारसरणीचे पुरस्कर्ते होते. ज्येष्ठ नेत्यांच्या भूमिकेमुळे विद्यार्थी संघात वैचारिक मतभेद निर्माण झाले आणि संघटनेत फूट पडली. नव्या दमाच्या तरुण कार्यकर्त्यांनी 'कोल्हापूर विद्यार्थी संघ' नावाची दुसरी संघटना स्थापन केली. नव्या संघटनेने उद्देश व घटना मूळ संघटनेचीच घेतली होती. कोल्हापूर विद्यार्थी संघात बाबुराव धारवाडे, बाबासाहेब भोसले, रवींद्र सबनीस, अविनाश अडके, बाबुभाई पारेख, सी. आर. पाटील, ज. पा. माने, गौतम पंडित, बाबा घाडगे, वामन कुलकर्णी, व्ही. के. कुलकर्णी, के. के. कुलकर्णी, दीपक कुलकर्णी, जगन्नाथ फडणीस, परमार, टिके, उत्तुरे, बाळासाहेब पडवळ, सूर्यकांत वसंत म्हस्कर, रंगराव येडेकर व त्यांचे बंधू, चंद्रकांत पाटगावकर, वसंतराव देशपांडे, राम गबाळे, प्रतापराव शिंदे, लखू ढवळ, कु. वायंगणकर, नाबर, गवाणकर व त्याची बहीण, आप्पासाहेब खानविलकर, कवी श्रीनिवास यादव इत्यादींचा समावेश होता.

कोल्हापूर संस्थान प्रजापरिषद बंदिवासात असतानाच्या ३२ महिन्यांच्या काळात कोल्हापुरातील राष्ट्रीय चळवळीची मशाल प्रज्वलित ठेवण्याची कामगिरी विद्यार्थी संघटनेने पार पाडली. चळवळीच्या प्रचाराची आघाडी विद्यार्थी संघटनेने संभाळली. चले जाव आंदोलनाच्या काळात (१९४२ ते १९४६) प्रजापरिषद आणि विद्यार्थी संघातील बहुतेक सर्व ज्येष्ठ नेते तुरुंगात होते. (धारवाडे बाबुराव, ते मंतरलेले दिवस : फरास गनी (संपादक), भारत : स्वातंत्र्य आणि विकास, कोल्हापूर, १९९८, पृ. ८१-८४).

प्रजापरिषदेची पहिली दोन अधिवेशने :

कोल्हापूर संस्थान प्रजापरिषदेवर संस्थानात बंदी असली तरी प्रजापरिषदेचे नेते ब्रिटिश मुलखातील राष्ट्रीय चळवळ व काँग्रेस संघटनेच्या नित्य संपर्कात होते. प्रजापरिषद कार्यकर्त्यांच्या प्रचारामुळे संस्थानी प्रजेमध्ये आपल्या हक्कांविषयी प्रचंड जागृती झाली होती. त्यामुळे कोल्हापूर संस्थान प्रजापरिषदेचे अधिवेशन भरवण्याची तयारी मोठ्या प्रमाणात चालली होती. संस्थानात सभा बंदी असली तरी दरबारच्या दडपशाहीला न जुमानता कोल्हापूर संस्थान प्रजापरिषदेचे पहिले अधिवेशन १५ एप्रिल १९३९ रोजी काँग्रेसचे ज्येष्ठ नेते डॉ. पट्टाभिसितारामय्या यांच्या अध्यक्षतेखाली सांगली नजिकच्या

त्यावेळी सातारा जिल्ह्याच्या तासगाव तालुक्यात असलेल्या कुपवाड येथे संपन्न झाले. या अधिवेशनाला सुमारे दहा हजार लोक हजर होते. या अधिवेशनात एकूण १३ ठराव मंजूर करण्यात आले. त्यांपैकी महत्त्वाचे ठराव पुढीलप्रमाणे :

१) प्रजेला राजकीय हक्क त्वरित देण्यात यावे.

२) जबाबदार राज्यपद्धती स्थापन करावी.

३) डोईजड शेतसारा ताबडतोब कमी करण्यात यावा.

४) छत्रपतींचा खासगी खर्च कमी करावा.

५) छत्रपतींच्या शिकारीच्या शौकासाठी हुपरी, शिरोळ, चिपरी, रायबाग, नेर्ली, दाजीपूर, तळसंदे, आळते, वडगाव इत्यादी ठिकाणी निर्माण केलेले पार्क नाहीसे करावेत व त्या जमिनी शेतकऱ्यांना कसण्यासाठी द्याव्यात.

६) प्रजापरिषदेतील बंदी ताबडतोब उठवण्यात यावी.

७) वेठबिगारी, खोती पद्धती नष्ट करून प्रत्येक गावात 'गायरान' असावे.

८) स्थानिक स्वराज्य संस्था खऱ्या अर्थाने लोकाभिमुख बनविण्यात याव्यात. (कोल्हापूर रेकॉर्ड ऑफिस पोलिटिकल फाईल नं. ४२४, उद्धृत, पोवार व्ही. एस., उपरोक्त; उपाध्ये लालजी : करवीर क्रांती, पृ. १२) प्रजापरिषदेच्या या अधिवेशनानंतर कार्यकर्त्यांच्यात अधिक उत्साह संचारला व ते निर्भयतेने काम करू लागले.

२६ नोव्हेंबर १९४० रोजी छत्रपती राजाराम महाराजांचे निधन झाले. त्यांना पुत्रसंतान नसल्याने त्यांच्या पत्नी महाराणी ताराबाई यांच्या नेतृत्वाखाली रिजन्सी कौन्सिल स्थापन करण्यात आली व त्यामार्फत संस्थानचा कारभार होऊ लागला. महाराणी ताराबाईंनी प्रजापरिषदेच्या नेत्यांबद्दल उदार धोरण स्वीकारून डिसेंबर १९४० मध्ये त्यांची तुरुंगातून मुक्तता केली. कोल्हापूर नगरपालिकेची ८ मार्च १९४१ची त्रैवार्षिक निवडणूक बंदिवासात असलेल्या प्रजापरिषदेने 'करवीर स्थानिक स्वराज्य संघ' स्थापन करून लढविली. माधवराव बागल, रत्नाप्पा कुंभार, गोविंदराव कोरगावकर या तीन नेत्यांची समिती असे त्या संघाचे स्वरूप होते. कोल्हापूर नगरपालिकेच्या २५ लोकनियुक्त जागांपैकी २२ जागा संघाच्या उमेदवारांनी जिंकल्या. स्थानिक स्वराज्य संघाचा हा विजय कोल्हापुरात झालेल्या प्रचंड राजकीय जागृतीचेच प्रतीक होते. २४ नोव्हेंबर १९४१ रोजी पद्माराजे नामकरण प्रसंगी प्रजापरिषदेवरील बंदी उठवण्यात आली. त्यामुळे कार्यकर्त्यांना संघटित करून त्यांचा उत्साह द्विगुणित करण्यासाठी प्रजापरिषदेचे दुसरे अधिवेशन १ व २ जून १९४२ला कोल्हापूर येथे खासबाग मैदानात भरविण्यात आले. त्या अधिवेशनाचे उद्घाटन समाजवादी नेते युसुफ मेहर अल्ली

यांच्या हस्ते झाले. बाळासाहेब खेर अधिवेशनाचे अध्यक्ष होते. सदर अधिवेशनाला ५० हजारांवर लोक जमले होते, या अधिवेशनात अनेक ठराव संमत करण्यात आले. छत्रपतींच्या आधिपत्याखाली संस्थानात जबाबदार शासन पद्धती सुरू करावी अशी मागणी ठरवाद्वारे करण्यात आली. (कारखानीस, उपरोक्त; पुढारी, दि. २ व ७ जून १९४२) त्यासाठी प्रजापरिषदेने एक समिती नेमली. या घटनासमितीने राज्यघटना तयारही केली. तथापि, ती नंतर दप्तरीच पडून राहिली. (पटवर्धन वि. अ., (सं) १९४०, पृ. २६).

'छोडो भारत' आंदोलन :

दिनांक ०७ व ०८ ऑगस्ट १९४२ रोजी मुंबई येथे गवालिया टँक मैदानावर भरलेल्या अखिल भारतीय काँग्रेस महासमितीच्या अधिवेशनात इतिहास प्रसिद्ध 'छोडो भारत' (Quit India) ठराव मंजूर झाला. त्याबरोबरच भारतीय स्वातंत्र्य लढ्यातील अखेरच्या पर्वाची सुरुवात झाली. 'छोडो भारत' ठरावात 'येणारे स्वराज्य हे शेतात व कारखान्यात काम करणाऱ्या श्रमिकांसाठीच असेल' असे स्पष्ट लिहिलेले होते. त्यामुळे देशभर जनतेत उत्साहाचे वातावरण निर्माण झाले. कोल्हापुरातून माधवराव बागल, रत्नाप्पा कुंभार, संतराम पाटील, ए. ए. पाटील, नागनाथ नायकवडी, माधवराव भोसले, अनंतराव वडगावकर, बळवंत बराले, दत्तोबा तांबट, सिद्धलिंग हवीरे इत्यादी कार्यकर्ते त्या ऐतिहासिक अधिवेशनाला उपस्थित होते. ते सर्वजण १० ऑगस्टला कोल्हापूरला पोहचले.

काँग्रेसच्या 'छोडो भारत' आंदोलनाचे कोल्हापूर संस्थानात पडसाद उमटले. कोल्हापूर संस्थान प्रजापरिषदेने काँग्रेसच्या 'छोडो भारत' ठरावाला पाठिंबा दिला. माधवराव बागलांनी जाहीर सभेत देशाच्या स्वातंत्र्य लढ्यात सर्वांनी सहभागी व्हावे असे जनतेला आवाहन केले. त्याच्या दुसऱ्याच दिवशी माधवराव बागल, म. दुं. श्रेष्ठी, रा. तु. बगाडे इत्यादी १२ पुढाऱ्यांना कोल्हापूर दरबारने स्थानबद्ध करून ठेवले. रत्नाप्पा कुंभार, गोपाळराव बकरे यांनी भूमिगत होऊन स्वातंत्र्य आंदोलन चालू ठेवले.

दिनांक १६ ऑगस्ट १९४२ रोजी विद्यार्थी संघटनेच्या नेत्यांनी खासबाग मैदानावर एक सभा बोलावली. बंदी हुकूम मोडून विद्यार्थ्यांनी मिरवणूक काढली व ते सभा घेतात यामुळे संस्थानी पोलीस बिथरले होते. विद्यार्थ्यांची सभा उधळून लावण्यासाठी पोलिसांनी विद्यार्थ्यांवर अमानुष लाठीमार केला. त्यामुळे काही विद्यार्थी रविवार बुरुजाच्या दिशेने पळाले. यावेळी रविवार बुरुजाच्या समोरील अरुण प्रिंटींग प्रेसच्या दरवाजातील फळीवर बिंदू नारायण कुलकर्णी नावाचा १६ वर्षे वयाचा मुलगा

भेदरलेल्या अवस्थेत उभा होता. तो गडहिंग्लज पेठ्यातील मुत्नाळ गावचा कोल्हापुरात शिक्षण घेणारा मुलगा होता. पोलिसांनी त्याच्यावर निर्दय लाठीहल्ला केला. पोलिसांनी केलेल्या लाठीमारात बिंदू कुलकर्णी मुत्नाळकर हा विद्यार्थी हुतात्मा झाला. कोल्हापुरातील रविवार बुरुज चौक तेव्हापासून 'बिंदू चौक' या नावाने ओळखला जातो. (कारखानीस, उपरोक्त; सत्यवादी दि. १९/०८/१९४२; बाबुराव गोखले, उपरोक्त, पृ. ५९).

कोल्हापूर जिल्ह्यातील - संस्थानातील - कार्यकर्त्यांनी अखिल भारतीय स्वातंत्र्य लढ्याचा एक भाग म्हणून आपली भूमिगत चळवळ चालविली. हाती लागेल ते शस्त्र घेऊन ब्रिटिश सत्ता उलथवून टाकण्याचे प्रयत्न स्वातंत्र्य सैनिक करत होते. ब्रिटिश सत्तेची प्रतीके, दळणवळणाची व संदेशवहनाची साधने, सरकारी कचेऱ्या इत्यादींचा विध्वंस करण्यावर भूमिगत कार्यकर्त्यांचा रोख होता. टेलिफोनच्या तारा तोडणे, पोस्ट व तार ऑफिस जाळणे, रेल्वे स्टेशन - चावड्या - दारूचे गुत्ते जाळणे, सरकारी खजिन्याची लूट करणे, शस्त्रे हस्तगत करणे अशा गोष्टींचा भूमिगत चळवळीच्या कार्यक्रमात समावेश होता.

संस्थान काळात कोल्हापूर शहराच्या मध्यवस्तीत मुंबई इलाख्याचे गव्हर्नर विल्सन यांचा पूर्णाकृती पुतळा होता. परकीय सत्तेच्या वर्चस्वाचे हे प्रतीक देशप्रेमी जनतेच्या डोळ्यात खुपत होते. ऑक्टोबर १९४२मध्ये महिला स्वातंत्र्य सैनिक भागिरथीबाई तांबट व जयाबाई हवीरे यांनी भर दिवसा गव्हर्नर विल्सनचा संगमरवरी पुतळ्यास डांबर फासून पुतळा विद्रूप केला. तर १३ सप्टेंबर १९४३ला पहाटे राम घोरपडे, शंकरराव माने, काका देसाई, शामराव लहूजी पाटील यांच्या तुकडीने विल्सनचा पुतळा हातोडीने तोडण्याचा प्रयत्न केला. त्यांनी पुतळ्यावर हातोडीचे घाव घालून त्याचे नाक, कान, तोंड फोडून पुतळा विद्रूप केला. त्यामुळे तो पुतळा हलविणे ब्रिटिशांना भाग पडले. (पाटील शामराव लहुजी: लेख दै. पुढारी दि. १५-०२-१९७२; गोखले बाबुराव, उपरोक्त, पृ. ८०-८१, ९०).

कोल्हापूर संस्थान प्रजापरिषदेच्या नेत्यांनी सरकारी कचेऱ्यांवर हल्ला करून त्या ताब्यात घेण्याची धाडसी योजना हाती घेतली. त्यासाठी प्रजापरिषदेच्या भूमिगत कार्यकर्त्यांच्या गुप्त बैठका घेतल्या. भुदरगडच्या डोंगरातील पाल येथील गुहेत क्रांतिकारकांनी आश्रय घेतला आणि गारगोटी कचेरीवर हल्ला करून तेथील खजिना लुटण्याचा निर्णय घेण्यात आला. दि. १३ डिसेंबर १९४२ला क्रांतिकारकांनी गारगोटी मामलेदार कचेरीवर हल्ला केला. मात्र, पोलीस सावध होते व त्यांनी क्रांतिकारकांवर गोळीबार केला. पोलीस गोळीबारात नारायण वारके, करवीरय्या स्वामी, शंकरराव

इंगळे, तुकाराम भारमल, परशुराम साळुंखे, मल्लाप्पा चौगले, बळवंतराव जबडे हे हुतात्मा झाले. सरकारने एकूण ४६ लोकांवर गुन्हा दाखल केला. परंतु, स्वातंत्र्य प्राप्तीपर्यंत भूमिगत स्वातंत्र्य सैनिक पोलिसांना सापडले नाहीत. स्वातंत्र्यानंतर त्यांच्यावरील पकड वॉरंट रद्द करण्यात आले. (गोखले बाबुराव, उपरोक्त पृ. ६३-७४).

१३ डिसेंबर १९४२ रोजी भूमिगत स्वातंत्र्यसैनिकांनी गारगोटी मामलेदार कचेरी, रुकडी स्टेशन, हातकणंगले स्टेशन व रेसिडेंसी बंगला पन्हाळा ही चार केंद्रे एकाच दिवशी ताब्यात घेतली. भूमिगत स्वातंत्र्यसैनिकांनी पाच रेल्वे स्टेशन जाळून नष्ट केली. रायबाग, चिखली ही दोन स्टेशने आमगोंड पाटील यांच्या मदतीने ८ नोव्हेंबर १९४२ रोजी भर दुपारी नष्ट केली. विश्रामबाग स्टेशनही भस्मसात केले. रुकडी स्टेशनवरील हल्ल्याचे नेतृत्व दिनकरराव मुद्राळे, बी. जे. पाटील (किणीकर), जिन्नाप्पा लखडे यांनी केले. हातकणंगले रेल्वे स्टेशनला चंदूरचे शंकरराव पाटील, अलगोंड पाटील, सांगावचे एन. आर. पाटील, बाबासाहेब खंजिरे यांनी आग लावली. त्या सर्वांना पाच वर्षांची शिक्षा झाली. त्याचप्रमाणे जयसिंगपूर स्टेशनही जाळण्याचा अयशस्वी प्रयत्न झाला. पन्हाळ्यावरील रेसिडेन्सी बंगला तानसेन नाईक यांच्या नेतृत्वाखालील तुकडीने जाळला. (उपाध्ये लालजी : करवीर क्रांती, पृ. २२-२३; धारवाडे बाबुराव, उपरोक्त पृ. ८५-८६).

भूमिगत चळवळ चालविण्यासाठी पैशांची निकड जाणवू लागली. पैशांची निकड भागवण्यासाठी भूमिगत कार्यकर्त्यांनी राजकीय दरोडे, लुटीच्या योजना आखून त्या धाडसाने अंमलात आणल्या. त्यांपैकी ब्रह्मी सरकारच्या खजिन्याची लूट आणि जेजुरीच्या खंडोबा देवालयावरील दरोडा ही दोन प्रकरणे रोमहर्षक आहेत. दुसऱ्या महायुद्धात जपानने ब्रह्मदेश (आत्ताचा म्यानमार) जिंकून घेतला. त्यावेळी ब्रह्मदेशाच्या परागंदा सरकारची कचेरी व त्यांचे नोकर यांची व्यवस्था ब्रिटिशांनी कोल्हापूर येथील शालिनी पॅलेसमध्ये केली होती. त्या सरकारचा व नोकरांचा खर्च कोल्हापुरच्या ट्रेझरीमधून करण्यात येत होता. प्रत्येक महिन्याच्या नोकरांच्या पगार खर्चाची रक्कम कोल्हापुरच्या ट्रेझरीतून टांग्यातून शालिनी पॅलेसमध्ये नेली जात असे, ही गोष्ट भूमिगत स्वातंत्र्य सैनिकांच्या लक्षात आली. त्यांनी ब्रह्मदेश सरकारचा तो खजिना लुटण्याची योजना बनविली. त्यामध्ये लालजी उपाध्ये, अ. शा. मुल्ला यांचा पुढाकार होता. त्यांना रत्नाप्पा कुंभार यांचे मार्गदर्शन होते. लालजी उपाध्ये, अ. शा. मुल्ला, यशवंत कुलकर्णी, शंकरराव माने, दत्तोबा तांबट, मिसाळ, शाम पटवर्धन यांनी टांग्यातील पैसे लुटण्याची योजना आखली व ती भरदिवसा अंमलात आणून टांग्यातील ५३७३५/-

रुपये लुटून हस्तगत केले. त्याचा वापर स्वातंत्र्य लढ्यासाठी केला. (अथणीकर अब्दुलसाहेब, ब्रह्मी खजिन्यावर नाट्यमय धाड, मगदूम रावसाहेब (कार्यकारी संपादक) कोल्हापूर जिल्हा स्वातंत्र्य लढा, सुवर्णमहोत्सवी ग्रंथ, १९९१-९२, पृ. ३-४; शाम पटवर्धन, तत्रैव, पृ. ४१-४२).

देशाच्या स्वातंत्र्यासाठी सर्व भारतीय तरुण अत्यंत जागरूकपणे सर्व पातळीवर काम करत होते. ब्रिटिश प्रशासन उलथून टाकण्यासाठी सर्व प्रयत्न केले जात होते. प्रसंगी भूमिगत स्वातंत्र्य सैनिक सशस्त्र लढत होते. लढा चालवण्यासाठी पैशांची गरज होती. जेजुरी येथील कोट्यवधीचे सोने, चांदी, मोत्याचे दागिने असलेले खंडोबा देवालय लुटण्याची योजना रत्नाप्पा कुंभार यांनी ठरवली. त्यासाठी त्यांनी स्वातंत्र्य सैनिकांना कोरेगावला बोलावून घेतले होते. त्यांच्या दोन तुकड्या बनवण्यात आल्या. त्यांपैकी एक पुण्याहून तर दुसरी कोरेगावहून जेजुरीला पाठविण्याचे ठरले. दि. २७ जुलै १९४४ रोजी देवालयातील मौल्यवान वस्तू, दागिने स्वातंत्र्य सैनिकांची आर्थिक ओढाताण कमी करण्यासाठी हस्तगत करण्यात आले. सदर धाडसी योजना रत्नाप्पा कुंभार, शंकरराव माने व त्यांचे सहकारी अशा फक्त १३ जणांच्या तुकडीने अंमलात आणली. तत्पूर्वी भूमिगत स्वातंत्र्य सैनिकांनी बार्शी लाईट रेल्वे लुटीचा धाडसी प्रयत्न केला होता. ते काम एस. पी. पाटील, अर्जुनवाडचे श्रीपाल चौगुले, डॉ. माधवराव कुलकर्णी, शंकरराव माने, दत्तोबा पटवर्धन या गनिमी पथकाने यशस्वी केले. पोस्टाच्या थैल्यांतून स्वातंत्र्यलढ्यासाठी दोन हजार रुपये मिळाले. बार्शी लाईट रेल्वेवरील हल्ला व जेजुरी प्रकरणी संयुक्त चौकशी खास सीआयडी अधिकारी रणभिसे यांनी केली. जेजुरी हल्ला प्रकरणातील रत्नाप्पा कुंभार यांचे सर्व सहकारी पोलिसांना सापडले. परंतु, रत्नाप्पांना पोलीस पकडू शकले नाहीत. (गोखले बाबुराव, उपरोक्त, पृ. ८४-८६).

१९४२ ते १९४४ या कालखंडात कोल्हापूर संस्थानात स्वातंत्र्य लढ्याला उग्र स्वरूप प्राप्त झाले होते. संस्थानातील ८० गावातील सुमारे एक हजार स्वातंत्र्यसैनिक तुरुंगात होते. स्वातंत्र्यलढ्यात १६ जणांनी आत्मबलिदान केले होते. संस्थानातील ज्या गावात स्वातंत्र्य लढा व्यापक व तीव्र होता त्या गावांत जादा पोलीस बंदोबस्त ठेवून त्याच्या खर्चासाठी त्या गावांवर सामुदायिक दंड बसविण्यात आला. पट्टणकोडोली, बीड, सांगाव, निमशिरगाव, वसगडे, तमदलगे, कोरोची, तळंदगे, वडगाव या गावांवर रुपये ४४५००/- ची सामुदायिक दंडाची आकारणी करण्यात आली. (मगदूम रावसाहेब, (कार्यकारी संपादक), उपरोक्त, पृ. १६).

१९४५मध्ये दुसरे महायुद्ध समाप्त झाले. त्यानंतर भारतीय स्वातंत्र्य चळवळीचा

जोर वाढला. भारतीय स्वातंत्र्य दृष्टिपथात येऊ लागले. भारतातील सत्तांतराची प्रक्रिया सुरू झाली. २ सप्टेंबर १९४६ ला पं. जवाहरलाल नेहरूंच्या नेतृत्वाखाली भारतात हंगामी सरकार स्थापन झाले. १९४६मध्ये प्रांतिक कायदेमंडळाच्या निवडणुका झाल्या आणि ३ एप्रिल १९४६ला मुंबई प्रांतात काँग्रेस मंत्रिमंडळ अधिकारारूढ झाले. देशातील राजकीय घडामोडींचे पडसाद संस्थानी प्रदेशावरही उमटले. कोल्हापूर संस्थानाच्या राज्यकारभारावर त्या घडामोडींचा परिणाम झाला.

मुंबई प्रांतातील काँग्रेस सरकारने स्वातंत्र्य सैनिकांवरील अटक वॉरंट्स तात्काळ काढून टाकली. कोल्हापूर संस्थान प्रजापरिषदेचे रत्नाप्पा कुंभार यांच्यावरील अटक वॉरंट मागे घेण्यात आले. त्यामुळे सर्वत्र आनंद झाला. माधवराव बागलांच्या अध्यक्षतेखाली कोल्हापुरात त्यांच्या नागरी सत्काराचे आयोजन करण्याचे ठरले. २५ मे १९४६ रोजी कोल्हापूर दरबारने सर्व राजबंद्यांची मुक्तता केली. ९ ऑगस्ट १९४७ रोजी रत्नाप्पा कुंभार पाच वर्षांचा अज्ञातवास संपवून पूना मेलने मिरज येथे प्रकट झाले. मिरज प्रजापरिषदेच्या अध्यक्षांनी पुष्पहार घालून त्यांचे स्वागत केले. त्यापाठोपाठ त्यांचे बुधगाव, जयसिंगपूर व कोल्हापूर येथे भव्य स्वागत व जाहीर सत्कार करण्यात आले. (दै. सत्यवादी दि. ९/८/१९४७, पृ. ३).

प्रजापरिषद अधिवेशन तिसरे आणि चौथे :

देशात हंगामी सरकार स्थापन झाल्यानंतर संस्थानांच्या भवितव्याची गंभीर चर्चा सुरू झाली. दक्षिणेकडील कोल्हापूर, वाडी जहागीर, जंजिरा वगळून १५ संस्थानांचे संघराज्य स्थापन करण्याची योजना चर्चेत होती. कोल्हापूर संस्थान आकाराने मोठे व ऐतिहासिकदृष्ट्या महत्त्वाचे असल्याने स्वतंत्र राहावे, असा विचार पुढे येत होता. दक्षिणी संस्थानांच्या संदर्भात संघराज्य की विलीनीकरण असा मुद्दा कळीचा बनला होता. संस्थानाधिपती संघराज्यास अनुकूल होते. तर प्रजापक्षीय नेतृत्वात कोल्हापूर संस्थानच्या भवितव्याबाबत दोन भिन्न मतप्रवाह होते.

कोल्हापूर संस्थान प्रजापरिषदेचे तिसरे अधिवेशन काकासाहेब गाडगीळ यांच्या अध्यक्षतेखाली व प्रांताध्यक्ष केशवराव जेधे यांच्या मार्गदर्शनाखाली गारगोटी येथे दि. २४, २५ मे १९४७ रोजी पार पडले. प्रजापरिषदेने या अधिवेशनात तूर्त व तातडीची मागणी म्हणून लोकप्रतिनिधींचे संपूर्ण जबाबदार हंगामी सरकार स्थापन करण्याची मागणी केली. छत्रपतींनी संस्थानच्या राज्यकारभाराची सूत्रे येत्या चार महिन्यांत प्रजापरिषदेच्या हातात दिली नाहीत तर आपल्या मागणीच्या पूर्ततेसाठी प्रजापरिषदेला सत्याग्रहाचा लढा सुरू करावा लागेल असा इशारा देणारा ठरावही मंजूर करण्यात आला. सत्याग्रहाच्या संकल्पित लढ्याने सर्वत्र उत्साह निर्माण झाला. (पुढारी, दि. २७ मे १९४७ – अग्रलेख).

प्रजापरिषदेचे चौथे व शेवटचे अधिवेशन ९ मार्च १९४८ रोजी पन्हाळा येथे झाले. त्याचे अध्यक्ष शंकरराव मोरे व उद्घाटक केशवराव जेधे होते. शंकरराव मोरे यांनी आपल्या अध्यक्षीय भाषणात भारत सरकारच्या कोल्हापूरविषयीच्या धोरणातील विसंगती दाखवून दिली. सदर अधिवेशनाला मिळालेल्या जनतेच्या प्रचंड प्रतिसादावरून कोल्हापूर संस्थानच्या विलीनीकरणास लोकमत अनुकूल नसल्याचे दिसून आले.

सत्ताग्रहण आणि बडतर्फी :

कोल्हापूर संस्थान प्रजापरिषदेला संस्थानच्या राज्यकारभारात सहभागी होऊन अल्पकाळ का असेना सत्ता राबविण्याची दुर्मीळ संधी लाभली. छत्रपती राजाराम महाराजांच्या निधनापासून (दि. २५-११-१९४०) ते छत्रपती शहाजी महाराजांनी ३१ मार्च १९४७ रोजी कोल्हापूर संस्थानच्या कारभाराची सूत्रे हाती घेईपर्यंत संस्थानात रिजन्सी कौन्सिलचा कारभार चालू होता. शहाजी महाराजांना कोल्हापुरच्या गादीवर येण्यापूर्वी देवासचे अधिपती म्हणून राज्यकारभाराचा अनुभव होता. तेथे त्यांनी प्रजामंडळाच्या हालचाली चातुर्याने हाताळलेल्या होत्या. त्यामुळे कोल्हापुरच्या कारभाराची सूत्रे हाती घेतल्यानंतर शहाजी महाराजांनी येथील राजकीय परिस्थितीची बारकाईने पाहणी करून अचूक निदान केले. गारगोटी अधिवेशानानंतर प्रजापरिषदेच्या राजकीय शक्तीत व लोकप्रियतेत प्रचंड वाढ झाली असून आपल्या राजकीय मागणीसाठी ती सत्याग्रहाचा लढा देण्यास सज्ज असल्याचे त्यांच्या लक्षात आले. शहाजी छत्रपतींनी ऑक्टोबर १९४७मध्ये प्रजापरिषदेशी प्रदीर्घ चर्चा करून तडजोड घडवून आणली. त्या तडजोडीनुसार संस्थानच्या मंत्रिमंडळात दरबारचे ३ व प्रजापरिषदेचे ४ मंत्री समाविष्ट करून संस्थानचा कारभार मंत्रिमंडळाकडे सोपविण्याचे ठरले होते. प्रजापरिषदेने राज्यकारभारात सहभागी होण्याचे मान्य केले. १५ नोव्हेंबर १९४७ रोजी माधवराव बागल, रत्नाप्पा कुंभार, म. दुं. श्रेष्ठी, डी. एस्. खांडेकर या प्रजापरिषदेच्या ४ मंत्र्यांचा नवीन राजवाड्यावर शपथविधी पार पडला. परंतु, खाते वाटपावरून त्यांच्यात तीव्र मतभेद झाले. बागल व कुंभार या दोन्ही नेत्यांना महत्त्वाचे गृहखाते स्वत:कडे पाहिजे होते. मतभेद विकोपाला गेल्याने रत्नाप्पा कुंभार, म. दुं. श्रेष्ठी यांनी मंत्रिपदाचे राजीनामे दिले. त्यापाठोपाठ माधवराव बागल यांनीही मुख्यमंत्रीपदाचा त्याग केला. त्यांच्या निर्णयाने संस्थानी व खालसातील जनतेला धक्का बसला, प्रजापरिषदेच्या इभ्रतीला उणेपणा आला. तथापि, प्रजापरिषदेने ताबडतोब मंत्रिपदासाठी वसंतराव बागल, त्र्यं. सी. कारखानीस, नारायणराव सरनाईक व डी. एस्. खांडेकर या चौघांची नावे सुचविली. १९ नोव्हेंबर १९४७ रोजी नवीन राजवाड्यात त्यांचा शपथविधी पार पडला. वसंतराव बागल - मुख्यमंत्री, नारायणराव सरनाईक - पुरवठामंत्री, त्र्यं. सी.

कारखानीस – अर्थमंत्री व डी. एस्. खांडेकर – महसूलमंत्री असे नव्या मंत्र्यांचे खातेवाटप झाले. (पुढारी, दि. १९, २० नोव्हेंबर १९४७) वसंतराव बागल मंत्रिमंडळ एका गटाचे (Factional Ministry) वाटू नये म्हणून बॅ. बाळासाहेब खर्डेकरांचा अपक्ष व आदरणीय व्यक्ती म्हणून मंत्रिमंडळात समावेश करण्याचे प्रयत्न झाले. परंतु, ते अयशस्वीच ठरले. वसंतराव बागल मंत्रिमंडळ जेमतेम सव्वा चार महिने सत्तेत होते. तथापि, प्रजापरिषदेच्या वसंतराव बागल मंत्रिमंडळाने अल्पावधीत अनेक लोककल्याणकारी निर्णय घेऊन ते अंमलात आणले.

महात्मा गांधींच्या हत्येचे देशभर तीव्र पडसाद उमटले. गांधी हत्येनंतर कोल्हापुरात दंगल उसळली व जाळपोळीचे प्रकार घडले. त्यामध्ये काही ब्राह्मण कुटुंबांची घरे जळाली. तसेच त्यांची मालमत्ता लुटण्याचे प्रकार घडले. कोल्हापुरात त्या दंगलीमध्ये प्रजापरिषदेच्या मंत्र्यांचा हात असावा असा मुंबईच्या खेर – मोरारजी सरकारला संशय वाटत होता. त्यामुळे मुंबई सरकारने कॅ. नंजाप्पांची कोल्हापूर संस्थानचा प्रशासक म्हणून नियुक्ती केली. प्रशासकाने भाई माधवराव बागल, डी. एस्. खांडेकर, सरनाईक यांना स्थानबद्ध करून संस्थानात १४४ कलमाचा अंमल सुरू केला. कोल्हापुरातील दंगलीची चौकशी करण्यासाठी मुंबई सरकारने न्यायमूर्ती कोयाजी यांच्या चौकशी समितीची नेमणूक केली. कोयाजी कमिशनने आपल्या अहवालात कोल्हापुरातील दंगलीला तत्कालीन सत्तारूढ बागल मंत्रिमंडळाला जबाबदार धरून त्याच्या बडतर्फीची शिफारस केली. त्यानुसार केंद्र सरकारने दि. २२ मार्च १९४८ रोजी वसंतराव बागल मंत्रिमंडळ बडतर्फ केले.

कोणताही राजकीय पक्ष सत्ताभ्रष्ट झाला की त्याच्या लोकप्रियतेला एकदम ओहोटी लागते, असा सर्वसामान्य अनुभव आहे. परंतु प्रजापरिषदेच्या बाबतीत तसे काही घडले नाही. बागल मंत्रिमंडळाच्या बडतर्फीनंतर प्रशासकाने १४४ कलमाच्या अंमलात कोल्हापूर नगरपालिकेच्या निवडणुका घेतल्या. प्रचाराला काही अवसर नव्हता. तरीही प्रजापरिषदेने नगरपालिकेतील ४० पैकी ३८ जागा जिंकल्या. (कारखानीस, उपरोक्त).

प्रजापरिषदेतील मतभेद :

कोल्हापूर संस्थान प्रजापरिषद ही कोल्हापूर जिल्ह्यातील स्वातंत्र्य लढ्याचे नेतृत्व करणारी मध्यवर्ती संघटना होती. मात्र, प्रजापरिषदेत सत्ताप्राप्ती होण्यापूर्वीपासून अंतर्गत मतभेद होते. प्रजापरिषदेत बागलगट व कुंभारगट असे दोन गट होते. त्या दोन गटांतील मतभेद सत्तेच्या राजकारणाने तीव्र झाले व विकोपाला गेले. अंतर्गत मतभेदांमुळे प्रजापरिषदेच्या आंदोलनावरही विपरीत परिणाम झाला. माधवराव बागल व रत्नाप्पा

कुंभार यांच्या विभिन्न व्यक्तिमत्त्वातील संघर्ष हे त्यांच्या मतभेदाचे एक कारण होते. बागल हे समाजवादी विचाराने प्रभावित झालेले एक ध्येयवादी निर्भय नेते होते. त्यांचे वक्तृत्व अमोघ असून त्यांची जनमानसांत चांगली छाप होती. परंतु, त्यांचा पिंड मूलत: कलावंताचा होता. ते फार भावनाप्रधान होते. रत्नाप्पा कुंभार हे कुशल संघटक व धूर्त राजकारणी म्हणून ओळखले जातात. स्वातंत्र्य लढ्याच्या काळातही ते अत्यंत वास्तववादी व व्यवहारकुशल मुत्सद्दी होते. त्यांचा राष्ट्रीय पातळीवरील सरदार वल्लभभाई पटेल, शंकरराव देव, अच्युतराव पटवर्धन इ. नेत्यांशी नित्य संपर्क होता. भाई माधवराव बागल यांचा प्रामुख्याने केशवराव जेधे, शंकरराव मोरे इ. प्रांतिक स्तरावरील नेत्यांशी संपर्क होता. बागलगट व कुंभारगट यांच्यातील परस्पर भिन्न हितसंबंधामुळे प्रजापरिषदेत वर्गकलह निर्माण झाला. माधवराव बागलांच्या गटात शेतकरी कष्टकऱ्यांचे प्रतिनिधित्व करणाऱ्या ग्रामीण कार्यकर्त्यांचा भरणा होता. रत्नाप्पा कुंभार यांच्या गटात शहरी भागातील व्यापारी, उद्योगपती यांचा भरणा अधिक होता. कुंभारगट भांडवलदारांचे प्रतीक बनला होता. दुर्दैवाने कोल्हापूरची प्रजापरिषद मराठे व मराठेत्तर अशा दोन गटात दुभंगली होती. (पुढारी, १९ फेब्रुवारी १९४७, अग्रलेख) कोल्हापूर संस्थानच्या विलीनीकरणाच्या प्रश्नावरून प्रजापरिषदेच्या त्या दोन प्रमुख नेत्यात तीव्र मतभेद होते. संस्थानचे ताबडतोब विलीनीकरण व्हावे या मताचे रत्नाप्पा कुंभार होते. माधवराव बागल मात्र कोल्हापूर संस्थानचे स्वतंत्र अस्तित्व टिकून रहावे, संस्थान विलीनीकरणाचा निर्णय जनमताचा कौल आजमावून घ्यावा या मताचे होते. मात्र, भाई बागलांनीसुद्धा संस्थानाचे विलीनीकरण अटळ असल्याचे दिसताच त्याचा स्वीकार केला.

संस्थानाचे विलीनीकरण :

भारताला स्वातंत्र्य मिळाल्यानंतर देशाचे पहिले उपपंतप्रधान, गृह व संस्थानी खात्याचे मंत्री सरदार वल्लभभाई पटेल यांनी संस्थानांच्या विलीनीकरणाबाबत कठोर भूमिका स्वीकारून अल्पावधीतच देशाचे राजकीय एकीकरण साध्य केले. ८ मार्च १९४८ रोजी दक्षिण महाराष्ट्रातील १८ संस्थानांपैकी कोल्हापूर वगळून अन्य संस्थानांचे मुंबई प्रांतात विलीनीकरण करण्यात आले. ३१ जानेवारी १९४९ला कोल्हापूरचे तत्कालीन छत्रपती शहाजी महाराजांनी सामिलनाम्यावर (Instrument of accession) सही केली. १ फेब्रुवारी १९४९ रोजी भारत सरकारच्या संस्थानी खात्याने छत्रपतींच्या अनुमतीने कोल्हापूर संस्थान मुंबई प्रांतात विलीन झाल्याची घोषणा केली. मुंबई सरकारने छ. शहाजी महाराजांना रु. १०,०००,००/- तनखा मंजूर केला. त्याशिवाय त्यांना तहहयात वार्षिक रु. १,०००,००/- जादा मिळणार होते. (पटवर्धन वि. अ.,

उपरोक्त; पृ. ११७) प्रजापरिषदेचे राजकीय कार्य संपल्यामुळे १९ फेब्रुवारी १९४९ रोजी भाई माधवराव बागलांनी बिंदू चौकातील जाहीर सभेत प्रजापरिषदेच्या बरखास्तीची घोषणा केली. रत्नाप्पा कुंभार यांच्या अध्यक्षतेखाली कोल्हापूर जिल्हा काँग्रेसची स्थापना करण्यात आली. दि. १ मार्च १९४९ला इतिहासप्रसिद्ध कोल्हापूर संस्थानच्या विलीनीकरणाचा सोहळा खासबाग मैदानात मुंबई प्रांताचे प्रधानमंत्री बाळ गंगाधर खेर यांच्या अध्यक्षतेखाली पार पडला, त्याप्रसंगी क्षात्रजगत्गुरु सदाशिवराव पाटील - बेनाडीकर, नगराध्यक्ष तेंडुलकर, दलित समाजाचे प्रतिनिधी दादासाहेब शिर्के यांची भाषणे झाली.

स्वातंत्र्य प्रेम, स्वाभिमान, परकीयांचे वर्चस्व, हस्तक्षेप याबाबत तिरस्कार हा मराठ्यांच्या मोगली आक्रमणाविरुद्ध लढलेल्या स्वातंत्र्य युद्धाचा गौरवशाली वारसा कोल्हापूरला लाभलेला आहे. कोल्हापूर संस्थान प्रजापरिषदेच्या स्थापनेपासून कोल्हापूर संस्थानातील स्वातंत्र्य चळवळीला संघटित स्वरूप येऊन तिचे व्यापक जनआंदोलनात रूपांतर झाले. कोल्हापुरातील स्वातंत्र्य चळवळ संस्थानच्या एकूण नऊ जहागिरींपैकी इचलकरंजी, कापशी, कागल आणि विशालगड (मलकापूर) जहागिरींत तीव्र झाली होती. 'इचलकरंजी प्रजा संघ' आणि 'गांधी कॅम्प' या इचलकरंजीतील दोन्ही संघटना कोल्हापूर संस्थान प्रजापरिषदेला साहाय्य करत होत्या. राष्ट्र सेवा दल, विद्यार्थी संघ, कामगार संघटना, तालीम संघ या संघटनांची कोल्हापुरच्या स्वातंत्र्य लढ्यातील कामगिरी मोलाची होती. विद्यार्थी आणि महिला यांचे कोल्हापुरच्या स्वातंत्र्य लढ्यातील योगदान अत्यंत महत्त्वाचे होते. कोल्हापूर संस्थान प्रजापरिषदेच्या नेत्यांनी प्रारंभापासून विद्यार्थी वर्गाशी जिव्हाळ्याचे संबंध प्रस्थापित केले होते. विद्यार्थी व प्रजापरिषद यांचे संबंध जिव्हाळ्याचे राहावेत या हेतूने प्रजापरिषदेचे कार्याध्यक्ष माधवराव बागल यांनी १९४५ साली प्रजापरिषदेच्या कार्यकारी मंडळावर दोन विद्यार्थी कार्यकर्त्यांची नियुक्ती केली होती. विरक्त मठ व बळवंत बराले हे ते दोन कार्यकर्ते होते. (पुढारी, दि. ४ ऑक्टोबर १९४५, पृ. २) कोरगावकर व अन्य दानशूर मंडळींच्या स्वातंत्र्य लढ्याला वेळोवेळी मिळालेल्या आर्थिक मदतीचे महत्त्व अनन्यसाधारण आहे. कोल्हापूर संस्थान प्रजापरिषद १९४५ साली अखिल भारतीय संस्थान प्रजापरिषदेशी (All India States' People's Conference) संलग्न झाल्यामुळे कोल्हापूर संस्थानातील स्वातंत्र्य चळवळ देशाच्या संस्थानी मुलखातील प्रजापक्षीय चळवळीचा अविभाज्य भाग बनली. संस्थानी प्रदेशातील स्वातंत्र्य चळवळ जशी इंग्रजांच्या साम्राज्यवादाविरुद्ध होती तशीच ती एतद्देशीय संस्थानिकांच्या मनमानी, एकतंत्री राजवटीविरुद्धही होती.

'संस्थानी स्वराज्य', 'विद्याविलास', 'हंटर', 'अखंड भारत', बाळासाहेब

चिवटे यांचे ‘नेता’ या वृत्तपत्रांनी कोल्हापूर संस्थानात राष्ट्रीय जागृती घडवून आणण्याची महत्त्वपूर्ण कामगिरी बजावली. ‘कोल्हापूरचे मुखपत्र’ अशी ओळख असणाऱ्या ‘पुढारी’ वृत्तपत्राने प्रजापरिषदेच्या आंदोलनाची विस्तृत, वस्तुनिष्ठ बातमीपत्रे प्रसिद्ध केली. त्याचप्रमाणे स्वातंत्र्य आंदोलनातील महत्त्वाच्या घटना, घडामोडी यांची चिकित्सा करणारे अग्रलेखही लिहिले. ‘सत्यवादी’ वृत्तपत्राने १९४० व १९४८मध्ये दक्षिणी संस्थानातील घडामोडींवर प्रकाश टाकणारे दोन विशेषांक प्रसिद्ध केले. त्या अंकांना अभ्यासकांच्या दृष्टीने ‘संदर्भ साधन’ म्हणून महत्त्व प्राप्त झाले आहे.

कोल्हापूर संस्थानातील स्वातंत्र्य चळवळ विशेषत: प्रजापरिषदेची चळवळ तरुण, उत्साही, महत्त्वाकांक्षी कार्यकर्त्यांची प्रशिक्षण पाठशाळा ठरली. त्यामध्ये उदयोन्मुख नेतृत्वाला सार्वजनिक कार्यातील प्राथमिक धडे शिकता आले; तसेच भावी वाटचालीसाठी प्रेरणा व ध्येय मिळाले. त्यांच्यापैकी काहीजण स्वातंत्र्योत्तर काळात राज्य विधिमंडळ सदस्य, संसद सदस्य, मंत्री, मुख्यमंत्री, सहकारी संस्थांचे अध्वर्यू बनले. कोल्हापूर विद्यार्थी संघाचे १९४३ साली जनरल सेक्रेटरी म्हणून निवडून आलेले बाबासाहेब भोसले १९८२-८३ साली महाराष्ट्राचे मुख्यमंत्री होते. स्वातंत्र्य लढ्यातून निर्माण झालेल्या नेत्यांनी महाराष्ट्र राज्याच्या आणि पर्यायाने कोल्हापूर जिल्ह्याच्या सर्वांगीण विकासाला मोलाचा हातभार लावला. कोल्हापूर जिल्ह्यातील स्वातंत्र्य चळवळीला लाभलेले हे यश असामान्य आहे.

कोल्हापूर संस्थानातील प्रजापरिषदेचे आंदोलन हा दक्षिणी संस्थानांतील प्रजापक्षीय चळवळीच्या इतिहासातील एक महत्त्वाचा अध्याय आहे.

(दैनिक ‘पुढारी’चे प्रमुख संपादक पद्मश्री डॉ. प्रतापसिंह जाधव यांच्या अमृत महोत्सवानिमित्त प्रसिद्ध करण्यात येणाऱ्या ‘समग्र कोल्हापूर’ ग्रंथासाठी सादर केलेला लेख.)

२

'बाज्या-बैज्या'चे बंड अर्थात रामोशी उठाव

इ.स.१८१८मध्ये मराठ्यांच्या सत्तेचा पाडाव होऊन मराठ्यांच्या प्रदेशावर ब्रिटिशांची सत्ता प्रस्थापित झाली. या राजकीय परिवर्तनाचे अनेक महत्त्वपूर्ण व दूरगामी परिणाम झाले. तथापि, राजकीय स्वातंत्र्याचा लोप झाल्याच्या खेदजनक जाणिवेतून ब्रिटिश सत्तेविरुद्ध एका पाठोपाठ एक असे अनेक लहान-मोठे उठाव महाराष्ट्रात घडून आले. पुरंदरच्या परिसरात उमाजी नाईकांच्या नेतृत्वाखाली झालेला उठाव बराच प्रभावी होता. या उठावाच्या धामधुमीच्या काळात उमाजी नाईकाने काढलेल्या स्वातंत्र्यविषयक जाहीरनाम्यामुळे हा उठाव रामोशांच्या इतर उठावांपेक्षा वैशिष्ट्यपूर्ण ठरतो.

मुंबई इलाक्यात इ.स.१८१८ ते १९४७ या कालखंडात असणाऱ्या रामोशी-ब्रिटिश संबंधाचा डॉ. संजीव देसाई यांनी पीएच.डी. पदवीसाठी मुंबई विद्यापीठाला सादर केलेल्या आपल्या अप्रकाशित प्रबंधात साक्षेपी अभ्यास केला आहे. त्यापूर्वी सुप्रसिद्ध संशोधक श्री. वि. गो. खोबरेकर यांनी आपल्या 'इंग्रजी सत्तेविरुद्ध महाराष्ट्रातील सशस्त्र उठाव' या छोट्याशा संशोधनपूर्ण ग्रंथात काही रामोशी उठावांचा सखोल अभ्यास केला आहे. या दोन्हीही व्यासंगी संशोधकांनी आपल्या लेखनात 'बाज्या-बैज्या'च्या बंडाचा मात्र कोठेही उल्लेख केलेला आढळत नाही. त्याची अनेक कारणे असू शकतील. तथापि, उठावासंबंधीचे सरकार दप्तरी असणारे महत्त्वाचे कागदोपत्री पुरावे संशोधकांना उपलब्ध झाले नसावेत, हेच त्यातील महत्त्वाचे कारण दिसते. त्या दोन्ही संशोधकांच्या रामोशी उठावांच्या अभ्यासापाठीमागच्या भूमिका वेगवेगळ्या असू शकतील.

सातारा जिल्ह्याच्या पूर्व भागात इ. स. १९२१मध्ये रामोशांनी बाज्या आणि बैज्या या दोन म्होरक्यांच्या नेतृत्वाखाली मोठा धुमाकूळ घातला होता. त्यांनी माण

व खटाव तालुक्यांतील अनेक गावांवर आपली जरब बसवली होती. जवळ जवळ तेहतीस गावांतून बाज्या–बैज्याच्या टोळीने खंडणी वसूल केली होती. माण तालुक्यात डोंगरकपारीत वसलेले कुकुडवाड हे दुर्गम ठिकाण बाज्या–बैज्याच्या हालचालीचे मुख्य केंद्र होते. 'बाज्या–बैज्या'च्या बंडामुळे सातारा जिल्ह्याच्या पूर्व भागात–पूर्वापार दुष्काळी असलेल्या मुलखात तेथील कायदा आणि सुव्यवस्थेची जबाबदारी असलेल्या ब्रिटिश सत्तेला अल्पकाळ का होईना एक जबरदस्त आव्हान मिळाले. या बंडाच्या स्वरूपाविषयी दोन भिन्न प्रकारच्या प्रतिक्रिया व्यक्त झालेल्या आढळून येतात. तेव्हा या वेगवेगळ्या प्रतिक्रियांचा सांगोपांग विचार करून बाज्या–बैज्याच्या बंडाचा वास्तव स्वरूपाचा वेध घेणं हा या लेखाचा उद्देश आहे.

बाज्या, बैज्या आणि त्यांचे बंड यांची जनमानसात खोलवर प्रभावी प्रतिमा उमटली होती. केवळ माण–खटाव परिसरातच नव्हे तर अवघ्या दुष्काळी माण देशात बाज्या–बैज्यांच्या शौर्य–धैर्याचे काही काळ पोवाडे गायले जात होते. या बंडासंबंधीच्या व त्याच्या बेछूट म्होरक्यासंबंधीच्या आश्चर्यकारक कथा अजूनही काही प्रमाणात त्या भागात प्रसृत आहेत. बाज्या–बैज्याचा पुंडावा म्हणजे ग्रामीण भागातील सावकारशाही आणि गुंडगिरीविरुद्धचे बंड होते. भाकरीसाठी गोरगरीब जनतेने केलेले ते बंड होते आणि त्याच्या चित्तथरारक कथा ऐकूनच आपल्याला देशात ब्रिटिश सत्तेविरुद्ध चालू असलेल्या राष्ट्रीय स्वातंत्र्य लढ्यात भाग घेण्याची प्रेरणा मिळाली असे खटाव तालुक्यातील एका वयोवृद्ध देशभक्ताने म्हटले आहे. बाज्या–बैज्यांच्या बंडासंबंधी अख्याइका, पोवाडे, जुन्या जाणत्या माहीतगार व्यक्तीकडून मिळणारी माहिती यांच्या आधारावर सुमारे पन्नास–पंचावन वर्षांपूर्वी फलटण येथील शिक्षक पत्रकार श्री. वसंत ढवळीकर यांनी 'केसरी'च्या दिनांक १९ डिसेंबर १९६५ रविवारच्या अंकात 'बाजा–बैज्या जोडीचा पुंडावा सावकारशाही आणि गुंडगिरीविरुद्ध बंड' नावाचा अभ्यासपूर्ण विस्तृत लेख लिहिला होता.[१] या लेखातून बंडाकडे पाहण्याचा एक दृष्टिकोन व बंडासंबंधीच्या काही प्रतिक्रिया यांचे दर्शन घडते. तर तत्कालीन सातारा जिल्ह्यातील वरिष्ठ अधिकाऱ्यांनी तयार केलेल्या अहवालातून बंडासंबंधीचा शासनाचा दृष्टिकोन व तत्संबंधीच्या वेगळ्या प्रतिक्रिया यांची स्पष्ट कल्पना येते. प्रस्तुत लेखकास लंडनच्या इंडिया ऑफिस, लायब्ररी ॲण्ड रेकॉर्ड्समधील सातारा जिल्ह्याचे भूतपूर्व जिल्हा पोलिस अधीक्षक डब्ल्यू. बी. मॅनले यांच्या कागदपत्रांच्या संग्रहात बाज्या–बैज्यांच्या बंडासंबंधीचे साताराच्या वार्षिक प्रशासकीय अहवालातील एक विस्तृत टिपण मिळाले. वरील दोन्ही महत्त्वपूर्ण पुराव्यांच्या अभ्यासातून बंडाचे स्वरूप कसे होते ते स्पष्ट करण्याचा प्रयत्न प्रस्तुत लेखात केला आहे.

बाज्या–बैज्याच्या बंडाचा विचार करताना प्रथम त्याचे नेतृत्व, संघटना, उद्दिष्ट,

कार्यपद्धती, बंडवाल्यांचे पोलिसांबरोबर झालेले संघर्ष व बाज्या-बैज्याची इतिश्री इ. मुद्यासंबंधी लोकांच्यात प्रस्थापित समज काय आहेत हे प्रथम लक्षात घेणे आवश्यक आहे.

बंडाचे नेते :

सातारा जिल्ह्यातील या रामोशी उठावाचे बाज्या आणि बैज्या हे दोघे म्होरके होते व त्यांच्या नावावरूनच या उठावाला बाज्या-बैज्याचे बंड असे म्हणण्यात येऊ लागले. बाजीचे संपूर्ण नाव बाजी दादू जाधव असे असून तो कुकुडवाड गावचा रहिवासी होता. त्याचा प्रमुख साथीदार बैजी रामोशी हा माण तालुक्यातील ढाकणी गावचा होता. बाज्या धडधाकट शरिराचा उत्तम कुस्तीगीर होता आणि कुकुडवाडचा श्रीखंडोबा हे त्याचे कुलदैवत होते. बाज्या आणि बैज्या हे दोघेही धाडसी वृत्तीचे व शरीराने कणखर होते. त्यांची आपल्या गोफणीवर जबरदस्त भिस्त! रानात जाऊन समोरच्या झाडाला चुना लावून लांबून तो गोफणधोंड्याने उडविण्याचा ते नित्य सराव करत. त्यामुळे नेम धरून गोफणीतून दगडांचा मारा करून शत्रूला पिटाळून लावण्यात ते पुढे सराईत झाले, त्याचप्रमाणे लांबउडी मारण्यात तर ते अत्यंत तरबेज होते. अठरा हात व्यासाच्या विहिरीवरून उडी मारून बाज्या-बैज्या सहज पलीकडे जात. गोफणीशिवाय तलवार, बंदुक इ. शस्त्रे त्यांच्या जवळ असून ती ते प्रसंगानुरूप वापरत असत.[२]

बंडाचा झेंडा उभारला :

रामोशी लोकांना त्या काळात गुन्हेगारांप्रमाणे गावच्या चावडीवर दिवसातून तीन वेळा हजेरी द्यावी लागत असे. त्याबद्दल रामोशांची फार नाराजी होती. या नाराजीतून त्यांनी गावातील बकऱ्या चोरण्याचा सपाटा लावला. एका-एका रात्रीत ३०-४० बकऱ्या चोरीला जाऊ लागल्या. कुकुडवाड परिसरात एकच हाहा:कार माजला. त्यातच चोरीच्या मालाच्या वाटपावरून गावगुंडांचे व रामोशांचे बिनसले व त्यातून उग्र तंटे सुरू झाले. रामोशांनी 'रखवाली' व 'शेती' हे पिढीजात व्यवसाय सोडून देऊन बंडाचे निशाण फडकवले. गावगुंडांचा व सावकारशाहीचा बीमोड करण्यासाठी त्यांनी बंडाचा झेंडा उभारला. रामोशांच्या या पुंडाव्याचे नेतृत्व करीत होते बाज्या आणि बैज्या. अल्पावधीत 'जय खंडोबा' ही या रामोशी उठावाची गर्जना माण खटावच्या परिसरात दुमदुमू लागली. तटबंदीप्रमाणे चारी बाजूंनी डोंगरकड्यांनी वेढलेले कुकुडवाड हे त्यांच्या पुढील सर्व हालचालींचे मुख्य केंद्र बनले.

संघटन :

बाज्या-बैज्यांनी हे बंड यशस्वी करण्यासाठी आपल्या जिवलग साथीदारांची एक बलवान संघटना बांधली. प्रत्येकाला ज्याच्या-त्याच्या कुवतीप्रमाणे कामे वाटून दिली. प्रत्येकजण आपापले काम बरहुकूम पार पाडू लागला. या बंडातील त्यांचे काही साथीदार पुढील लोक होते :- १) बापू भिमा जाधव २) खंडू हरी जाधव ३) धोंडी खंडू पाटोळे ४) बाळू नाथा पाटोळे ५) येसू रामा पाटोळे ६) धोंडी नागू जाधव ७) शंकर बाळू जाधव ८) पांडू भिवा जाधव ९) तात्या लिंबा जाधव १०) हरिबा धोंडिबा शिरतोडे ११) केसू रामा पाटोळे १२) गणू बाळा जाधव १३) तात्या मारुती जाधव १४) मल्हारी तायाप्पा जाधव.

याशिवाय, लक्ष्मण वंजारी व बहिरु तुपारी हे दोघेही पुंडाव्यातील बाज्या-बैज्याचे निकटवर्ती सहकारी होते. लक्ष्मण वंजारी हा हेरगिरीची कामगिरी उत्तम पार पाडत असल्याने बाज्या-बैज्यांचा लाडका होता. बहिरु तुपारी हा अतिशय धाडसी असल्याने तो सर्व बिकट प्रसंगी त्यांच्या सोबत असे.[३]

उद्दिष्ट व कार्यपद्धती :

गावगुंडांच्या प्रमाणेच सावकारशाहीविरुद्धसुद्धा या बंडाचा रोख होता. गावगुंड व सावकार हे इंग्रज सरकारचे बगलबच्चे होते. कुकुडवाड गावात काही गावगुंड होते आणि त्यातील ४-५ जण गावच्या लोकांना फार उपद्रव देत. बाज्या-बैज्यांनी त्यांना गाठून बेदम चोप दिला. या मारहाणीतच एका गावगुंडाचा पाय गुडघ्यातून निखळला तर इतरांना जन्माचे जायबंदी होऊन पडावे लागले.

सोनेनाणे रोकड रक्कम मिळवण्यासाठी बाज्या-बैज्यांनी सावकारांच्यावर आपला मोर्चा वळवला. दरोड्यातील ऐवजाचे डोंगरात वाटप होत असे. सोनेसुद्धा हाताने तोलूनच वाटत. लुटीतील सोन्यानाण्यासारखा जोखमीचा ऐवज आबा सोनार याचेजवळ ठेवत असत.

बाज्या-बैज्या व त्यांचे साथीदार यांनी कधीही स्त्रियांची छेडछाड केली नाही. उलट, स्त्रियांची छेड काढणाऱ्यांचा ते चांगला समाचार घेत असत.

बाज्या-बैज्यांच्या नावाची माण-खटाव तालुक्यातील बऱ्याच गावांत विलक्षण दहशत बसली होती. त्यांनी खंडणी किंवा लूट वसूल करण्याची एक विशिष्ट पद्धत अवलंबली होती. व त्यांना ज्या गावातून खंडणी वसूल करावयाची असेल तेथे ते अगोदर ठरावीक रक्कमेच्या मागणीचा निरोप पाठवत. अशी मागणी होताच गावकरी वर्गणी करून ती रक्कम बाज्या-बैज्याला नेऊन देत. अशी त्यांची जबरदस्त दहशत होती! इतक्यातून एखाद्या गावाने खंडणीची रक्कम देण्याचे नाकारले तर बाज्या-बैज्या

आपल्या साथीदारासह त्या गावात घुसत. तेथील गावगुंडांची व सावकारांची त्यांनी अगोदरच माहिती घेऊन ठेवलेली असे. प्रथम गावगुंडांना ते झोडपून नरम करत व नंतर आपला मोर्चा सावकारांकडे वळवत. परंतु, असे संघर्षाचे प्रसंग फारच कमी असत. त्यामुळे या बंडाच्या हालचाली सुरुवातीला तरी तशा शांतपणेच चालल्या होत्या. ज्या गावांच्याकडून बाज्या-बैज्यांनी खंडण्या वसूल केल्या ती ही गावे- बनपुरी २०० रु., कलेढोण ६०० रु., कारंडवाडी ३०० रु. पुळकोटी ५०० रु., बनगरवाडी ५०० रु., विरकरवाडी ५०० रु., गंगोती ३०० रु., पालवण २५० रु., कातरखटाव ५०० रु. इत्यादी.[४]

कलेढोण हे खटाव तालुक्यातील एक मोठ्या लोकसंख्येचे गाव. मुरळ्यांसाठी तेव्हा हे गाव मशहूर होते. तेथील खंडणी वसुलीची हकीकत मनोरंजक आहे. बाज्या-बैज्याच्या निरोपाप्रमाणे येथील गावकऱ्यांनी खंडणीची रक्कम रुपये ६०० गावाच्या पूर्वेला असलेल्या भवानीच्या देवळापुढे त्यांना समारंभपूर्वक नेऊन दिली. त्याप्रसंगी बाज्या-बैज्यांसाठी मुरळ्यांच्या नाचाचा कार्यक्रम झाला, त्यावेळी बाज्या-बैज्यांनी जवळच असलेल्या घराची सरळ, उंच पाठभींत कसलाही आधार न घेता चढून दाखवली. त्यांच्या अजब कौशल्याने तेथे जमलेले गावकरी चकीत झाले.[५]

पोलिसांशी संघर्ष :

बाज्या-बैज्यांच्या कारवायांमुळे हैराण झालेल्या काही गावकऱ्यांनी त्यांच्याविरुद्ध सरकारकडे तक्रारी केल्या. सरकारच्या राखीव पोलिसदलाची तुकडी बाज्या-बैज्याला पकडून त्यांचा बंदोबस्त करण्यासाठी कुकुडवाड भागात संचार करू लागली. परंतु, जनतेच्या सहकार्याअभावी पोलिसांची तुकडी काहीच करू शकली नाही. प्रचंड दहशतीमुळे बाज्या-बैज्या व त्यांच्या सहकाऱ्यांच्या हालचालींची पोलिसांना माहिती द्यायला जनतेतून कोणीच पुढे येईना. परिणामतः पोलिस खात्याने बाज्या-बैज्याला पकडून देण्यासाठी रु. ५००चे बक्षीस लावले. लालखान नावाच्या एका कडव्या फौजदाराच्या सोबत पोलिस तुकडी देऊन त्यांना पकडण्यासाठी रवानगी करण्यात आली. परंतु, झाले उलटेच. त्यांनीच या फौजदाराला कुकुडवाड भागातून हुसकावून लावले.

त्यानंतर मात्र एका युरोपिअन अधिकाऱ्याची या कामगिरीवर नेमणूक झाली. हा अधिकारी धडाडीने थेट कुकुडवाड गावात आला व राखीव पोलिसदलाच्या आपल्या लवाजम्यासह तो तेथील रामोशी वाड्यात घुसला.. यावेळी रामोशी उठावाचा म्होरक्या बाज्या देवदर्शन घेऊन खंडोबाच्या देवळाला प्रदक्षिणा घालत होता. त्याची व गोऱ्या साहेबाची दृष्टादृष्ट होताच बाका-प्रसंग ओळखून त्याने देवळावरून मागे

उडी मारून जवळच्या डोंगरात पोबारा केला. डोंगराच्या कड्यावरून 'झिमका-टिकल्या' या सांकेतिक शब्दांचा आवाज देऊन त्याने आपल्या सहकाऱ्यांना हाका मारल्या. तसेच आपल्या जवळच्या बंदुकीचे बार काढून त्याने साहेबाला लढण्याचे आव्हान दिले. हाकेसरशी बाज्याचे सहकारी धावून आले. डोंगरावरून त्याच्या सहकाऱ्यांच्या गोफणींचा मारा व खालून पोलिसांच्या बंदुकींचा गोळीबार असा उभयपक्षी अटीतटीचा सामना सुरू झाला. रामोशांनी गोफण धोंड्यांच्या माऱ्याने गोऱ्या साहेबाला हैराण केले व तेथून त्याला परत फिरण्यास भाग पाडले.

बाज्याने हल्लीच्या खानापूर तालुक्यातील मौजे झरे येथे पोलिसांच्या बंदुका व त्यांचे अंगावरचे कपडे हिसकावून घेतले होते.[६] तसेच आरेवाडीच्या जत्रेला बाज्या स्वतःच्या काही निवडक सहकाऱ्यांनिशी गेला असता तेथे गुप्त पोलिसांनी त्याला त्याच्या दोन साथीदारांसह पकडले होते. तरी त्याने पोलिसांबरोबर दोन हात करून स्वतःची आपल्या सहकाऱ्यांसह सुटका करून घेतली. माण तालुक्यातील दिवड गावीही असाच त्यांचा पोलिसांच्याबरोबर सामना झाला.

पाचशे रुपयांच्या बक्षिसाच्या आशेने मौजे भिकवडी (ता. खानापूर) येथील लोकांनी बाज्या-बैज्याला पकडून पोलिसांच्या हवाली करण्याचे ठरविले होते. ही बातमी समजताच बाज्या-बैज्यांनी भिकवडीचे लोक मौजे विरळी (ता. माण) येथील जत्रेनिमित्त भरलेल्या कुस्त्यांच्या फडावर आल्याचे समजताच फडात घुसून सर्व उपस्थितांच्या देखत त्या लोकांना गुरासारखे बडवले.[७]

दुर्दैवी शेवट :

माण तालुक्यातील ढाकणी गावात रामोशी उठावाचे म्होरके बाज्या आणि बैज्या यांचा नाट्यमयरित्या शेवट झाला. ढाकणी गावात शिरताच आप्पा ओंबासे हा गृहस्थ बाज्या-बैज्याला दिसला. त्यानी त्याला मारुती वंजारीस कोणी पकडले असे विचारले, पण आप्पा ओंबासेने अरेरावीची भाषा काढली. बाज्याने त्यास लाथेने खाली पाडले व बेदम मारले. आरडाओरड्याने आप्पाचा थोरला भाऊ पांडू ओंबासे तेथे आला. त्याने बाजाच्या हाता-पाया पडून, गोड बोलून त्यास आपल्या वाड्यात नेले. तेथे तुम्ही माझ्या भावास कशासाठी मारत होता म्हणून पांडुरंग ओंबासे विचारपूस करत असतानाच तेथील दुसऱ्या एका माणसाने बाज्याने भींतीला उभी केलेली बंदूक मोठ्या शिताफीने पळविली. त्याने लगेच नि:शस्त्र बाज्याच्या मानेवर बंदुकीच्या दस्त्याने तीव्र आघात केला. बंदुकीच्या वाराने बाज्या जमिनीवर कोसळला. एवढ्यात बैज्या त्याच्या मदतीला आला. परंतु, चौघांनी त्याच्यावर हल्ला करून त्यास पकडले. नंतर त्याच्या पायाच्या ढोणशिरा तोडून त्याला लोकांनी अर्धमेले केले. शेवटी बाज्या-

बैज्या यांना घायाळ स्थितीत गाडीत घालून दहिवडीला आणले व तेथेच त्यांची प्राणज्योत मालवली. अशा तऱ्हेने बाज्या-बैज्याच्या झंझावाती आयुष्याची अखेर दुर्दैवी झाली. केवळ विश्वासघातामुळे ते मारले गेले असे मानले जाते.

बाज्या-बैज्यास ठार केल्याचे समजताच कुकुडवाडच्या लोकांनी तेथील रामोशीवाडा जमीनदोस्त केला. रामोशीवाड्यात नऊ खंडी धान्य मिळाले ते गावकऱ्यांनी गावच्या देवळात आणून लोकांना वाटले.[८]

बंडाचे दुसरे चित्र :

सातारा जिल्ह्याच्या इ. स. १९२१च्या वार्षिक प्रशासकीय अहवालात बाज्या-बैज्याच्या बंडासंबंधी समाविष्ट केलेले विस्तृत टिपण पुढीलप्रमाणे आहे :

'बाजीची टोळी' या नावाने ओळखल्या जाणाऱ्या रामोशांच्या दरोडेखोर टोळीच्या या जिल्ह्यातील हालचालींचा इतिहास येथे कथन केला तर तो अस्थानी ठरू नये.

या टोळीचे नेतृत्व कुकुडवाड (ता. माण) येथील बाजी दादू रामोशी करत होता. ही टोळी प्रामुख्याने माण व खटाव तालुक्यात कार्यरत होती. परंतु, कधी कधी ती या भागात आणखी पुढे गेली. या टोळीचे कधी काळी चाळीस बलवान सभासद होते. ते कुकुडवाड नजीकच्या खेड्यापाड्यातील रहिवासी होते. त्यांच्याजवळ जुन्या गावठी बंदुका (Match-locks), तलवारी, भाले, कुऱ्हाडी आणि लाठ्या अशी शस्त्रे होती.

सर्वसाधारणपणे या दरोडेखोर टोळीची कार्यपद्धती हिंसारहित (अहिंसक) होती. दरोडेखोरांच्या कार्यपद्धतीपेक्षा ती महसूल वसुली अधिकाऱ्याच्या शांत कार्यपद्धतीसारखी होती. दरोडेखोर टोळीचा एक सभासद त्यांनी निवडलेल्या खेड्याला दिवसाढवळ्या भेट देई आणि त्या गावाच्या पाटलाला या गावाची आकारणी इतकी रक्कम ठरलेली आहे अशी माहिती देई. नंतर पाटलाला ती रक्कम ठरावीक तारखेला आणि ठरावीक ठिकाणी देण्यासाठी तयार ठेवण्याची व्यवस्था करण्याबद्दल सूचना दिली जाई. दागिने व नोटा स्वीकारल्या जात नव्हत्या. तसेच सौदेबाजी चालत नव्हती.

ही पद्धत अत्यंत यशस्वी ठरली. किमान महिनाभर तरी दरोडेखोर टोळीने निर्वेधपणे काम केले. गावकरी पोलिसांना कसलीही माहिती द्यायला भीत होते. आणि मुलकी पाटीलसुद्धा शांत राहिले. बऱ्याच प्रकरणात पाटील आणि खेडेगावचे कोतवाल (रखवालदार) यांची दरोडेखोर टोळीशी गुप्त हात मिळवणी होती.

शेवटी ऑगस्ट महिन्याच्या प्रारंभाच्या सुमारास दरोडेखोर टोळी जिल्ह्याच्या पूर्व सरहद्दीच्या कडेवरील म्हसवड या मोठ्या बाजारपेठेच्या जवळपासच्या खेड्यात वसूल गोळा करत होती. कामावर असलेल्या एका पोलिस शिपायाला लुटण्यात

आले. दरोडेखोर टोळी म्हसवडवर हल्ला करणार अशी अफवा उठली होती. म्हसवडच्या व्यापाऱ्यांनी सर्वत्र तारा पाठवल्या. तेथे अनाकलनीय गोंधळ उद्‌भवण्याची शक्यता जाणून मी (खाली सही करणारा) दोन गाड्या भरून सशस्त्र पोलिस म्हसवडला रवाना केले. त्यांच्याबरोबर तेथील चौकीच्या शिपायांना सशस्त्र करण्यासाठी जादा हत्यारे व दारूगोळा पाठविला. या तुकडीने दि. ७-८-१९२१ ला सातारा सोडले. दरम्यानच्या काळात म्हसवडच्या सबइन्स्पेक्टरने नाखूश खेडुतांच्याकडून दरोडेखोर टोळीसंबंधी काही माहिती काढून घेतली होती. मुख्य ठाण्याकडून कुमक मिळाल्यामुळे बळकटी आलेला सबइन्स्पेक्टर सातारा-म्हसवड रस्त्यावरच्या दिवड या खेड्याकडे निघाला. तेथे दरोडेखोर टोळी वसूल गोळा करण्याच्या बेतात होती. दि. ८-८-१९२१ रोजी सायंकाळच्या वेळी पोलिस व दरोडेखोर टोळी यांच्यात सामना झाला. काही प्रमाणात दारुगोळा खर्च पडल्यावर लढण्याचा उद्देश नसलेली ती दरोडेखोर टोळी स्थानिक डोंगराकडे परत फिरली. (After a considerable expenditure of ammunition the gang which had I believe no intention of fighting, retreated to its native hills.) त्या टोळीत सुमारे चाळीसजण बलदंड होते असे दिसते. पोलिस रात्री दिवडलाच थांबले. मी आजारी असल्याने दुसऱ्या दिवशी सकाळी असिस्टंट सुपरिटेंडंट ऑफ पोलिस तेथे दाखल झाले. ते दिवसभर दिवडला थांबले आणि त्या रात्री त्यांनी सशस्त्र पोलिस तुकडी बरोबर घेऊन ढाकणी व कुकुडवाड या खेड्यांवर छापे घातले. त्या प्रत्येक गावात संशयावरून दोन-दोन व्यक्तींना पकडले होते. पहाटेच्या वेळी पोलिसांची तुकडी कुकुडवाडमध्ये घुसताच दुसऱ्या बाजूने तीनजण निसटून डोंगरात पळाले. ए.एस.पी.ने स्वतःच्या लोकांना मागे टाकल्यामुळे त्याने स्वतःच काही अंतरापर्यंत त्या टोळक्याचा अयशस्वी पाठलाग केला. (The A.S.P. having outsripped his men, himself pursued this party for some distance without success). या टोळक्यातला एकजण म्होरक्या बाजीच होता असे नंतर समजले. तो तलवार घेऊन शस्त्रसज्ज झाल्याचे दिसले.

दि. ११ ला ए.एस.पी.आणि पोलिस तुकडी म्हसवडला परतले व या प्रकरणाचा सामान्य तपास हाती घेण्यात आला. पोलिसांच्या कारवाईमुळे दरोडेखोर टोळी पांगल्याचे जरी वृत्त असले तरी लोक अजूनही खूपच भयभीत असल्याने ते कसलीही माहिती अथवा मदत देत नव्हते. कलम ३९५ अन्वये खटला दाखल करण्यासाठी आवश्यक कसलाही पुरावा मिळणे अशक्य असल्याचे दिसून आल्यावर भारतीय दंडविधान कलम ४०० अन्वये खटला दाखल करण्यात आला.

दि. २२-८-२१ पासून पुढे 'सी' सर्कलचे पोलिस इन्स्पेक्टर व म्हसवड, वडूज, दहिवडचे सबइन्स्पेक्टर्स सशस्त्र पोलिसांच्या तुकड्या घेऊन संशयित खेड्यांवर

सतत छापे घालत होते आणि १९-९-२१ पूर्वी दरोडेखोर टोळीतील आणखी सहाजणांना पकडण्यात आले. मध्यंतरीच्या काळात दरोडेखोर टोळीच्या पूर्वीच्या कारवायांबाबत साधारण कल्पना आली होती. ज्या ज्या खेड्यांत दरोडे पडले पण तेथील वर्दी मिळाली नाही अशा खेड्यांच्या पाटलांना माझ्या विनंतीवरून जिल्हा दंडाधिकाऱ्यांनी संशयित ठरवले. त्याच वेळी माझ्या सूचनेवरून जिल्हा दंडाधिकाऱ्यांनी बाजीला पकडण्यासाठी रु.४००चे बक्षीस जाहीर केले व दरोडेखोर टोळीतील इतर कोणालाही पकडण्यासाठी रु.१००चे एक बक्षीस लावले.

अशी पावले टाकली असताना दरोडेखोरांच्या संख्येत पुन्हा वाढ झाली होती. दिनांक २१-९-१९२१ रोजी डी.एस.पी. व ए.एस.पी. म्हसवडला गेले. त्यांनी 'सी' सर्कलचे पोलिस इन्स्पेक्टर, सबइन्स्पेक्टर्स आणि स्थानिक पोलिस पाटलांच्या मुलाखती घेतल्या. स्थानिक पोलिसपाटलांना दरोडेखोर टोळीच्या ठावठिकाणाची नेमकी माहिती पोलिसांना तात्काळ पोहोचविण्याची जबाबदारी तुमची आहे अशी स्पष्ट जाणीव करून देण्यात आली. सतत पडणारे छापे, धरपकड, पकडण्यासाठी लावलेली बक्षिसे यामुळे दरोडेखोरांची इभ्रत व ताकद यात लक्षणीय घट झाली. डी.एस.पी.च्या म्हसवड भेटीच्यावेळी दरोडेखोर टोळीत फक्त आठजण बलदंड होते असे वृत्त मिळाले.

दि. २०-१०-१९२१ रोजी ढाकणी (म्हसवडपासून ११ मैलांवर) येथील गावकऱ्यांनी एका दरोडेखोराला पकडले. याचा सूड घेण्यासाठी बाजी व त्याचे इतर साथीदार दि. २३-१०-१९२१ रोजी त्या गावी आले. आपल्या लोकांना बाहेर ठेवून बाजी एकटाच गावात आला. तो गावकऱ्यांच्यामध्ये उभा राहून त्यांना शिवीगाळ करीत होता आणि त्याच्या काखेत बंदूक होती व हातात नंगी तलवार होती. एका खेडूताने पाठीमागून त्याची बंदूक हिसकावून घेतली व तिनेच त्याच्या डोक्यावर जबरदस्त प्रहार केला. अर्धमूर्छित होऊन बाजीने तलवार खाली टाकली. दुसऱ्या खेडूताने ती तलवार घेऊन तलवारीने बाज्याच्या पायावर भयंकर वार केला. तसा तो जमिनीवर कोसळला. त्याबरोबर सर्व गावकऱ्यांनी दगड-काठ्यांनी त्याच्यावर चाल केली. आरडाओरडा ऐकून दरोडेखोर टोळीचा दोन नंबरचा नेता बैजी गावात धावला. तो आपल्या म्होरक्याच्या बचावासाठी तलवार उपसत असतानाच खेडूताने (बाजीची तलवार हिसकावून घेतलेल्या) तलवारीने बैज्यावर सपाटून वार केला. त्यामुळे त्याचे मनगट जवळ जवळ तुटले व त्याचवेळी त्याच्या शरीराच्या एका बाजूचा एक मोठा तुकडा कापून निघाला. ती जखम एवढी गंभीर होती की त्यामुळे त्याचा कोथळा बाहेर पडला. इतर सहा दरोडेखोरांनी आपल्या म्होरक्यांच्यावर गुदरलेली आपत्ती

पाहून पलायन केले. गावकऱ्यांनी त्यांचा पाठलाग केला, तथापि रात्र होत आली असल्याने ते आणखी कोणाला पकडू शकले नाहीत. बाज्या-बैज्याला बैलगाडीत बांधून दहिवडीला दवाखान्यात नेण्यात आले. बाजीने प्रवासात गाडीवानाच्या पाठीला चावण्याचा प्रयत्न केल्याचे वृत्त आहे. गाडीतून उचलून बाहेर काढताच तो मरण पावला. बैज्याने सुमारे दोन आठवडे तग धरला, परंतु सरतेशेवटी तो त्याच्या जखमांमुळे मरण पावला.

दरोडेखोर टोळीचे भय ताबडतोब नाहीसे झाले. बाजीचे शव मरणोत्तर तपासणीसाठी गाडीतून रस्त्याने म्हसवडला नेले जात असताना ते पाहण्यासाठी हजारो खेडूत जमले. माझ्या हुकूमावरून या प्रकरणाला जास्तीतजास्त प्रसिद्धी देण्यात आली.

दरोडेखोर टोळीची इभ्रत आता संपूर्णपणे भग्न झाली. टोळीचे सभासद आणि त्याचे पाठीराखे यांच्यात सरकारने ठेवलेल्या सढळ बक्षिसामुळेसुद्धा कलह आणि बेईमानी निर्माण झाली. त्यांच्यात अनेक अंतर्गत झगडे झाल्याच्या बातम्या आहेत.

दिनांक ११-२-१९२२ रोजी म्हसवड येथे मी दरबार भरवून सुमारे २००० गावकऱ्यांच्या उपस्थितीत बाज्या व बैज्या यांना पकडण्याबद्दलची बक्षिसे दिली.

दरोडेखोर टोळी येथून पुढे कसलाही गंभीर उपद्रव निर्माण करील हे असंभवनीय वाटते.

या प्रकरणी गुन्हेगारांना शासन करण्याच्या कामात आलेली सर्वांत मोठी अडचण, पूर्वी नमूद केल्याप्रमाणे अंशत: गावकऱ्यांचा व खेड्यातील गाव कामगारांचा भ्याडपणा व उदासीनता आणि अंशत: गुन्हेगारांनी घेरलेला विस्तृत व डोंगराळ प्रदेश यामुळे आली. पोलिसांच्या तुकड्या जलद गतीने हालचाल करणाऱ्या व काटक रामोशांच्या बरोबर धावाधाव करण्यास अगदी असमर्थ होत्या. बऱ्याच प्रकरणी पोलिस तुकड्यांची जबाबदारी सांभाळणाऱ्या हेडकॉन्स्टेबल्समध्ये पुढाकार व हिंमत यांचा अभाव दिसून आला.

घोडेस्वार पोलिसदलाची नियुक्ती हा या अडचणीवर योग्य उपाय ठरला असता. नि:शस्त्र पोलिस अशांत प्रदेशात संचार करायला भीत होते, सशस्त्र पोलिसांच्या फक्त ३ किंवा ४ तुकड्याच उपलब्ध होत्या व ते पोलिस आपली उपस्थिती जाणवून देण्यास अगदी असमर्थ होते. त्याला कारण अंशतः पोलिसांमधील पुढाकाराचा अभाव व अंशत: दरोडेखोरांचा संचार असलेल्या प्रदेशाचा विस्तीर्णपणा हे होते. तथापि, अर्ध्या डझन तलवारींसह संपूर्ण अशांत भागात नियमित गस्त सुरू करणे व दर दोन किंवा तीन दिवसांनी प्रत्येक खेड्याची तपासणी करण्याची व्यवस्था करणे शक्य झाले असते. मला खात्रीने असे वाटते की, याचा निष्ठुर किंवा संपूर्ण प्रतिकूल

पोलिसपाटलांच्यावर व गावकऱ्यांच्यावर आणि अनुकूल परंतु भित्र्या अशा लोकांच्यावरही उत्तम परिणाम झाला असता.

दरोडेखोर टोळीने जवळ जवळ तेहतीस गावात पैसे गोळा केले होते अर्थात यांपैकी बऱ्याच प्रकरणी अजून रीतसर तक्रारीसुद्धा मिळालेल्या नाहीत.

दरोडेखोर टोळीमधील ज्यांची नावे माहीत आहेत अशा तेहतीस सदस्यांपैकी चौदा जणांना पकडण्यात आले आहे. कैद केलेल्या दरोडेखोरांवर कोरेगावच्या निवासी दंडाधिकाऱ्यांच्या न्यायालयात सध्या खटला चालू आहे.

दरोडेखोरांपैकी बरेचजण ज्या कुकुडवाड गावचे व त्याच्या आसपासच्या वाड्यांचे होते व जेथे दरोडेखोर टोळीला बऱ्याचवेळा आश्रय मिळाला होता त्या कुकुडवाड येथे अतिरिक्त पोलिस ठेवण्याचा प्रस्ताव मी जिल्हादंडाधिकाऱ्यामार्फत पाठवत आहे.[९]

शोध आणि बोध :

ब्रिटिश आमदानीत मांग व रामोशी जमातींच्या माथ्यावर 'गुन्हेगार जमाती' असा अधिकृत शिक्का बसला. त्या दोन तथाकथित गुन्हेगार जमातींपैकी रामोशी ही महाराष्ट्रातील एक वन्य जमात होय. ब्रिटिश आमदानीतसुद्धा महाराष्ट्रात रामोशांची एकंदर संख्या बरीच होती. ज्या सातारा जिल्ह्यात १९२१साली 'बाज्या-बैज्या'चे बंड झाले, तेथील रामोशांची लोकसंख्या किती होती व त्यांची ऐतिहासिक परंपरा कशी होती हे थोडक्यात पाहणे उद्बोधक होईल.

साताराचे राज्य इ.स.१८४८मध्ये खालसा झाल्यानंतर सर हेन्री बार्टल एडवर्ड फ्रेअर सातारा येथे इ.स.१८४८ ते १८५१ पर्यंत कमिशनर होता. त्याच्या कारकिर्दीत सातारा प्रदेशात (ज्याच्यातून पुढे सातारा जिल्हा तयार करण्यात आला.) १८९१६ रामोशी, १२३०४१ मांग, ११३४८० महार, ९४३९४ धनगर अशी लोकसंख्या होती.[१०] रामोशांची वस्ती डोंगरकपारीतच असायची. छत्रपती शिवाजी महाराजांच्या स्वराज्य स्थापनेच्या कार्यात त्यांचा विनियोग झाला. आजच्या पोलिसांचे काम त्यावेळी रामोशी करीत असत. किल्ल्यांच्या तटाखालचा उतारावरचा मुलूख, बुरूज, किल्ल्यांच्या चोरवाटा यांच्या रखवालीच्या व रक्षणाच्या कामी शिवछत्रपतींनी रामोशांचा उपयोग करून घेतला होता. शिवप्रभूंनी चेतवलेले स्वातंत्र्याचे स्फुल्लिंग त्यांच्या अंत:करणात धगधगत होते. एकोणिसाव्या शतकाच्या प्रारंभी सातारा भागात चतुरसिंग भोसलेनी इंग्रजांविरुद्ध केलेल्या उठावात रामोशी सामील झाले होते. चतुरसिंगाच्या निशाणाखाली सातारा जिल्ह्यात त्यांनी लुटालट केली आणि काही किल्लेही पाडले.[११] असे असले तरी रामोशांनी ब्रिटिश राज्यकर्त्यांविरुद्ध केलेले सर्वच उठाव व लढे राष्ट्रीय स्वरूपाचे होते असे म्हणता येत नाही.

गुन्हेगार जमातीत आढळून येणाऱ्या दुष्कृत्यांना आळा घालण्यासाठी सुरू करण्यात आलेल्या हजेरी पद्धतीमुळे त्यांची अधिक गुन्हे करण्याकडे प्रवृत्ती होऊ लागली. कुकुडवाडच्या रामोशी मंडळींना गावच्या चावडीवर दिवसातून तीनवेळा हजेरी देण्याची सक्ती करण्यात आल्याने त्यांच्यात नाराजी निर्माण होऊन ते चोऱ्यामाऱ्या करू लागले. अल्पावधीत शेती व रखवाली या आपल्या पिढीजात व्यवसायांना रामराम ठोकून त्यांनी माण भागात पुंडावा सुरू केला. या प्रदेशातील कायदा आणि सुव्यवस्था राखण्याची जबाबदारी असणाऱ्या ब्रिटिश राज्यकर्त्यांना बाज्या-बैज्याच्या पुंडाव्यामुळे अल्पकाळ एक जबरदस्त आव्हान मिळाले. तथापि, हे बंड जसे सावकारशाही व गुंडगिरीविरुद्ध होते तसेच ते ब्रिटिश सत्तेविरुद्ध केलेला सशस्त्र उठाव या स्वरूपाचे होते असे म्हणता येण्यासारखी स्थिती नव्हती.

पुंडाव्याच्या आरंभकालात जवळ जवळ महिनाभर बंडखोरांनी संघर्ष टाळून शांततापूर्ण मार्गाने माण खटाव तालुक्यातील अनेक गावातून खंडणी वसूल केली. त्यामुळे बंडखोरांच्या हालचाली ताबडतोब स्थानिक शासकीय अधिकाऱ्यांच्या लक्षात आल्या नाहीत. ज्या ज्या गावात दरोडे पडले त्यांपैकी काही गावातील पोलिसपाटलांनी गुन्ह्याची वर्दीसुद्धा दिली नाही. गावोगावच्या पोलिसपाटलांनी दरोडेखोर रामोशी टोळीशी गुप्त संधान बांधल्याने सरकारला या बंडाचा ताबडतोब बीमोड करता आला नाही. केलेले गुन्हे पचवण्यासाठी गावच्या पाटलांचे संरक्षण आवश्यक असल्याने खेडेगावात रामोशी गावच्या पाटलाच्या कच्छपी असल्याचे चित्र सर्रास दिसत असे; पण बंडखोर दरोडेखोर टोळीला मोठा लोकाश्रय होता असे दिसत नाही.

लोकांच्यात बंडखोर रामोशांच्याबद्दल प्रेमापेक्षा दहशतीची, भीतीची भावना जास्त होती. त्यात गावच्या पाटलाची बंडखोरांशी हातमिळवणी असल्यामुळे सामान्य लोक पोलिसांना दरोडेखोर टोळीच्या हालचालींबद्दलची माहिती किंवा अन्य सहकार्य देण्यास धजत नव्हते. या परिस्थितीमुळे इंग्रज राज्यकर्त्यांना लॉर्ड बेंटिंगच्या काळात ठगांचा नायनाट करताना जशा अडचणी आल्या तशाच अडचणी बाज्या-बैज्याच्या बंडाचा मुकाबला करताना आल्या.

खेडेगावात गोरगरीब जनतेवर जुलूम करणाऱ्या काही गावगुंडांना जबर शासन करून बाज्या-बैज्यांनी माण-खटाव भागातीत समस्त गावगुंडांच्यावर आपली जरब बसवली व त्यांच्यात दहशत निर्माण केली. तसेच त्यांनी गरीब जनतेला उपद्रव न देता ठिकठिकाणच्या सावकारांच्यावर दरोडे घातले. अनेक खेड्यांतून त्यांनी खंडणी वसूल केली. तथापि, या दरोडेखोर टोळीने किंवा तिच्या म्होरक्यांनी दरोड्यात हाती लागलेला ऐवज किंवा वसूल केलेली खंडणी गोरगरीब जनतेला उदारहस्ते वाटल्याचे एकही

उदाहरण सापडत नाही. उलटपक्षी बाज्या-बैज्या यांच्या निधनाचे वृत्त येताच गावकऱ्यांनी कुकुडवाड येथील रामोशीवाडा जमीनदोस्त केला, तेव्हा तेथे त्यांना नऊ खंडी धान्य मिळाले. गावच्या देवळात नेऊन त्यांनी ते धान्य गरीब जनतेला वाटून टाकले. कुकुडवाडच्या रामोशी वाड्यात एवढ्या मोठ्या प्रमाणात धान्य कोठून आले? दरोडेखोर टोळीने लुटालुटीत मिळालेल्या धान्याचाच केलेला तो साठा होता हे उघडच आहे.

बाज्या-बैज्याचे बंड गुंडगिरी व सावकारशाहीविरुद्धचे बंड असले तरी ते गोरगरीब जनतेच्या भाकरीसाठी झालेले बंड होते असे म्हणावयास जागा नाही. जुलमी सावकारांची संपत्ती हिरावून घेऊन तिचे गरिब जनतेत वाटप करण्याची उदात्त प्रेरणा या उठावामागे दिसत नाही. लुटालूट करणे हाच पारंपरिक उद्देश याही रामोशी उठावात प्रमुख दिसतो.

बंडाचे म्होरके बाज्या आणि बैज्या हे विश्वासघाताने मारले गेले हे म्हणणेसुद्धा सत्याच्या कसोटीवर टिकणारे नाही. माण तालुक्यातील ढाकणी गावी बाज्या आणि बैज्या आपल्या एका सहकाऱ्याला पकडून दिल्याबद्दल गावकऱ्यांवर सूड घेण्यासाठी गेले होते. वंजारी जमातीचे वर्चस्व असलेले हे गाव. रामोशांच्या प्रमाणेच वंजारी हीसुद्धा वन्य जमात. वंजारी लोक पण रामोशांप्रमाणे काटक, चिवट व धाडसी वृत्तीचे. ढाकणीच्या ज्या पांडुरंग ओंबासेबरोबर दरोडेखोर टोळीच्या म्होरक्याची गाठ पडली तो तर त्या भागातला प्रख्यात कुस्तीगीर होता. अशा तऱ्हेने ढाकणी (ता. माण) येथे झालेल्या अंतिम झगड्यात बाज्या-बैज्याला शेरास सव्वाशेर भेटल्यामुळे त्यांचा पूर्ण पाडाव झाला. विश्वासघाताने मारले जाण्यापेक्षा बाज्या-बैज्या फाजील आत्मविश्वासामुळे, बेफिकीर वृत्तीमुळे मारले गेले असे दिसते.

रामोशी, मांग इ. जमाती पिढ्यान्‌पिढ्या ज्या दयनीय स्थितीत जीवन कंठत असत त्यातूनच त्यांची गुन्हेगारी जन्माला आली. तथाकथित गुन्हेगार जमातींच्या जीवनमानात कसलीही सुधारणा न झाल्याने चोऱ्यामाऱ्यांपासून त्यांची मजल दरोडेखोरीपर्यंत गेली. सर बार्टल फ्रेअर सातारा येथे कमिशनर असताना त्याने सातारा प्रदेशातील (Satara territory) रामोशी व मांग लोकांना धाकात ठेवण्यासाठी व सुधारण्यासाठी काही उपाय सुचविले होते. ते असे होते-पिके चांगली आली नाहीत तर त्यांना शेतसाऱ्यात सढळ सूट देण्यात यावी व त्यांना त्यांच्या शेती व्यवसायाला साहाय्य करण्यासाठी सार्वजनिक निधीतून उचल द्यावी. खिंडी, एकाकी ठिकाणे अथवा खेडी यांच्या रक्षणासाठी त्यांना रखवालदार म्हणून नेमावे. डोंगराच्या खिंडीत लूटमाऱ्या होत असल्याने तेथे कार्यक्षम रखवालदार म्हणून रामोशांची नेमणूक करावी. सातारा-म्हसवड मार्गावरील वर्धनगड, महिमानगड, पिलीवची खिंड या खिंडीजवळ

रामोशांपैकी काही जणांची नेमणूक करण्याची त्याची (फ्रेअरची) इच्छा होती. जेव्हा शक्य असेल तेव्हा त्यांना सार्वजनिक कामावर नेमावे. खिंडीत बैलगाड्यांसाठी चांगले रस्ते बनवण्याच्या कामावर त्यांच्यापैकी बऱ्याच जणांची नेमणूक करावी. त्यांना त्यांच्या गावी दररोज सकाळी व रात्री हजेरी देण्यास लावावे. त्यांनी आपले घर सोडून दुसरीकडे जाताना आपल्या गावच्या अधिकाऱ्याकडून परवाना घेऊन त्यांना ज्या ठिकाणी राहायची इच्छा असेल त्या गावच्या अधिकाऱ्यांना तो सादर करावा, अशी फ्रेअरला गरज वाटत होती. रामोशी व इतर गुन्हेगार वर्गाच्या सुधारणेची योजना सर बार्टल फ्रेअरने तयार केली, तर त्याचा उत्तराधिकारी ओगेल्व्हीने ती सुधारून विस्तारीत केली. शासनाच्या वरिष्ठ अधिकाऱ्यांनी सदर योजना मंजूर करूनसुद्धा ती आठ वर्षे फक्त कागदावरच राहिली व नंतर स्थानिक अधिकाऱ्यांच्याकडे पुढील कारवायीसाठी सोपवण्यात आली. परंतु अवनत वर्गांची स्थिती उन्नत करण्यासाठी कोणतीही खास उपाययोजना स्वीकारण्याबाबत स्थानिक अधिकाऱ्यांचा असलेला विरोध व बेपर्वाई यामुळे सरतेशेवटी या योजनेचा त्याग करण्यात आला.[१२] सर फ्रेअर व ओगेल्व्ही यांच्या या प्रयत्नानंतर गुन्हेगार जमातींच्या दुःसह स्थितीत सुधारणा करण्याचा प्रयत्न माय-बाप सरकारच्यावतीने कोणीही केलेला दिसत नाही.

उलट, 'बाज्या-बैज्या'च्या बंडापूर्वी पहिल्या महायुद्धानंतरची महागाई, प्लेग व इन्फ्लूएंझाच्या साथी, दुष्काळ यामुळे सातारा जिल्ह्यातील सामान्य जीवन कष्टमय व खडतर बनले होते.[१३] तथाकथित गुन्हेगार जमातीचे जीवन तर यावेळी फारच खडतर बनले असणार. सातारा जिल्ह्यातील १९२१ सालाच्या रामोशी उठावाची पार्श्वभूमी या कठोर वास्तवाने युक्त होती.

स्वातंत्र्योत्तर काळातसुद्धा गुन्हेगार जमातींना भटक्या-विमुक्त जमाती हे नवीन नाव मिळण्याशिवाय त्यांच्या जीवनमानात सुधारणा होण्याच्या दृष्टीने उपयुक्त असे पुरेसे प्रयत्न झाले नाहीत. ग्रामीण भागात सत्ताकांक्षी लोकांनी वेळोवेळी आपल्या मतलबी राजकारणातील एक सोईस्कर हत्यार म्हणून या जमातींचा उपयोग करून घेतल्याचे अनेक दाखले मिळतात. या तथाकथित गुन्हेगार जमातीत जेव्हा जागृती होऊन आत्मोद्धाराची प्रेरणा निर्माण होईल व शासनाकडून या वर्गांचे जीवनमान झपाट्याने सुधारण्याचे जाणीवपूर्वक प्रयत्न होतील तेव्हाच या जमातींच्या कपाळीचा गुन्हेगारीचा कलंक धुवून निघेल.

(पूर्वप्रसिद्धी : भारतीय इतिहास आणि संस्कृति, त्रैमासिक, मुंबई, पुस्तक ८३, ऑक्टोबर-डिसेंबर, १९८४).

संदर्भ आणि टिपा :

१) ढवळीकर वसंत : 'बाज्या-बैज्या' जोडीचा पुंडावा, सावकारशाही आणि गुंडगिरीविरुद्ध बंड, केसरी, १९ डिसेंबर १९६५

२) कित्ता

३) कित्ता

४) कित्ता

५) कलेढोण हे प्रस्तुत लेखकाचे गाव आहे. गावातील जुन्या जाणत्या माणसांकडून ऐकावयास मिळालेल्या हकीकतीचा सारांश.

६) झरे हे गाव स्वातंत्र्यपूर्व काळात पंतप्रतिनिधींच्या औंध संस्थानात होते. त्यामुळे बाज्याने ज्या पोलिसांच्या बंदुका व अंगावरचे कपडे पळविले होते, ते पोलिस संस्थानी होते की त्याच्या पाळतीवरच झरे येथे गेलेले ते ब्रिटिश राज्यकर्त्यांचे पोलिस होते ते कळत नाही.

७) ढवळीकर वसंत, उपरोक्त

८) कित्ता

९) Extract from the Satara Annual Administration Report for the year 1921. Incidents of special Note, Mss Eur. E 324 - W. B. Manley Papers, The British Library, India office Libraty & Records, London. बाज्या-बैज्याच्या उठावासंबंधीचे हे टिपण लिहिणारा अधिकारी कोण व त्याचा हुद्दा काय होता याचा मात्र बोध होत नाही. तथापि, हे टिप्पण अस्सल असल्याची प्रस्तुत लेखकाने खात्री करून घेतली आहे. मूळ इंग्रजी टिपणाचे मराठी भाषांतर या लेखात दिले आहे. भाषांतर करताना मूळ टिपणातील आशय जसाच्या तसा ठेवण्याची लेखकाने दक्षता घेतली आहे.

१०) देसाई संजीव - British Relations with the Ramoshis in the Bombay Presidency (1818-1947 A.D.)
मुंबई विद्यापीठास इ.स.१९८१मध्ये पीएच.डी. पदवीसाठी सादर केलेला अप्रकाशित प्रबंध, पृ. ४०३, ४३१.

११) खोबरेकर, वि. गो. - इंग्रजी सत्तेविरुद्ध महाराष्ट्रातील सशस्त्र उठाव (१८१८-१८६०) पॉप्युलर बुक डेपो, मुंबई १९५९, पृ. १६-२७.

१२) देसाई संजीव, उपरोक्त पृ. ४०२, ४०७ व ४३०.

१३) आठल्ये वा. वि. - आत्मवृत्त, सातारा, १९५८, पृ. ३०९-३३७.

३

फलटण संस्थानातील प्रजापक्षीय चळवळ

स्वातंत्र्य प्राप्तीच्या वेळी आपल्या देशात शेकडो संस्थाने अस्तित्वात होती. मात्र, देशातील संस्थानांची संख्या वेगवेगळ्या अभ्यासकांनी ५५४, ५६२, ५७७ अशी दिल्याचे आढळते. संस्थानी प्रदेशातील स्वातंत्र्य चळवळ हे भारतीय राष्ट्रीय चळवळीचे एक महत्त्वाचे परंतु काहीसे उपेक्षित अंग आहे. देशातील संस्थानिकांनी ब्रिटिश अधिसत्तेचे मांडलिकत्व स्वीकारले होते. बहुसंख्य संस्थानांत 'हुकूमशाही राजवट' असून सर्व सत्ता संस्थानिक अथवा त्यांचे हस्तक यांच्या हाती केंद्रित झाली होती. एतद्देशीय संस्थानांत नागरी स्वातंत्र्य आणि कायद्याचे राज्य या गोष्टी केवळ नावापुरत्याच होत्या. संस्थानी प्रजेवर खालसा मुलखापेक्षा जमीन महसुलाचे ओझे जास्त होते. संस्थानच्या महसुलाचा स्वत:च्या चैनीसाठी विनियोग करण्याची अनिर्बंध सत्ता संस्थानिकांना होती. त्यामुळे देशातील बहुसंख्य संस्थाने मागासलेली होती.

संस्थानी प्रदेशातील स्वातंत्र्य आंदोलनाचे स्वरूप, त्याची व्याप्ती आणि तीव्रता, तेथील प्रजेला मिळणारे मूलभूत नागरी स्वातंत्र्य, प्रजेतील राजकीय जागृती व आकांक्षा इ. बाबींवर अवलंबून होते. तथापि, सभोवतालच्या खालसा मुलखात काँग्रेसच्या झेंड्याखाली चाललेल्या व्यापक राष्ट्रीय आंदोलनाचा संस्थानी प्रजेवर प्रभाव पडत होता. त्यामुळे संस्थानी प्रजेत अधिकाधिक राजकीय जागृती निर्माण होऊ लागली. जागृत संस्थानी प्रजा हक्कांची मागणी करू लागली. लोकशाही हक्क, नागरी स्वातंत्र्य, जबाबदार शासन पद्धत, संस्थानी प्रजेकडून ब्रिटिश हद्दीतील प्रमाणात शेतसारा वसूल करण्यात यावा, संस्थानिकांच्या खासगी खर्चावर निर्बंध घालावेत इ. मागण्यांचा संस्थानी प्रजेकडून पुरस्कार करण्यात येऊ लागला. संस्थानी प्रजेच्या मागण्यांचा पाठपुरावा करण्यासाठी १९२७ सालाच्या डिसेंबरात 'अखिल भारतीय संस्थानी प्रजापरिषद' (All India States' People's Conference) स्थापन करण्यात आली.

तिच्या संस्थापकात सांगलीचे प्रा.ग.र. अभ्यंकर एक होते. स्वातंत्र्यपूर्व काळात दक्षिण महाराष्ट्रात लहान-मोठी सतरा संस्थाने होती. प्रदेश, लोकसंख्या व उत्पन्न या मानाने कोल्हापूर हे सर्वांत मोठे संस्थान होते. तर वाडी जहागीर सर्वार्थाने सर्वांत लहान होती. न. चिं. केळकर, अनंत विनायक ऊर्फ वामनराव पटवर्धन व प्रा. ग. र. अभ्यंकर हे दक्षिणी संस्थानातील प्रजापक्षीय चळवळीचे अध्वर्यू होते. १९२१ साली पुणे येथे स्थापन झालेल्या दक्षिणी संस्थान हितवर्धक सभेने (Deccan States' People's Conference) संस्थानी प्रजेत राजकीय जागृती घडवून आणणे आणि राजकीय चळवळ संघटित करणे या कामी महत्त्वाची भूमिका बजावली. पुणे हेच दक्षिणी संस्थानातील प्रजापक्षीय चळवळीचे दीर्घ काळ केंद्र होते. १९३० पासूनच्या दशकात बहुतेक सर्व दक्षिणी संस्थानात प्रजापरिषदांची स्थापना होऊन प्रजापक्षीय आंदोलन प्रभावी होऊ लागले. त्या आंदोलनास काँग्रेस व भारत सेवक समाज यांनी वेळोवेळी मार्गदर्शन व नेतृत्व पुरविले. भोर, सांगली, मिरज आणि जमखंडी या चार संस्थानात प्रजापरिषदांचा लढा तीव्र असून दीर्घ काळ चालला. देशाला स्वातंत्र्य मिळाल्यानंतर सर्व दक्षिणी संस्थानांचे भारतीय संघराज्यात विलीनीकरण व्हावे यासाठी संस्थानी प्रजेने तीव्र आंदोलन छेडले. त्याला सरदार वल्लभभाई पटेल व काँग्रेस पक्षाचा पाठिंबा होता. परिणामत: कोल्हापूर वगळता सर्व दक्षिणी संस्थानांचे ८ मार्च १९४८ रोजी मुंबई प्रांतात विलीनीकरण झाले. कोल्हापूर संस्थान १ मार्च १९४९ रोजी विलीन झाले.

फलटण हे दक्षिण महाराष्ट्रातील एक प्राचीन व ऐतिहासिकदृष्ट्या अत्यंत महत्त्वाचे संस्थान होते. प्रस्तुत निबंधात फलटण संस्थानातील प्रजापक्षीय चळवळीचा आढावा घेण्याचा प्रयत्न केला आहे.

भौगोलिक स्थान :

फलटण संस्थान मुंबई प्रांतात सातारा जिल्ह्याच्या ईशान्येस नीरा खोऱ्यात वसलेले होते. संस्थानचा भूप्रदेश आयताकार असून त्याचे क्षेत्रफळ ३९७ चौरस मैल होते. संस्थानच्या चतु:सीमा पुढीलप्रमाणे होत्या. उत्तरेला नीरा नदी व त्यापलीकडे पुणे जिल्हा, दक्षिणेला महादेवाच्या डोंगरांची रांग, पूर्वेला सोलापूर जिल्हा तर पश्चिमेला संस्थानाला सातारा जिल्ह्यापासून अलग करणारा नाला. संस्थानचा प्रदेश सलग होता आणि त्यात ७३ गावे होती. फलटण हे संस्थानच्या राजधानीचे शहर असून ते पुण्यापासून ६६ मैल व साताऱ्यापासून ४६ मैल आहे.[१]

सन १९४१च्या जनगणनेनुसार संस्थानची लोकसंख्या ७१४७३ होती. १९४५-४६ साली संस्थानचे एकूण उत्पन्न रु. २१,७६००० /- होते.[२]

ऐतिहासिक पार्श्वभूमी :

फलटण संस्थानास गौरवशाली ऐतिहासिक परंपरा लाभली आहे. तेथील नाईक-निंबाळकर घराण्याचे हिंदवी स्वराज्याचे संस्थापक छत्रपती शिवाजी महाराजांच्या घराण्याशी नातेसंबंध होते. तथापि, एकोणिसाव्या शतकात मात्र सातारच्या प्रतापसिंह महाराजांनी फलटण संस्थान दोन वेळा जप्त केले होते. १ जानेवारी १८२५ रोजी फलटण संस्थानचे अधिपती जानराव निपुत्रिक मरण पावले आणि त्यानंतर सातारच्या प्रतापसिंह महाराजांनी ते संस्थान जप्त केले. मात्र, रु. ३०,०००/-चा नजराणा घेऊन बजाजीस सप्टेंबर १८२७मध्ये संस्थान परत केले. मे १८२८मध्ये त्यांचे निधन झाल्यावर प्रतापसिंह महाराजांनी फलटण संस्थान पुन्हा जप्त केले. इ.स.१८३९मध्ये प्रतापसिंह महाराजांना पदच्यूत करण्यात येऊन त्यांचे बंधू शहाजी सातारच्या गादीवर आले. त्याच वेळी फलटण जहागीर ब्रिटिशांच्या नियंत्रणाखाली गेली. डिसेंबर १८४१मध्ये जानरावची पत्नी साहेबजीबाई ऊर्फ बयाबाई आईसाहेब यांचेकडून रु. ३०,०००/-चा नजराणा घेऊन व त्यांना दत्तक घेण्याची परवानगी देऊन फलटण गादी त्यांना परत करण्यात आली.

१९१६ साली फलटण संस्थानाधिपती मुधोजीराव बापूसाहेब यांचे निधन झाले. मृत्यूपूर्वीच इ.स. १८९९मध्ये त्यांनी मालोजीराव तथा नानासाहेब यांना दत्तक घेतले होते. दि. १८ ऑक्टोबर, १९१६ रोजी मालोजीराव गादीवर आले. परंतु, तेव्हा ते अल्पवयीन असल्याने संस्थानचा कारभार ब्रिटिश सरकारच्या प्रशासकामार्फत चालत होता. १५ नोव्हेंबर १९१७ रोजी मालोजीरावांना संस्थानच्या राज्यकारभाराचे संपूर्ण अधिकार देण्यात आले. तेच फलटण संस्थानचे अखेरचे राज्यकर्ते ठरले. ब्रिटिश सरकारने फलटण संस्थानाधिपतीस दख्खनमधील प्रथम श्रेणीच्या सरदाराचा दर्जा दिला होता. मालोजीरावांना ब्रिटिश सरकारकडून १ जानेवारी १९३६ रोजी 'राजा' हा किताब मिळाला.[३]

घटनात्मक प्रगती :

मालोजीराजे हे सुज्ञ व प्रगमनशील राज्यकर्ते होते. त्यांचा पिंड अनियंत्रित राजाचा नव्हता. त्यांच्या कारकिर्दीत फलटण संस्थानात लोकशाही व्यवस्था व प्रथा यांचा उगम व विकास झाला. त्यांना देशातील राजकीय परिस्थितीत झपाट्याने होणारे बदल व भारतीय जनतेच्या मनातील असंतोष यांचे अचूक आकलन झाले होते. खालसा मुलखात उठलेली राजकीय आंदोलनाची लाट भविष्यकाळात आपल्या संस्थानात आली तर ती सुसह्य व्हावी यासाठी मालोजीराजे यांनी स्वत:हून आपल्या संस्थानात पुरोगामी घटनात्मक सुधारणा घडवून आणल्या. अशा सुधारणा घडवून

आणण्याची प्रेरणा त्यांना वेद व महाभारतातील वचनांचे परिशीलन आणि ब्रिटिश शासन पद्धतीतील तत्त्वांचे चिंतन यातून मिळाल्याचे दिसते. दि. ७ सप्टेंबर, १९२९ रोजी फलटण संस्थान कायदेमंडळाचे उद्‌घाटन प्रसंगी केलेल्या भाषणात मालोजीराजे म्हणतात, "...ब्रिटिश शासनपद्धतीतील तत्त्वांच्या अभ्यासामुळे हा नवीन उपक्रम करण्याचे आमच्या मनात आले ही गोष्ट आम्ही स्पष्टपणे कबुल करतो. परंतु, त्याबरोबर हेही सांगितले पाहिजे की वेद आणि महाभारत यांसारख्या आपल्या धर्मग्रंथांतील वचनेही आमच्या या इच्छेला कारणीभूत झालेली आहेत..."[४]

मालोजीराजे यांना संस्थानचा कारभार लोकशाही पद्धतीने करावा व शासनात लोकप्रतिनिधींचा समावेश व्हावा असे वाटत असे; म्हणून त्यांनी एप्रिल १९२०मध्ये आपल्याला राज्यकारभारात सल्लामसलत करण्यासाठी अधिकारी व प्रजेचे पुढारी यांचे एक संमिश्र 'सल्लागार मंडळ' नेमले आणि आपल्या निरंकुश सत्तेवर स्वत: मर्यादा घालून घेतल्या.

इ.स. १९२९मध्ये कायदा करून फलटण संस्थानात राजेसाहेबांनी कायदेमंडळाची स्थापना केली. त्या कायदेमंडळाची एकूण सभासद संख्या १७ असून त्यांची वर्गवारी पुढीलप्रमाणे – कार्यकारी मंडळाचे सभासद २, सरकारी अधिकारी २, सरकार नियुक्त बिनसरकारी सभासद ५, आणि लोकनियुक्त सभासद ८. फलटण संस्थानच्या या पहिल्या कायदेमंडळात सरकार नियुक्त बिनसरकारी सभासदात स्वतंत्र विचाराच्या व्यक्तींचा समावेश करण्यात आला होता. तसेच एका मागासवर्गीयाची कायदेमंडळाचा सभासद म्हणून नेमणूक केली होती. इ.स. १९२९च्या कायद्याप्रमाणे फलटण येथील प्रसिद्ध वकील श्री. श्रीपाद माधव दाणी यांचा न्यायमंत्री म्हणून कार्यकारी मंडळात समावेश करण्यात आला.

इ.स.१९३१च्या सुधारणा कायद्यानुसार राजेसाहेब कार्यकारी मंडळाच्या अध्यक्षपदाच्या जबाबदारीतून मुक्त झाले. दिवाण कार्यकारी मंडळाचे अध्यक्ष झाले व कार्यकारी मंडळाची सदस्य संख्या तीन झाली. तसेच संस्थानच्या कायदेमंडळाची एकूण सभासद संख्या १७ वरून १९ करण्यात आली.

इ. स. १९४२मध्ये राज्यकारभारविषयक नवीन कायदा करून राजेसाहेबांनी आपल्या प्रजेला घटनात्मक सुधारणांचा आणखीन एक हप्ता दिला. सदर कायद्याने फलटण संस्थानात लोकशाही स्वराज्याचा प्रयोग सुरू केला. १९४२च्या कायद्यानुसार कायदेमंडळात एकूण सभासद १८ होते. त्यांपैकी लोकनियुक्त सभासदांची संख्या १२ होती. लोकनियुक्त सभासदांच्या १२ जागांपैकी २ जागा मागासवर्गीयांसाठी राखीव होत्या. कायदेमंडळातील अन्य सहा सभासद सरकारनियुक्त बिनसरकारी होते आणि

त्यांपैकी एक जागा स्त्री सभासदासाठी राखीव होती. अर्थतज्ज्ञ प्रा. धनंजयराव गाडगीळ, शिक्षणतज्ज्ञ जे. पी. नाईक, श्रीमती आनंदीबाई शिर्के, अनंतराव साबडे, भारत सेवक समाजाचे श्रीधर गणेश वझे व शेतीतज्ज्ञ का. वा. जोशी इ. संस्थानाबाहेरील मान्यवर व्यक्तींची कायदेमंडळावर बिनसरकारी सभासद म्हणून नेमणूक करण्यात आली होती. १९४२च्या कायद्यान्वये फलटण संस्थानात द्विदल राज्यपद्धतीचा प्रयोग सुरू करण्यात आला.

मालोजीराजे यांनी आपल्या संस्थानात सत्तेचे विकेंद्रीकरण केले होते. मुंबई प्रांतातील ग्रामपंचायत कायदा संस्थानात लागू करून त्यांनी तरडगाव येथे संस्थानातील पहिली ग्रामपंचायत स्थापन केली. इ.स.१८६८मध्ये फलटणची म्युनिसिपाल्टी स्थापन झालेली आहे. इ. स. १९३९च्या निवडणुकीपूर्वीच दरबारने म्युनिसिपाल्टीच्या १६ पैकी १२ सभासद निवडण्याचा अधिकार जनतेला दिला. परिणामत: १९३९ साली लोकसभा पक्षाचे चिटणीस श्री.नागेश विश्वनाथ बावडेकर हे फलटण म्युनिसिपाल्टीचे पहिले लोकनियुक्त अध्यक्ष झाले.[५]

इ. स. १९३९ साली राजेसाहेबांनी लोकल बोर्डाचा कायदा करून ब्रिटिश हद्दीप्रमाणे आपल्या संस्थानात लोकल बोर्डाची स्थापना केली. त्यास लोकल बोर्ड कायद्याखाली सर्व उत्पन्न तोडून दिले. लोकल बोर्डात एकूण २० सभासदांपैकी १५ लोकनियुक्त होते.[६]

मालोजीराजांनी गादीवर आल्यापासून न्यायदान चोख व निष्पक्षपाती होण्यासाठी महत्त्वाच्या खटल्यांचा संस्थानाबाहेरच्या अनुभवी, तज्ज्ञ कायदे पंडितांकडून निवाडा करण्याचे धोरण स्वीकारले होते. न्यायसंस्थेचे स्वातंत्र्य अबाधित राखण्यासाठी त्यांनी १९४२-४३ सालाच्या सुमारास न्यायमंडळ व कायदेमंडळ यांची फारकत केली.[७]

आर्थिक विकास :

फलटण संस्थानचा बहुतेक मुलूख ओसाड व सतत अवर्षणप्रवण होता. मात्र, मालोजीराजांच्या कारकिर्दीत संस्थानचा कायापालट झाला. त्यांच्याच कारकिर्दीत संस्थानचा सर्वाधिक भाग्योदय झाला. मालोजीराजांच्या प्रयत्नामुळे इ. स. १९२५ पासून संस्थानातील शेत जमिनीला भाटघर धरणाच्या उजव्या कालव्यातून पाणी मिळू लागले. त्यामुळे संस्थानातील बागायतीचे क्षेत्र वाढले. राजेसाहेबांनी फलटण शुगर वर्क्स लि. या कंपनीस अनेक सवलती देऊन इ.स.१९३३मध्ये साखरवाडी येथे साखर कारखाना काढण्यास परवानगी दिली.[८] संस्थानात ऊस शेतीचे क्षेत्र वाढू लागले. शेतकऱ्यांची स्थिती सुधारण्यास मदत झाली. तसेच लोकांना कामधंदा मिळू लागला. संस्थानच्या आर्थिक सुस्थितीमुळे राजेसाहेबांनी इ.स.१९३५-३६ पासून पाच वर्षांत

एक लाख रुपयांचा 'शेती सुधारणा फंड' व उद्योगधंद्याच्या वाढीसाठी 'औद्योगिक सुधारणा फंड' निर्माण केला. शेतकऱ्यांच्या डोक्यावरील थकबाकीचे ओझे दूर केल्याशिवाय त्यांची परिस्थिती सुधारणार नाही, हे जाणून दरबारने संस्थानातील सर्व शेतकऱ्यांकडून ३१ मे १९३७ अखेर जमीन बाबींची सर्व थकबाकी रु. ५१,२४९/- एकदम माफ केली. तसेच संस्थानातील शेतसाऱ्यांचे प्रमाण ब्रिटिश हद्दीपेक्षा किंचित जास्त असल्याचे निदर्शनाला आणताच शेतसारा ब्रिटिश हद्दीपेक्षा कमी करण्याचे राजेसाहेबांनी मान्य केले.[९] लोकांनी त्यांच्या वैयक्तिक खासगी खर्चाला नियंत्रण लावण्याऐवजी त्यांनी स्वतःच असे कायदेशीर बंधन घालून घेतले होते. राजेसाहेब आपल्या वैयक्तिक खासगी बाबींवर संस्थानच्या एकूण उत्पन्नाच्या १५% पेक्षा अधिक खर्च करत नसत. मालोजीराजांच्या आर्थिक धोरणामुळे व त्यांनी योजलेल्या विविध उपाययोजनांमुळे संस्थानची भरभराट झाली आणि विलीनीकरणाचे समयी संस्थानच्या खजिन्यात रु. ६५,००,०००/- शिल्लक होते.[१०]

राजकीय संघटना :

फलटण संस्थानात राजकीय पक्ष संघटना आणि प्रजापक्षीय चळवळ यांचा प्रादुर्भाव उशिरा झाला; कारण त्यासाठी आवश्यक असणाऱ्या राजकीय जागृती व आकांक्षा या गोष्टींचा तेथील प्रजेत अभाव होता. त्यालाही काही कारणे होती. मालोजीराजे यांनी आपल्या कारकिर्दीत संस्थानच्या प्रजेस सुराज्याचा कारभार दिला. प्रजेकडून मागणी नसताना तिला महत्त्वाचे लोकशाही हक्क बहाल केले. संस्थानात राजकीय, घटनात्मक सुधारणा करताना त्या लोकमत व लोकप्रतिनिधींचे सहकार्य व संमती यानुसार करण्याचा राजेसाहेबांचा परिपाठ होता. त्यासाठी ते संस्थानबाहेरच्या वामनराव पटवर्धन, श्री. ग. वझे, अनंतराव साबडे, शंकरराव देव, सरदार पटेल, जवाहरलाल नेहरू व म. गांधी इत्यादी नेत्यांशी वारंवार संपर्क साधून सल्लामसलत करत असत. परिणामतः फलटण संस्थानच्या प्रजेला न मागताच अनेक राजकीय हक्क प्राप्त झाले होते. मालोजीराजे यांच्या आर्थिक धोरणामुळे संस्थानची भरभराट होऊन त्यांची प्रजा सुस्थितीत होती. प्रजेत असंतोषाला वाव नव्हता. तथापि, दक्षिणीसंस्थान प्रजापक्षीय चळवळीचे एक अध्वर्यू वामनराव पटवर्धन यांनी फलटणच्या प्रजेत राजकीय जागृती घडवून आणून तिला संघटित करण्यासाठी अविरत प्रयत्न केले. परिणामतः कालांतराने फलटण संस्थान लोकसभा, सुधारणावादी स्वतंत्र पक्ष, शेतकरी संघ, फलटण संस्थान प्रजापरिषद या राजकीय पक्ष संघटनांचा उदय झाला व त्यांच्यामार्फत प्रजापक्षीय चळवळ संघटित करण्यात आली.

अ) लोकसभा पक्ष :

वामनराव पटवर्धन यांच्या सातत्याच्या प्रयत्नाने फलटणमधील लोकांच्या मनातील राजकीय औदासिन्य नाहीसे होऊन ते राजकीयदृष्ट्या जागृत झाले. २४ एप्रिल, १९३८ रोजी 'दक्षिणी संस्थान लोकसभा केंद्र, फलटण' या संघटनेची स्थापना होऊन ती दक्षिणी संस्थान लोकसभेला जोडण्यात आली. या कामी दे. भ. गोविंदराव कणबूर यांचे प्रोत्साहन मिळाले. मात्र, ११ डिसेंबर ३९च्या साधारण सभेत या संघटनेचे दक्षिणी संस्थान लोकसभेशी असलेले संबंध तोडण्याचा निर्णय घेण्यात आला व संस्थेचे नाव 'फलटण संस्थान लोकसभा' असे ठेवण्यात आले. ''संस्थानाधिपतींच्या आधिपत्याखाली व शांततेच्या व न्याय्य मार्गानी संपूर्ण जबाबदार राज्यपद्धती प्राप्त करून घेणे, तसेच फलटण संस्थानच्या प्रजेच्या आर्थिक, राजकीय, सामाजिक अशा सर्वांगीण उन्नतीसाठी प्रयत्न करणे'' ही या संघटनेची ध्येये व उद्दिष्टे होती. नागेश विश्वनाथ बावडेकर (वकील), डॉ. रामचंद्र हरी भडकमकर व विष्णु नारायण आगाशे (वकील) हे लोकसभा पक्षाचे तीन प्रमुख नेते होते. डॉ. भडकमकर हे या पक्षाचे काही वर्षे अध्यक्ष होते. इ.स.१९३९च्या निवडणुकीत या पक्षाने फलटण म्युनिसिपाल्टी काबीज केली व पक्षाचे नेते बावडेकर वकील हे तिचे पहिले लोकनियुक्त प्रेसिडेंट झाले.

लोकसभा पक्षाने ३० जुलै १९३८ रोजी फलटण येथे सभा भरवून जनतेस आपल्या कार्याची माहिती दिली आणि जनतेच्या मागण्यांसंबंधी चार ठराव करून ते दरबारकडे पाठविण्याचे ठरविले. त्यानंतर आपल्या मागण्या स्पष्ट करून सांगण्यासाठी दरबारकडे एक शिष्टमंडळ पाठविण्याचेही ठरविले. ते चार ठराव पुढीलप्रमाणे–

१) १९२४–२५च्या रिव्हिजन सेटलमेंटमुळे जमीन महसुलात झालेली वाढ रद्द करण्यात यावी.

२) शेतसारा व पाणीपट्टीच्या बाकीसाठी सरकारने जप्त केलेल्या व अद्याप सरकारच्या ताब्यात असलेल्या जमिनी मालकांना परत करण्यात याव्यात.

३) पाणीपट्टीसाठी जप्त झालेल्या जमिनींची विक्री झाली असल्यास विक्रीच्या रक्कमेतून पाणीपट्टी वजा करून उरलेली रक्कम मालकांना देण्यात यावी.

४) शेतीसाठी उपयोगी जनावरांसाठी वनचराई फी माफ करण्यात यावी.

वरील ठराव दरबाराकडे रवाना केल्यानंतर दि. ४ ऑक्टोबर १९३८ रोजी लोकसभा पक्षाच्या एका शिष्टमंडळाने दरबारची भेट घेतली. त्यावेळी झालेल्या चर्चेत पुढील खुलासा देण्यात आला. आवश्यक माहिती उपलब्ध होताच ठराव क्र. १ बाबत विचार करण्यात येईल. ठराव क्र. २ बाबत असे सांगण्यात आले की आर्थिक वर्ष

१९३६-३७ अखेरीस जमीन महसुलाच्या थकबाबींची माफी जाहीर करतानाच जप्त जमिनी मालकांना परत करण्याचे दरबारने ठरविले असून लवकरच अशा जमिनी परत करण्यात येतील. त्याप्रमाणे इ.स. १९४० पर्यंत बऱ्याच जमिनी परत करण्यात आल्या. ठराव क्र. ३ मधील मागणीप्रमाणेच दरबारचे धोरण असल्याचे स्पष्ट करण्यात आले. ठराव क्र. ४ ला अनुसरून दि. १.६.३९ पासून सर्व प्रकारच्या जनावरांसाठी वनचराई फी माफ करण्यात आली.

लोकसभा पक्षाच्या शिष्टमंडळास दरबाराने पुन्हा दि. १० फेब्रुवारी ३९ रोजी चर्चेसाठी पाचारण केले. यावेळी ठराव क्र. १ संबंधी चर्चा झाली. चर्चेच्या वेळी संस्थानातील शेतसारा लगतच्या ब्रिटिश हद्दीतील शेतसाऱ्या इतकाच असावा हे तत्त्व उभयपक्षी मान्य करण्यात आले. दरबारने नेमलेल्या तज्ज्ञांनी संस्थानातील शेतसारा ब्रिटिश हद्दीतील साऱ्यापेक्षा दर रुपायास ८ पैसे जास्त असल्याचे निदर्शनास आणले. तेव्हा शिष्टमंडळाने शेतसारा बराच कमी करण्याचा आग्रह धरला. तथापि, याबाबत राजेसाहेबांनी अंतिम निर्णय घ्यावा आणि त्यांचा याबाबतचा निर्णय कसाही असला तरी आपण तो मान्य करू असे शिष्टमंडळाने स्पष्ट केले. राजेसाहेबांनी चालू सेटलमेंटच्या अखेरीस शेतसाऱ्यात रुपयास तीन आणे एवढी भरघोस सूट देण्याचे जाहीर केले. त्यामुळे लोकसभा पक्षाच्या महत्त्वाच्या मागणीची पूर्तता झाली. लोकसभा पक्षास संस्थान कायदेमंडळाच्या इ.स.१९४०च्या निवडणुकीत ५ जागा तर इ.स.१९४४च्या निवडणुकीत २ जागा मिळाल्या होत्या.[११]

ब) सुधारणावादी स्वतंत्रपक्ष :

हा संस्थानातील दुसरा महत्त्वाचा राजकीय पक्ष. श्री. तेली, वकील, या पक्षाचे प्रमुख नेते होते. या पक्षाच्या सभासदांनी संस्थानचे कायदेमंडळ, म्युनिसिपाल्टी, लोकलबोर्ड इ. संस्थांत लोकोपयोगी कामे केली. इ. स. १९४० पूर्वी या पक्षाचे कायदेमंडळात ३ व म्युनिसिपाल्टीत ३ सभासद होते. इ.स. १९४४च्या निवडणुकीत सदर पक्षाचा पराभव झाल्याने हा पक्षच संपुष्टात आला.[१२]

क) शेतकरी संघ :

संस्थांनातील शेतकऱ्यांची सामाजिक, आर्थिक व शैक्षणिक सुधारणा घडवून आणून त्यांची गाऱ्हाणी दूर करण्याच्या उद्देशाने दिनांक २५ फेब्रुवारी १९४० रोजी या संघटनेची स्थापना झाली. स. रा. भोसले, वकील या पक्षाचे प्रमुख नेते होते. या पक्षाने इ.स.१९४४च्या कायदेमंडळ निवडणुकीत लोकनियुक्त सभासदांच्या १२ जागांपैकी १० जागा मिळविल्या. पक्षाचे नेते श्री. भोसले १९४० ते ४४ अशी चार वर्षे मंत्रिपदी होते.

ड) प्रजापरिषद :

फलटण संस्थानात प्रजापरिषदेची स्थापना तुलनेने उशिरा झाली. प्रजापरिषदेची स्थापना नेमकी केव्हा झाली हे स्पष्ट करणारा पुरावा उपलब्ध नाही. या संघटनेचे पहिले सरचिटणीस श्री. रा. ब. भगत यांच्या माहितीनुसार फलटण संस्थान प्रजापरिषदेची स्थापना श्री. गोविंदराव कणबूर यांच्या सांगण्यावरून इ.स.१९४४मध्ये करण्यात आली. प्रजापरिषदेचे अध्यक्ष दे.भ.शंकरराव देव, कार्याध्यक्ष डॉ. दत्तात्रय मनोहर बर्वे व सरचिटणीस श्री.रा.ब.भगत होते.[१३] कोल्हापूर संस्थान प्रजापरिषदेचे नेते माधवराव बागल सेवादलाच्या एका कार्यक्रमासाठी इ.स.१९४४च्या प्रारंभी फलटणला गेले होते. तेव्हा त्यांना तेथील राजकीय पक्ष संघटनांचे कार्यकर्ते भेटले. परंतु, त्यामध्ये प्रजापरिषदेच्या कार्यकर्त्यांचा उल्लेख नाही.[१४] दक्षिणी संस्थानांत प्रजापरिषदेची चळवळ संघटित करण्यात अग्रेसर असणाऱ्या बागलांनी आपल्या फलटण भेटीत तेथील प्रजापरिषदेची दखल न घेणे असंभवनीय वाटते. त्यावरून फलटण संस्थान प्रजापरिषद इ.स.१९४४च्या उत्तरार्धात स्थापन झाली असावी असे अनुमान काढता येते. प्रजापरिषदेच्या स्थापनेनंतर फलटण संस्थानातील लोकसभा पक्ष व शेतकरी संघ या प्रमुख राजकीय पक्षांनी प्रजापरिषदेच्या झेंड्याखाली एकत्रित काम केले. त्यामुळे संस्थानच्या राजकारणात काही काळ प्रजापरिषदेचा चांगलाच प्रभाव होता. मात्र, प्रजापरिषदेच्या स्थापनेत संस्थानाबाहेरच्या राजकीय कार्यकर्त्यांचे प्रोत्साहन, मार्गदर्शन व पुढाकार यांचा वाटा मोठा होता. लोकसभा पक्ष व शेतकरी संघ या दोन्ही पक्षांनी आपापले स्वतंत्र अस्तित्व राखून ठेवले होते. काही वेळा त्यांच्या परस्पर संबंधात तणाव निर्माण झाले होते. लोकनियुक्त मंत्र्यांची बडतर्फी, युद्धकाळातील शिधा वाटप व्यवस्था, साखरवाडी परिसरातील खंडकरी शेतकऱ्यांचा प्रश्न इ. मुद्द्यांवर प्रजापरिषदेने प्रजेची बाजू हिरिरीने मांडून तिची गाऱ्हाणी दूर करण्यात यश मिळविले. मात्र, लढ्याच्या अंतिम पर्वात दक्षिणी संस्थानाच्या संघराज्याची स्थापना आणि संस्थानाचे मुंबई राज्यात विलीनीकरण या दोन प्रश्नांवर प्रजा परिषदेला प्रजेच्या इच्छा-आकांक्षांप्रमाणे आपले धोरण आखता आले नाही. त्या महत्त्वाच्या प्रश्नांवर प्रजापरिषदेच्या नेत्यांत मतभिन्नता असल्याचे आढळते.

लोकनियुक्त मंत्र्याच्या बडतर्फीचे प्रकरण :

संस्थानच्या कायदेमंडळाच्या इ.स.१९४४च्या निवडणुकीत लोकनियुक्त बारा जागांपैकी दहा जागा मिळविणाऱ्या शेतकरी संघाच्या श्री. सखाराम राजाराम भोसले व श्री. रामचंद हिराचंद शहा या दोन सभासदांना मंत्रिपदी नियुक्त करण्यात आले. त्यावेळी भोसले अर्थमंत्री तर श्री. शहा शिक्षणमंत्री होते. माधवराव बागल यांनी

आपल्या 'अखंड भारत' मध्ये फलटण संस्थानसंबंधी केलेल्या स्फुट लेखनात ''श्री. भोसले हे खालच्या समाजात लोकप्रिय असल्याचे आम्हाला आढळून आले.'' ''लोकनियुक्त मंत्री भोसले यांचे कामगिरीबद्दल लोक बरे बोलतात'' असे अभिप्राय व्यक्त केले आहेत.[१५] तथापि, श्री. भोसले व त्यांचे गाव कामगार पाटील बंधू श्री. आबासाहेब भोसले यांनी आपल्या पदाचा दुरुपयोग करून शेतकऱ्यांकडून जबरदस्तीने घरासाठी लाकूड घेतले व भ्रष्टाचार केला, या आरोपावरून श्री. स. रा. भोसले यांना अर्थमंत्रीपदावरून २४ नोव्हेंबर १९४४ रोजी बडतर्फ करण्यात आले. लोकनियुक्त मंत्र्यावरील आरोपाची कसून चौकशी करण्यात आली नव्हती. श्री. भोसले यांना आपले म्हणणे मांडण्याची संधी देण्यात आली नव्हती. तसेच त्यांना पदत्यागाची मुभा दिली नव्हती. श्री. भोसले यांच्या बडतर्फीने फलटण संस्थानातील लोकशाहीला मोठाच धक्का बसला. त्यानंतर काहीच दिवसांनी दुसरे लोकनियुक्त मंत्री श्री.शहा यांनी आपल्या पदाचा राजीनामा दिला. त्यामुळे संस्थानातील राजकरणाची घसरगुंडी सुरू झाली व मार्च १९४५मध्ये संपूर्ण घटनाच तहकूब करण्यात आली.[१६] या सर्व घडामोडीमुळे फलटण संस्थानातील प्रजेच्या मनात असंतोष निर्माण झाला. दरबारने लोकनियुक्त मंत्र्याच्या केलेल्या बडतर्फीविरुद्ध प्रजापरिषदेने सनदशीर मार्गाने आंदोलन सुरू केले.

फलटण संस्थान प्रजापरिषदेचे पहिले आणि शेवटचे अधिवेशन दिनांक १७-१८ नोव्हेंबर १९४५ रोजी फलटण येथे झाले. काँग्रेसचे सुप्रसिद्ध नेते दे.भ.शंकरराव देव या अधिवेशनाचे अध्यक्ष होते. हे अधिवेशन म्हणजे फलटणच्या जनतेने एकत्र येऊन आपल्या संस्थानातील घडामोडींची दखल घेण्याचा महत्त्वाचा प्रसंग होता. सदर अधिवेशनास स्थानिक राजकीय पक्षांचे पुढारी व नागरिक मोठ्या संख्येने हजर होते. अधिवेशनाचे स्वागताध्यक्ष श्री. रामचंद्र यशवंतराव भोईटे यांनी आपल्या स्वागतपर भाषणात संस्थानातील राजकीय परिस्थितीचा आढावा घेऊन संस्थानातील सर्व राजकीय पक्षांना प्रजापरिषदेत सामील होण्याचे आवाहन केले.[१७] फलटण संस्थान प्रजापरिषदेचे अध्यक्ष शंकरराव देव यांचा फलटण नगरपालिकेमार्फत नागरी सत्कार करण्यात येऊन त्यांना मानपत्र अर्पण करण्यात आले. त्यांनी आपल्या अध्यक्षीय भाषणात संस्थानिकांचे कर्तव्य व जबाबदारीचा ऊहापोह केला. प्रजापरिषदेच्या अधिवेशनात सात महत्त्वाचे ठराव पास करण्यात आले. संस्थानी दरबाराच्या जुलुमाबद्दल किंवा अन्यायाबद्दल विरोधाचा ठराव करण्याची गरज वाटली नाही. मात्र, अर्थमंत्री श्री. भोसले यांची बडतर्फी व शिक्षणमंत्री श्री. शहा यांचा राजीनामा यामुळे राज्यघटना स्थगित होऊन जो पेचप्रसंग निर्माण झाला आहे तो दूर होण्यासाठी कायदेमंडळाच्या नवीन निवडणुका

घेण्यात याव्यात असा ठराव एकमताने मंजूर करण्यात आला.[१८] बडतर्फ मंत्री श्री. भोसले सदर ठरावावर बोलले तेव्हा त्यांनी आपण निर्दोष असल्याचे प्रतिपादन केले. तथापि, हे सर्व प्रकरण मावळंकर समितीकडे चौकशीसाठी देण्यास त्यांनी संमती दिली नाही.[१९]

प्रजापरिषदेचे अध्यक्ष, पाहुणे, अधिकारी व प्रतिष्ठित नागरिक यांना अधिवेशन समाप्तीनंतर रात्री राजेसाहेबांनी मेजवानी दिली.[२०] शंकरराव देवांनी श्री. भोसले यांच्या बडतर्फी प्रकरणाची निष्पक्षपाती चौकशी करण्याचे राजेसाहेबांना आवाहन केले. तसेच राजेसाहेबांनी लोकनियुक्त मंत्र्यांच्या हाती पुन्हा सत्ता सुपूर्त करावी किंवा कायदेमंडळाच्या फेरनिवडणुका घ्याव्यात असे देवांनी त्यांना सुचविले. त्याप्रमाणे राजेसाहेबांनी भोसले प्रकरणाची चौकशी करण्यासाठी मुंबई उच्च न्यायालयाचे निवृत्त न्यायाधीश श्री. लोकूर, बॅ. आप्पासाहेब पंत व गणपत संतराम खरात या तिघांची एक चौकशी समिती नेमली. परंतु, या चौकशी समितीचे प्रत्यक्षात कामकाज झाले नाही. प्रजापरिषदेनेही या प्रकरणाची चौकशी करण्यासाठी दे. भ. केशवराव जेधे यांच्या अध्यक्षतेखाली एक चौकशी समिती नेमली होती. यशवंतराव चव्हाण, छन्नुसिंग चंदेले, वसंतराव बागल व ग. सं. खरात हे त्या समितीचे अन्य सदस्य होते. जेधे समितीने भोसले बडतर्फी प्रकरणाची चौकशी करून श्री.स.रा.भोसले निर्दोष असल्याचा निवाडा दिला.[२१] नागेश विश्वनाथ बावडेकर, आगाशे, डॉ. दत्तात्रय मनोहर बर्वे, श्री. रामचंद्र बुवा भोईटे, कृष्णराव ऊर्फ दादा नलवडे, माधवराव बेडके, माधवराव दाते, के. बी. अडसूळ, न. म. सस्ते, तुकाराम मारुती शिंदे (वाठारकर) इ. नी चळवळीत निर्भयपणे भाग घेतला व जनमत संघटित केले. श्री. रामचंद हिराचंद शहा व वि. शं. झिरपे यांचे 'शेतकरी' पाक्षिक, बावडेकर, आगाशे यांचे 'सेवक' व माधवराव बागलांचे 'अखंड भारत' या वृत्तपत्रांनी फलटण संस्थानातील प्रजापक्षाची बाजू सातत्याने प्रभावीपणे मांडली.

दि. २६ जून ४६ रोजी आदर्की बुद्रुक येथे माधवराव बागल यांची मोठी सभा झाली. त्यांचे 'ग्रामसंघटन' या विषयावर व्याख्यान झाले. सदर सभेला शेतकरी संघ व प्रजापरिषद या दोन्ही संघटनांचे नेते व अधिकारावर नसलेले लोकनियुक्त मंत्री श्री. भोसले व श्री. शहा उपस्थित होते. या सभेत ''लोकनियुक्त मंत्र्यांना परत जागेवर तरी घ्यावे किंवा निवडणुका जाहीर कराव्यात'' हा ठराव सर्वानुमते मान्य करण्यात आला. प्रजापरिषद व शेतकरी संघ यांच्यात एकोपा निर्माण करण्यासाठी काय करावे यासंबंधी श्री. बागल यांनी आपले विचार मांडले.[२२]

प्रजापरिषदेच्या आंदोलनामुळे राजेसाहेबांनी स्थगित राज्यघटनेचा अंमल पुन्हा

सुरू केला. श्री. नागेश विश्वनाथ बावडेकर व रामचंद हिराचंद शहा यांना मंत्रिपदी नियुक्त केले.[२३] हा प्रजापरिषदेचा नेत्रदीपक विजय होता. तथापि, हे मंत्रिद्वय अल्पकाळ सत्तेवर राहिलेले दिसतात. कारण फलटण संस्थानात कायदेमंडळाची मुदत १९४७ साली संपली आणि १९४४ सालानंतर कायदेमंडळाची नवीन निवडणुकच झाली नाही.

शिधा वाटप व्यवस्था :

दुसऱ्या महायुद्ध काळात सर्वत्र अन्नधान्य, जीवनाश्यक वस्तू यांची तीव्र टंचाई जाणवत होती. परंतु, फलटणला मात्र स्थिती वेगळी होती. १९४४ सालाच्या प्रारंभी फलटणला भेट देऊन आल्यावर माधवराव बागल यांनी ''इतर सर्वत्र धान्यासाठी धुमाकूळ घालणारा प्रश्न फलटणात जराही दिसला नाही.''[२४] असा अभिप्राय व्यक्त केला आहे. फलटण संस्थानातील शिधा वाटप व्यवस्था चांगली असली पाहिजे, हे यावरून स्पष्ट होते. १९४३ सालापासून राजेसाहेबांनी आपल्या प्रजेला स्वस्त दराने धान्यपुरवठा करण्याचे धोरण अंमलात आणले होते. मात्र, शिधा वाटपातील विषमतेविरुद्ध प्रजापक्षाने ताबडतोब आवाज उठवला.[२५] लोकनियुक्त मंत्री श्री.स.रा.ऊर्फ बापू भोसले यांच्या माहितीप्रमाणे संस्थानात सुरुवातीला शहरात व खेडेगावांत होणाऱ्या साखर वाटप प्रमाणात विषमता होती. शहरातील प्रत्येक कार्डावर १ शेर साखर तर खेड्यात मात्र प्रत्येक कार्डावर अर्धा शेर साखर असे ते प्रमाण होते. त्यावेळी खालसात मात्र शिधा वाटपात असा फरक नसल्याचे आढळले. तेव्हा संस्थानातील साखर वाटपाच्या प्रमाणातील विषमता दूर करण्यासाठी आवश्यक आज्ञेचा मसुदा श्री. भोसले यांनी मंजुरीसाठी राजेसाहेबांना सादर केला. राजेसाहेबांच्या सल्लागारांनी साखरेचा काळाबाजार होतो अशी तक्रार केली. तथापि, राजेसाहेबांनी श्री. भोसले यांनी तयार केलेला मसुदा मान्य केला. साहजिकच खेड्यातील जनतेला आनंद झाला.[२६] संस्थानातील शिधावाटप व्यवस्थेत सुसूत्रता आणण्यासाठी राजेसाहेबांनी डिसेंबर १९४५मध्ये 'फलटण संस्थानचा शिधा वाटपाबाबतचा (Rationing) हुकूम' जारी केला.[२७]

खंड जमिनीचा प्रश्न :

निरा कालव्याचे पाणी शेतीसाठी वापरणाऱ्या साखरवाडी परिसरातील शेतकऱ्यांपैकी काहीजणांकडून पाणीपट्टीची बाकी वसूल करण्यासाठी दरबारने त्यांच्या जमिनी जप्त करून फलटण शुगर वर्क्सला दिल्या.

साखर कारखाना ऊस जमिनीस रु. ७/- व बिगर ऊस जमिनीस शेतसाऱ्याच्या दुप्पट खंड देत असे. पाणीपट्टीची बाकी वसूल झाल्यानंतरही शेतकऱ्यांच्या जमिनी

त्यांना परत केल्या नाही. दुसऱ्या महायुद्धाच्या काळात साखरेच्या भावात प्रचंड वाढ झाल्यामुळे साखर कारखान्याच्या उत्पन्नात, नफ्यात भरमसाठ वाढ झाली. तेव्हा साखरवाडी परिसरातील शेतकऱ्यांनी आपल्या जमिनीवरील खंड वाढवून मिळावा अशी दरबारकडे मागणी केली. त्यासाठी प्रजापरिषदेच्यावतीने श्री. न. वि. गाडगीळ व श्रीरामपुरचे भगवंतराव गिरमें यांच्या समितीने राजेसाहेबांची भेट घेतली. परंतु, त्यांच्या शिष्टाईस यश आले नाही. परिणामत: प्रजेने या प्रश्नावर आंदोलन छेडले. परंतु संस्थान विलीनीकरणापर्यंत तरी त्यास यश आले नाही.[२८]

संस्थानांचे संघराज्य की विलीनीकरण?

पहिल्या महायुद्धानंतर संस्थानांचा कारभार लोकशाही पद्धतीने चालावा अशी मागणी पुढे येऊ लागली. परंतु, लोकशाही कारभार पद्धती खर्चीक असल्याने लहान संस्थानिकांना तो खर्च पेलण्याची अडचण जाणवू लागली. त्यातून मार्ग काढण्यासाठी महाराष्ट्रात संस्थानांच्या संघराज्याची कल्पना उदयाला आली. प्रारंभीच्या काळात ही कल्पना अस्पष्ट होती. कालांतराने पं. जवाहरलाल नेहरुंनी छोट्या संस्थानिकांनी आपले गट तयार केले तरच त्यांचे अस्तित्व राहू शकेल हे स्पष्ट केले. व्हॉईसरॉय लॉर्ड लिनलीथगो यांनीसुद्धा १९४०मध्ये देशातील राजकीय घडामोडींना वेग आणविला आणि त्याबरोबरच संस्थानांच्या संघराज्याच्या कल्पनेने जोर धरला. दक्षिणी संस्थानांच्या प्रमुखांना आपले अस्तित्व टिकवून धरण्यासाठी संघराज्य निर्मितीची निकड भासू लागली. मात्र, यावेळी जागृत संस्थानी प्रजा दक्षिणी संस्थानांच्या नियोजित संघराज्यास विरोध करू लागली. तेव्हा संस्थानिकांनी आपल्या संघराज्याच्या योजनेस नेहरू, पटेल, गांधीजी इ. राष्ट्रीय नेत्यांचा पाठिंबा मिळवण्याचा प्रयत्न केला.[२९] त्यात फलटण संस्थानाधिपतीही सामील होते. त्यानंतर मालोजीराजे नाईक-निंबाळकर व त्यांचे दिवाण गोडबोले यांनी नेहरू व पटेलांची भेट घेऊन दक्षिणी संस्थानांच्या संघराज्याविषयी चर्चा केली. पुन्हा एक वेळ मालोजीराजे यांनी नेहरू पटेलांना संघराज्य स्थापनेविषयी सल्ला विचारला. तेव्हा नेहरुंनी संघराज्याच्या योजनेस विरोध केला नसला तरी संस्थानिकांनी प्रजेच्या संमतीशिवाय व इच्छेविरुद्ध संघराज्य स्थापन न करण्याचा सल्ला दिला.[३०]

१५ ऑगस्ट १९४७ ला देश स्वतंत्र झाल्यानंतर दक्षिणी संस्थानांच्या संघराज्याची निर्मिती करण्याच्या प्रक्रियेस गती आली. दक्षिणी संस्थानांपैकी फलटण, सांगली गटाच्या खटपटीमुळे औंध, भोर, फलटण, मिरज, मिरज मळा, सांगली, कुरुंदवाड व रामदुर्ग या संस्थानांच्या प्रमुखांनी दि. १७ ऑक्टोबर, १९४७ रोजी भोर येथे संघराज्याच्या करारनाम्यावर सह्या केल्या. त्याबरोबर आठ दक्षिणी संस्थानांचे संघराज्य अस्तित्वात

आले. या संघराज्यात औंधचे अधिपती श्री. भवानराव प्रतिनिधी यांना राजमंडळ प्रमुख व भोरचे पंतसचिव यांना उपप्रमुख पदांचा मान देण्यात आला. सदर संघराज्यास भौगोलिक सलगता नव्हती. ते लहानमोठ्या ७० तुकड्यांचे बनले असून त्याचे क्षेत्रफळ ३८३३ चौरस मैल होते. त्याची लोकसंख्या नऊ लाखांपेक्षा कमी. तर महसुली उत्पन्न ५९ लाख रुपये होते.[३१] सदर संघराज्य राष्ट्रीय नेत्यांच्या मार्गदर्शनाप्रमाणे बनविलेले नाही. त्यात सामील होणाऱ्या संस्थानांत भौगोलिक सलगता, भाषिक व धार्मिक समानता, पुरेशी लोकसंख्या व महसूल या बाबींचा प्रकर्षाने अभाव आहे. त्या संघराज्यात लोकशाही व लोकांचे सार्वभौमत्व या गोष्टींना स्थान नाही. दक्षिणी संस्थानांच्या संघराज्याची सर्व योजना पोकळ, निष्फळ व अव्यवहारी असल्याची टीका दक्षिणी संस्थानांच्या लोकप्रतिनिधींच्या दि. १६ नोव्हेंबर १९४७ रोजी चितळदुर्ग येथील बैठकीत काढण्यात आलेल्या निवेदनात करण्यात आली.[३२] संघराज्याचे व घटना समितीचे दिनांक २० डिसेंबर १९४७ रोजी मिरज येथे श्री. कमलनयन बजाज यांच्या अध्यक्षतेखाली औपचारीक उद्घाटन करण्यात आले. त्याच वेळी दक्षिणी संस्थान प्रजापरिषदेने लोकप्रतिनिधींचे अधिवेशन अ. भा. संस्थान प्रजापरिषदेचे अध्यक्ष डॉ. पट्टाभिसितारामय्या यांच्या अध्यक्षतेखाली मिरजेतच घेतले होते. त्यामुळे तेथे संघराज्याविरोधी उग्र निदर्शने झाली. संघराज्याच्या मंत्रिमंडळात सांगलीचे बाळासाहेब कोरे मुख्यमंत्री व फलटणचे स. रा. भोसले, गृहमंत्री असावेत असे ठरत होते. परंतु, श्री. भोसले यांच्या नावाला मालोजीराजे यांनी विरोध केला. मंत्रिमंडळाची रचना पूर्ण होऊ शकली नाही. उद्घाटनाच्या दुसऱ्याच दिवशी म्हणजे दि. २१ डिसेंबर, १९४७ रोजी राजमंडळाच्या बैठकीत संघराज्याचे विसर्जन व घटनासमितीच्या बरखास्तीचा निर्णय घेण्यात आला. हा निर्णय घडवून आणण्यात मालोजीराजेंचा पुढाकार होता. संघराज्यापेक्षा संस्थानांच्या विलीनीकरणाच्या धोरणाचा पुरस्कार करणे राजमंडळास योग्य वाटले.[३३]

दक्षिणी संस्थानांच्या संघराज्याचा जो अल्पजीवी प्रयोग झाला, त्यात मालोजीराजेंचा सुरुवातीपासूनच पुढाकार होता. संघराज्याच्या प्रयोगाला फलटण संस्थानच्या प्रजेचा विरोध होता. प्रजेला संस्थानाचे विलीनीकरण पाहिजे होते. परंतु, 'संघराज्य की विलीनीकरण?' या महत्त्वाच्या प्रश्नावरील प्रजेची प्रतिक्रिया फलटण संस्थान प्रजापरिषदेने प्रभावीपणे व्यक्त केली नाही. उलट, प्रजापक्षीय नेत्यांच्यातच मतभिन्नता असल्याचे आढळते. श्री. भोसले संघराज्याच्या विरोधी नव्हते. संघराज्याच्या मंत्रिमंडळात गृहमंत्री म्हणून काम करण्याची कल्पना त्यांनी फेटाळली नव्हती. याउलट, श्री. रा. ब. भगत हे फलटण संस्थान प्रजापरिषदेतर्फे दक्षिणी संस्थान प्रजापरिषदेच्या

रिजनल कौन्सिलवर निवडून गेले होते. माधवराव बागल त्या कौन्सिलचे अध्यक्ष होते. दक्षिणी संस्थान प्रजापरिषदेच्या संघराज्यविरोधी झालेल्या मेळाव्याला भगत हजर होते.[३४]

संघराज्याचा प्रयोग फसल्यानंतर मालोजीराजे यांनी आपले संस्थान विलीन होऊ नये यासाठी वल्लभभाई पटेलांच्याकडे डॉ. भडकमकर, श्री. स. रा. भोसले, श्री. बावडेकर यांचे शिष्टमंडळ पाठवून प्रयत्न करण्याचे ठरविले होते. परंतु, त्याच दिवशी म. गांधींची हत्या झाल्याने ते राहून गेले. फलटण संस्थानात गांधी हत्येची तीव्र प्रतिक्रिया उमटली व हिंसाचाराची लाटच उसळली. परिस्थिती हाताळण्यासाठी राजेसाहेबांना मुंबई सरकारची मदत घ्यावी लागली व त्यासाठी संस्थानाच्या विलीनीकरणास संमती द्यावी लागली. प्रजापरिषदेच्या कार्यकर्त्यांनीसुद्धा शांतता प्रस्थापित करण्याच्या कामी राजेसाहेबांना मदत केली.[३५] शांतता प्रस्थापित झाल्यानंतर विलीनीकरणाची प्रक्रिया पूर्ण होऊन ८ मार्च, १९४८ रोजी फलटण संस्थान मुंबई राज्यात विलीन झाले.

संस्थान विलीनीकरणाच्या आदल्या दिवशी म्हणजे दि. ७ मार्च १९४८ रोजी मालोजीराजे यांनी आपल्या प्रजेस उद्देशून एक प्रकट निवेदन काढले. त्यातील खालील अभिप्राय संस्थानातील प्रजापक्षीय चळवळीच्या संदर्भात बोलका वाटतो.

''..... सर्व आर्थिक मर्यादांच्या व्यतिरिक्त दुसरेही एक तितकेच महत्त्वाचे कारण संस्थान स्वतंत्र राखण्याची हाव आम्ही न धरण्यास कारणीभूत झाले होते. ते असे की, इतक्या लहान संस्थानात लोकसत्ताक राज्यकारभार कार्यक्षमतेने व निरपेक्षपणे चालविणाऱ्या पुढाऱ्यांची परंपरा उपलब्ध होणे अशक्य आहे अशी आमची आजवरच्या अनुभवाने आधीच खात्री झाली होती. तसेच बाहेर हद्दीतल्या थोर राजकीय संस्थांच्या नावाचा उपयोग करणारे ढोंगी व स्वार्थी लोक संस्थानच्या प्रजेला अनेक खोट्यानाट्या थापा देऊन चिथावण्या देतात असा आम्हास अनुभव आला होता. अशा लोकांच्या असत्य प्रचाराचा प्रतिकार करण्याची सदिच्छा व उत्साहही लोकांजवळ नसतात व अशा कामी जरुर असलेले राजकीय बळ दरबारपाशी नसते आणि याचा व्हायचा तोच परिणाम होतो....''[३६]

(पूर्वप्रसिद्धी : भारतीय इतिहास आणि संस्कृति (मुंबई मराठी ग्रंथसंग्रहालयाच्या इतिहास संशोधक मंडळाचे त्रैमासिक), पुस्तक : ११९, ऑक्टोबर – डिसेंबर १९९३ आणि पुस्तक : १२०, जानेवारी-मार्च १९९४).

संदर्भ व टिपा :

१) फलटण संस्थान सामान्य प्रशासन अहवाल सन १९३९-४० पृ. १, मात्र, फलटण संस्थानचा उल्लेख 'फलटण-८४' असा त्यातील गावांच्या संख्येवरून जनमानसात रूढ झाल्याचे आढळते.

२) पाटील बाळासाहेब (सं.) सत्त्यवादी, दक्षिणी संस्थान खास अंक, वर्ष १९ वे, अंक ३७ वा, कोल्हापूर, १९४७, पृ. २७.

३) सत्यवादी, दक्षिण संस्थान अंक, वर्ष १२ वे, कोल्हापूर, जून, १९४०, पृ. १२७-३४.

४) गोडबोले, के. वि., फलटण संस्थान संपले तरी कीर्तिरूपाने उरले, 'श्रीमंत मालोजीराजे सत्कार अंक' (संपादक मा. म. दोशी) फलटण, १९५६ मधील लेख, पृ. ७

रा. ब. गोडबोले दीर्घ काळ फलटण संस्थानच्या सेवेत होते. त्यांनी संस्थानचे दिवाण म्हणून दि. ६.२.१९२१ ते १.११.१९४६ पर्यंत काम केले. त्यानंतर संस्थानाचे विलीनीकरण होईपर्यंत ते राजेसाहेबांचे राजकीय सल्लागार म्हणून काम करत होते.

५) पटवर्धन वि. अ. (सं.), संस्थानातील लोकशाहीचा लढा, पुणे, १९४०, मधील फलटणचा एक रहिवासी नावाने लिहिलेला लेख 'फलटणातील राजकीय प्रगति', पृ. ३०४-११.

६) रा. य. भोईटे (स्वागताध्यक्ष, फलटण संस्थान प्रजापरिषद पहिले अधिवेशन, फलटण, दि. १७-१८ नोव्हेंबर ४५) यांच्या भाषाणाचा वृत्तांत, संस्थानी स्वराज्य, दि. २४.११.४५.

७) मुलाखत - स. रा. भोसले, दि. २९.६.९१. श्री. स. रा. ऊर्फ बापू भोसले हे व्यवसायाने वकील, शेतकरी संघाचे प्रमुख नेते. इ. स. १९४० ते ४४ फलटण संस्थानचे न्यायमंत्री व अर्थमंत्री होते.

८) सत्यवादी, १९४०, पृ. २७.

९) फलटणांतील राजकीय प्रगति, उ. नि., पृ. ३०१, ३१६.

१०) गोडबोले, के. वि., उपरोक्त; मुलाखत - स. रा. भोसले.

११) फलटणातील राजकीय प्रगति, उ. नि., पृ. ३१४-१७; मुलाखत - स. रा. भोसले.

१२) तत्रैव

१३) मुलाखत श्री. रा. ब. भगत, साखरवाडी, ता. फलटण, दिनांक ३०-६-९१

१४) बागल माधवराव, आमची फलटणची सफर, अखंड भारत, दिनांक ३ फेब्रुवारी १९४४.

१५) फलटणचे मंत्री व कायदेमंडळ, अखंड भारत, ११ मे १९४४; आमची फलटणची सफर, उपरोक्त.

१६) पटवर्धन वि. अ., दक्षिण महाराष्ट्रातील संस्थानांच्या विलीनीकरणाची कथा, पुणे, १९६६, पृ. ४७; फलटण आज्ञापत्रिका, २४ नोव्हेंबर, १९४४.

१७) संस्थानी स्वराज्य, २४.११.४५.

१८) संस्थानी स्वराज्य, १.१२.४५.

१९) फलटणची प्रजापरिषद अग्रलेख, संस्थानी स्वराज्य, २४-११-४५.

२०) संस्थानी स्वराज्य, १.१२.४५.

२१) मुलाखत - स. रा. भोसले.

२२) भोसले प्रकरण व फलटणकरांना प्रेमाची सूचना, अखंड भारत, २ मे १९४६.

२३) जाधव प्रा. मधुकर ज., फलटण संस्थानातील लोकशाहीची वाटचाल आणि संस्थानचे विलीनीकरण, भारतीय इतिहास आणि संस्कृती, त्रै. व. २६., पु. १०१, पृ. ५०.

२४) आमची फलटणची सफर, उ. नि.

२५) मुलाखत न. म. सस्ते, गुरुजी, (सदस्य. फ. सं. प्रजापरिषद कार्यकारिणी) फलटण, दि. ३०.६.९१.

२६) मुलाखत - स. रा. भोसले.

२७) फलटण आज्ञापत्रिका, भाग २, १८ डिसेंबर १९४५.

२८) मुलाखती - रा. ब. भगत, न. म. सस्ते.

२९) मेनन, व्ही. पी., इंटिग्रेशन ऑफ दी इंडियन स्टेट्स, मद्रास, १९८५, पृ. १९९.

३०) सरदार पटेल कॉरस्पॉडन्स, (सं.) दुर्गादास, खं. ३, पृ. ३४९-५०, खं. ५. अपेंडिक्स - ३, पृ. ५२८-२९.

३१) पटेल कॉरस्पॉडन्स, खंड ५, पृ. ५२७

३२) तत्रैव, एच. के. वीरण्णागौडांचे निवेदन पत्र

३३) मुलाखती - स. रा. भोसले, रा. ब. भगत; मेनन व्ही. पी., उ. नि. पृ. २०१.

३४) मुलाखत - रा. ब. भगत.

३५) मुलाखत - स. रा. भोसले.

३६) फलटण आज्ञापत्रिका, विशेषांक, दि. ७ मार्च १९४८

४

औंध संस्थानातील प्रजापक्षीय चळवळ

औंध एक लहान दक्षिणी संस्थान होते. १९३९ साली स्वराज्याचा घटनात्मक प्रयोग सुरू करून औंध संस्थान व त्याचे उदारमतवादी अधिपती भवानराव तथा बाळासाहेब पंतप्रतिनिधी यांनी संपूर्ण देशाचे लक्ष वेधून घेतले. स्वेच्छेने जनतेच्या हाती सत्ता सुपूर्द करून आपल्या संस्थानात प्रजासत्ताक ग्रामराज्ये स्थापन करणारा राज्यकर्ता म्हणून औंध संस्थानाधिपतींच्याकडे पाहिले जाऊ लागले. १९३९ची स्वराज्य राज्यघटना हा बाळासाहेब पंतप्रतिनिधींच्या कारकिर्दीतील घटनात्मक सुधारणांचा कळस होता. तत्पूर्वी सुमारे वीस वर्षे औंध संस्थानात घटनात्मक बदल धिमेपणाने झाले होते. बाळासाहेब पंतप्रतिनिधींनी आपणहून आपल्या प्रजेला महत्त्वाचे लोकशाही हक्क आणि स्वराज्याचे अधिकार मंजूर केले असे सामान्यपणे मानण्यात येते. त्यांच्या प्रजाजनांकडून तशा प्रकारची मागणी नव्हती. या समजातून काही प्रश्न निर्माण होतात. औंध संस्थानात प्रजापक्षीय चळवळ अस्तित्वात होती की नव्हती? ती नसेल तर संस्थानात प्रजापक्षीय चळवळ नसण्याची कारणे काय होती आणि जर औंध संस्थानात प्रजापक्षीय चळवळ अस्तित्वात असेल तर तिचे स्वरूप काय होते? त्या प्रश्नांची उत्तरे शोधण्याचा प्रयत्न प्रस्तुत लेखात करण्यात आला आहे.

औंध संस्थानचे क्षेत्रफळ ५०१ चौरस मैल होते. त्यात ७२ खेड्यांचा समावेश होता. संस्थानचा प्रदेश एकसंध नव्हता तर महाराष्ट्राच्या विद्यमान सांगली व सातारा आणि कर्नाटकाच्या विजापूर जिल्ह्यांत विखुरलेला होता. प्रशासकीय सोयींसाठी संस्थानाची औंध, कुंडल, आटपाडी आणि गुणदाळ अशा चार तहसीलात विभागणी करण्यात आली होती. तुटक प्रदेशामुळे संस्थानचा प्रशासकीय खर्च अवाढव्य होत असे. संस्थानातील अनेक खेडी सतत दुष्काळग्रस्त असत. परिणामत: संस्थानाची आर्थिक परिस्थिती डळमळीत, नाजूक होती.

औंध संस्थानचे राज्यकर्ते एका जुन्या मराठा सरदार घराण्यातील होते. परशुराम त्र्यंबक (१६६०-१७१८) हे प्रसिद्ध शूर मराठा सरदार प्रतिनिधी राजघराण्याचे संस्थापक होते. ते छत्रपती राजाराम महाराजांच्या कारकिर्दीत (१६८९-१७००) नावारूपाला आले. नंतर छत्रपती शाहू महाराजांच्या कारकिर्दीत (१७०८-१७४८) त्यांची राजकीय सत्ता आणि प्रभाव यात सतत वाढ झाली. काळाच्या ओघात प्रतिनिधी जहागिरीचे संस्थानात स्थित्यंतर झाले. मूळ प्रतिनिधी जहागीर वार्षिक अठरा लाख रुपये उत्पन्नाची होती. १८०६मध्ये शेवटचा पेशवा दुसरा बाजीराव याने प्रतिनिधी जहागीर जप्त केली होती. मात्र, १८११मध्ये प्रतिनिधींना त्यांची जहागीर परत करताना तिच्यात बरीच काटछाट करून ती जेमतेम अडीच लाख रुपयांचे वार्षिक उत्पन्न असलेली लहान जहागीर करण्यात आली होती. प्रारंभी कराड ही प्रतिनिधी जहागिरीची राजधानी होती. १८५४च्या प्रदेश आदलाबदलीनुसार ब्रिटिशांनी सामरिकदृष्ट्या महत्त्वाचे ठिकाण असलेले कराड त्याबदल्यात नजिकची सात खेडी देऊन आपल्या ताब्यात घेतले. त्यामुळे प्रतिनिधींनी आपली राजधानी औंधला नेली. तेव्हापासून प्रतिनिधी राज्यकर्त्यांचा उल्लेख औंधचे प्रतिनिधी असा होऊ लागला.[१]

औंध संस्थानचे शेवटचे अधिपती भवानराव ऊर्फ बाळासाहेब पंत प्रतिनिधी ४ नोव्हेंबर १९०९ रोजी गादीवर आले. ते ज्ञानी पंडित व मुंबई विद्यापीठाचे पदवीधर होते. त्याशिवाय ते प्रजेच्या कल्याणाकडे सतत लक्ष पुरवणारे दूरदृष्टीचे राज्यकर्तेही होते. ते स्वत: निष्णात चित्रकार, सूर्यनमस्कार व्यायाम प्रकाराचे उद्‌गाते आणि कीर्तनकारसुद्धा होते. कीर्तन हे लोकजागृतीचे प्रभावी साधन असल्याचे ते मानत असत. ते नेहमी आपल्या संस्थानात तयार झालेले खादीचे कपडे वापरत असत. औंध संस्थानचे औद्योगिकीकरण करून त्याला स्वयंपूर्ण आणि स्वावलंबी बनवण्याचे त्यांचे स्वप्न होते.[२]

रा. र. इंगळे, वकील हे संस्थानातील प्रजापक्षाचे प्रमुख नेते होते. त्यांच्या मते १९२० सालापर्यंत सभोवतालच्या ब्रिटिश मुलखातील राष्ट्रीय चळवळीचे संस्थानात पडसाद उमटले नव्हते.[३] परंतु, त्यानंतर प्रजा पक्षाचे अस्तित्व प्रथम संस्थानाच्या प्रातिनिधिक सभेत आणि नंतर प्रजा परिषदेच्या कामकाजातून जाणवू लागले. संस्थानातील प्रजापक्षीय चळवळ हळूहळू चांगली आकाराला येऊ लागली. चले जाव आंदोलनाच्या काळात औंध संस्थानातील प्रजापक्षीय चळवळ शेजारच्या सातारा जिल्ह्यातील भूमिगत चळवळीशी पूर्णपणे एकरूप झाली होती.

प्रातिनिधिक सभा :

औंध संस्थानाधिपती बाळासाहेब पंतप्रतिनिधींनी १९१७मध्ये आपल्या संस्थानात

घटनात्मक सुधारणांची पहिली योजना लागू केली. प्रजेच्या प्रश्नांचा ऊहापोह करण्यासाठी त्यांनी सर्वप्रथम रयत सभा स्थापन केली. तिचे स्वरूप केवळ 'सल्लागार समिति' असे होते. १९२० पासून रयत सभेला अधिकाअधिक सत्ता देण्यात आली आणि १९२३मध्ये तिचे औंध संस्थान प्रातिनिधिक सभेत रूपांतर करण्यात आले. प्रारंभी प्रातिनिधिक सभेची सदस्य संख्या ३५ होती आणि संस्थानचे कारभारी तिचे प्रमुख होते. प्रातिनिधिक सभेच्या एकूण ३५ सदस्यांपैकी १८ जण लोकांनी निवडलेले असत. प्रातिनिधिक सभेला संस्थानच्या अंदाजपत्रकावर चर्चा करण्याचा आणि त्याबाबत शिफारशी करण्याचा अधिकार होता. १९२६ पासून प्रातिनिधिक सभेला कायदे करण्याचा आणि संस्थानच्या कारभाराबाबत सर्वसामान्य ठराव करण्याचा अधिकार प्राप्त झाला. वर्षातून दोन वेळा जून व डिसेंबरमध्ये सभेच्या बैठका घेण्यात येत होत्या. डिसेंबर १९२६मध्ये प्रातिनिधिक सभेत लोकांनी निवडलेल्या प्रतिनिधींचे स्पष्ट बहुमत प्रस्थापित झाले आणि सभेला आपला सभापती निवडण्याचा हक्कसुद्धा १९२८ मध्येच मिळाला. त्यानुसार सातारचे नामवंत वकील रावजी रामचंद्र काळे प्रातिनिधिक सभेचे पहिले निर्वाचित सभापती होते. १९२९मध्ये औंध संस्थानात हायकोर्ट स्थापन करण्यात आले. वा. रा. गुत्तीकर यांची हायकोर्टाचे पहिले न्यायाधीश म्हणून नेमणूक करण्यात आली. संस्थानाधिपतींनी प्रातिनिधिक सभेतील लोकनियुक्त सभासद लक्ष्मणराव किर्लोस्कर यांचा १९३५मध्ये संस्थानच्या कार्यकारी मंडळात मंत्री म्हणून समावेश केला. त्यांना शिक्षण, उद्योगधंदे, ग्रामविकास, सार्वजनिक आरोग्य खात्यांचे मंत्री या नात्याने राज्यकारभारात सहभागी करण्यात आले.[४]

औंध संस्थानच्या कायदेमंडळात (प्रातिनिधिक सभेत) अ.वि. तथा वामनराव पटवर्धन, पंडित श्रीपाद दामोदर सातवळेकर, रा. र. इंगळे, गोविंदराव कणबूर, ल.ग.पटवर्धन, लक्ष्मणराव किर्लोस्कर इत्यादींनी प्रजापक्षाचे समर्थपणे नेतृत्व केले. वामनराव पटवर्धन 'ज्ञानप्रकाश' पत्राचे संपादक होते.[५] त्याचप्रमाणे भारत सेवक समाज (Servants of India Society) चे एक संस्थापक सभासद होते. औंध संस्थान कायदेमंडळाचे १९२६ पासून १९३७ पर्यंत ते सभासद होते. ते अत्यंत अभ्यासू, निर्भय, प्रामाणिक आणि खुल्या मनाचे होते. संस्थानी प्रजेच्या हितसंबंधाचे संरक्षण करण्याची त्यांना स्वाभाविक ओढ होती. ते संस्थानच्या कारभारावर जबाबदारीने कठोर टीका करत. दरबारच्या गैरमर्जीची पर्वा न करता ते प्रजेच्या जिव्हाळ्याचे, चिंतेचे प्रश्नसुद्धा कायदे मंडळात उपस्थित करत असत. औंध संस्थानच्या कायदेमंडळात ते प्रजापक्षाचे आधारस्तंभ होते. कायदेमंडळातील निवडून आलेल्या सभासदांचे बहुमत आणि वामनराव पटवर्धनांचे मार्गदर्शन यामुळे औंध संस्थानातील प्रजापक्षीय चळवळ

जोमदार झाली. पंडित श्रीपाद दामोदर सातवळेकर हे औंध संस्थानातील प्रजापक्षाचे दुसरे एक प्रभावी नेते होते. ते आर्य समाजी, वेदशास्त्रसंपन्न पंडित, हिंदू धर्माचे कट्टर समर्थक आणि नेहमी खादी कपडे परिधान करणारे होते. त्यांचे महात्मा गांधी आणि बाळासाहेब पंतप्रतिनिधी या दोघांच्याशी मित्रत्वाचे संबंध होते.(६) ते वारंवार संस्थानी कारभारावर स्पष्टपणे व कठोरपणे टीका करत असत. औंध संस्थानातील प्रजापक्षाने कायदेमंडळात जबाबदार विरोधी पक्षाची कामगिरी बजावली.

औंध संस्थानच्या कारभारात अनेक उणिवा होत्या. संस्थानच्या प्रातिनिधिक सभेतील प्रजेच्या प्रतिनिधींनी प्रशासनातील दोष दूर करून संस्थानचा कारभार सुधारण्याचा आटोकाट प्रयत्न केला. त्यांनी पुढील काही मागण्यांचा सातत्याने आग्रह धरला. १) कारभाराच्या विविध खात्यांवरील खर्च त्यासाठीच्या अंदाजपत्रकीय तरतुदीप्रमाणेच असला पाहिजे. २) कर्जाच्या परतफेडीसाठी राखून ठेवलेल्या निधीचा विनियोग त्याच कामासाठी झाला पाहिजे. ३) कायदेमंडळाच्या संमतीशिवाय जमीन महसुलात वाढ केली जाऊ नये. ४) संस्थानाचा कारभार कायद्याप्रमाणे चालवला गेला पाहिजे पत्रकाप्रमाणे नव्हे. ५) सर्वांच्यावर समान आयकर लादण्यात येऊ नये, इत्यादी. तथापि औंध संस्थानच्या राज्यकर्त्यांनी प्रातिनिधी सभेने मंजूर केलेले ठराव आपल्यावर बंधनकारक असल्याचे कधी मानले नाही. उलट, अनेक वेळा त्या ठरावांकडे दुर्लक्ष केले. त्यामुळेच पंडित सातवळेकर यांनी संस्थानचे कायदेमंडळ हा एक केवळ फार्स असल्याची टीका केली होती. वामनराव पटवर्धन यांनी औंध सरकारवर टीका करताना म्हटले होते की, जर सरकारचा खर्च अंदाजपत्रकातील तरतुदीप्रमाणे होणार नसेल तर संस्थानाचे अंदाजपत्रक कायदेमंडळाला सादर न करणेच बरे होईल. संस्थानचे कायदेमंडळ म्हणजे वादविवाद मंडळ (Debating Society) नव्हे आणि त्याच्या सभासदांचा अवमान सहन केला जाणार नाही असा इशारा त्यांनी दिला. कायदेमंडळाचे आणखी एक सभासद ल.ग.पटवर्धन यांनी संस्थानच्या कर्जफेडीच्या धोरणावर स्पष्ट व वास्तववादी टीका करून गेल्या दहा वर्षांतील संस्थानच्या कर्जफेडीचे प्रमाण शून्य टक्के असल्याचे निदर्शनास आणले. रा.र.इंगळे यांच्या ठरावानुसार औंध संस्थानातील न्यायव्यवस्थेची १९३४मध्ये कार्यकारी मंडळापासून फारकत करण्यात आली.(७) प्रातिनिधिक सभेच्या म्हणजेच कायदेमंडळाच्या प्रामाणिक प्रयत्नांनीसुद्धा औंध संस्थानच्या कारभारात फारशी सुधारणा झाली नाही. संस्थानच्या कार्यकारी मंडळात लक्ष्मणराव किर्लोस्कर हे एकमेव लोकनियुक्त मंत्री होते. त्यांनी मंत्रिपदावर अल्पकाळ काम केले. संस्थानाधिपतींशी मतभेद झाल्यामुळे त्यांनी पदत्याग केला.

मात्र, प्रजापक्षाच्या नेत्यांची कायदेमंडळातील भाषणे व टीका-टिप्पणी यांचे काही अपेक्षित परिणाम निश्चित झाले. औंध संस्थानातील नोकरशाहीवर वचक निर्माण होऊन काही प्रमाणात तिला आवर घालण्यात यश आले.

प्रजापरिषद :

औंध संस्थानातील प्रजापक्षीय आंदोलनाचे नेतृत्व करणाऱ्या औंध संस्थान प्रजापरिषदेची स्थापना १९३१मध्ये करण्यात आली होती. त्यामुळे प्रजेच्या गाऱ्हाण्यांची चर्चा करण्यासाठी आणि ती मांडण्यासाठी प्रजापरिषद हे आणखी एक व्यासपीठ प्रजापक्षाला उपलब्ध झाले होते. प्रजापरिषदेच्या झेंड्याखाली औंध संस्थानातील प्रजापक्षीय चळवळ अधिक प्रभावी आणि काही प्रमाणात आक्रमकसुद्धा बनली. वस्तुत: पहिला औंध संस्थान घटना कायदा १९३०मध्ये मंजूर करण्यात आला आणि औंध संस्थानच्या प्रजाजनांना तो स्वराज्याची सनद वाटला होता. १९३०च्या घटनात्मक सुधारणांच्या पश्चात लगेचच प्रजापरिषदेची स्थापना होणे हे आश्चर्यच होते. औंध संस्थान प्रजापरिषदेची चार-पाच अधिवेशने झाल्याचे आढळते. प्रजापरिषदेचे पहिले अधिवेशन मे १९३१मध्ये आटपाडी येथे भरवण्यात आले होते. अ. वि. तथा वामनराव पटवर्धन त्याचे अध्यक्ष होते. अधिवेशनाच्या स्वागत समितीचे अध्यक्ष पंडित सातवळेकर होते. मार्च १९३२मध्ये कुंडल येथे प्रजापरिषदेचे दुसरे अधिवेशन आयोजित करण्यात आले होते. कुंडलचे बाबुराव लाड पाटील अधिवेशनाच्या स्वागत समितीचे अध्यक्ष होते. सांगलीचे प्रख्यात वकील प्रा.ग.र.अभ्यंकर यांनी अधिवेशनाचे अध्यक्षपद भूषविले होते. ते दक्षिणी संस्थानांतील प्रजापक्षीय चळवळीचे ज्येष्ठ नेते होते आणि संस्थांनीप्रश्नांचे त्यांचे ज्ञान परिपूर्ण होते. प्रजापरिषदेचे तिसरे अधिवेशन २२ मार्च १९३३ रोजी संस्थानच्या राजधानीत खुद्द औंध येथे संपन्न झाले. कृष्णाजी शंकर दीक्षित यांनी स्वागत समितीचे नेतृत्व केले आणि गणेश कृष्णा चितळे हे त्या अधिवेशनाचे अध्यक्ष होते. १९३४मध्ये प्रजापरिषदेचे अधिवेशन गुणदाळ (जि. विजापूर) येथे निवासराव कौजलगी यांच्या अध्यक्षतेखाली संपन्न झाले. श्री.जी.एल.कणबूर यांनी गुणदाळ अधिवेशन आयोजनात पुढाकार घेतला होता. आटपाडी तालुका प्रजापरिषद मार्च १९३७मध्ये भरविण्यात आली होती. 'केसरी'चे संपादक ज.स.करंदीकर यांनी त्या अधिवेशनाचे अध्यक्षपद भूषविले.

प्रजापरिषदेच्या अधिवेशनात मंजूर करण्यात आलेले ठराव आणि विविध नेत्यांची भाषणे यामधून औंध संस्थानातील प्रजाजनांच्या मागण्या आणि आकांक्षा प्रतिबिंबित झाल्या होत्या. नवीन हक्कांची मागणी करण्यापेक्षा सरकारने मंजूर केलेल्या हक्कांची अंमलबजावणी करून घेण्याकडे प्रजाजनांचा कल होता. प्रजापरिषदेच्या

व्यासपीठावरून पुढील मागण्यांची पुनरुक्ती करण्यात येत होती. १) अफू, दारू इत्यादी मादक अमली पदार्थांची दुकाने बंद करण्यात यावीत. २) संस्थानातील बेरोजगारांची समस्या सोडवण्यासाठी परदेशी सूत आणि कापड यांच्या विक्रीवर बंदी घालण्यात यावी. ३) कराचे असह्य ओझे कमी करावे. ४) संस्थानात जमीन महसुलात झालेल्या प्रचंड वाढीच्या प्रकरणाची नव्याने चौकशी करावी. ५) संस्थानातील नोकरवर्गाची वेतनश्रेणी निश्चित करावी. प्रजापरिषदेने संस्थानाधिपती किरकोळ अर्जाच्या आधारे दिवाणी न्यायालयाच्या निकालात फेरफार करतात आणि त्यांचा अशा प्रकारचा हस्तक्षेप न्यायव्यवस्थेसाठी अनुचित असून त्यामुळे प्रजजनांच्या मनात संपूर्ण न्यायव्यवस्थेबद्दल अनादर निर्माण होईल अशी तक्रार धाडसाने केली. अशाप्रकारची प्रथा तात्काळ बंद करण्याची प्रजापरिषदेने मागणी केली. प्रजापरिषदेच्या कुंडल अधिवेशनात संस्थानाधिपतीच्या खासगी खर्चावर टीकेचा मुख्य रोख होता. त्यावेळी अधिपतींचा खासगी खर्च रुपये १,७१,००० होता आणि तो संस्थानच्या एकूण उत्पन्नाच्या ३३ टक्के एवढा होता. त्याकाळात औंध संस्थानवर मोठी कर्जे होती. राजघराण्याचा प्रचंड खासगी खर्च हे संस्थानच्या कर्जबाजारीपणाचे प्रमुख कारण होते. त्यामुळे प्रजापरिषदेने संस्थानाधिपतींनी आपला खासगी खर्च नियंत्रित करण्याची मागणी करून तिचा सातत्याने पाठपुरावा केला. परंतु, त्याचा फारसा परिणाम झाला नाही.[८] संस्थानाधिपतींचे खासगी खर्च खर्चीक नागरी विमानोड्डान प्रकल्प, वैद्यकीय उपचारांसाठी राजेसाहेबांची झालेली युरोपची सफर इत्यादी बाबींमुळे वाढतच गेला. शेवटी १९४७च्या घटनादुरुस्ती कायद्यानुसार संस्थांनाच्या एकूण उत्पन्नापैकी फक्त एक दशांश भाग संस्थानाधिपतींच्या खासगी खर्चासाठी राखून ठेवण्याचा निर्णय घेण्यात आला.[९] संस्थानात जबाबदार शासन स्थापन करणे आणि संस्थानच्या प्रजाजनांना मूलभूत हक्क प्राप्त करून देणे हा या परिषदेचा प्रमुख उद्देश होता.

शेतकऱ्यांचा राजधानीवर मोर्चा :

आटपाडी तालुक्यातील शेतकऱ्यांचा औंधच्या राजधानीवर निघालेला पायी मोर्चा हा औंध संस्थानातील प्रजापक्षीय चळवळीचा लढाऊ आविष्कार होता. आटपाडीच्या सुमारे चार-पाच हजार शेतकऱ्यांनी साठ मैलांचे अंतर कापून संस्थानची राजधानी औंधला कूच केले. त्याकाळात बस वाहतुकीची सोय नसल्याने मोर्चेकरी शेतकरी ६० मैल अंतर पायी चालत आले होते. २८ ऑगस्ट १९३८ रोजी आटपाडीच्या शेतकऱ्यांनी औंधच्या राजवाड्यावर मोर्चा काढला. मागील काही वर्षांत अनेक कारणाने आटपाडीच्या शेतकऱ्यांचा असंतोष वाढत चालला होता. औंध संस्थानातील जमीन महसुलाचे प्रमाण अन्य दक्षिणी संस्थांनांप्रमाणेच ब्रिटिश मुलाखातील जमीन

महसुलाच्या तिप्पट होते. स्थूलमानाने १९२० पासून शेतकऱ्यांची जमीन महसूलबाबतची गाऱ्हाणी संस्थानाधिपतीपर्यंत पोहोचत होती. जागतिक आर्थिक मंदीच्या आपत्तीचा शेतकऱ्यांच्यावर प्रतिकूल परिणाम झाला होता. १९३०-३१ आणि १९३१-३२ या वर्षात कृषी उत्पन्नाच्या किमतीत मोठी घट झाली होती. अशा परिस्थितीत शेतकऱ्यांना आपला शेतसारा भरणेसुद्धा अतिशय अवघड झाले होते.

आटपाडी तालुक्यातील बत्तीस गावे नेहमीच दुष्काळप्रवण होती. त्या भागात एका दशकातील सात वर्षे दुष्काळ, एक वर्ष उत्तम परिस्थिती आणि उरलेल्या दोन वर्षात सामान्य परिस्थिती अशी निसर्गाची तऱ्हा होती. १९३० पासून आटपाडी तालुक्यात 'शेतकरी संघटना' मूळ धरू लागली आणि तिचे सामर्थ्य वाढू लागले. रस्तुमराव देशमुख, गणेश बंडो देशपांडे, मिठूलाल कलाल, कुरेशी वकील, विश्वनाथ दर्शने इत्यादी नेत्यांनी शेतकऱ्यांचे चांगले संघटन करून शेतसाऱ्यात सूट मिळवण्याच्या मागणीसाठी करावयाच्या आंदोलनाची आवश्यक पार्श्वभूमी तयार केली होती. १९३७ साली आटपाडी तालुका दुष्काळग्रस्त होऊन पिके बुडाली होती. परंतु, शासनाच्या आणेवारी अहवालातून सर्वत्र आलबेल असल्याचे भ्रामक चित्र निर्माण करण्यात आले होते. शेतकरी जमीन महसूल भरण्यास असमर्थ असल्याने त्यांनी 'सारा माफीची' मागणी करण्यास सुरुवात केली. दरबारच्या अधिकाऱ्यांनी कायद्याप्रमाणे सारा माफी करणे अशक्य असल्याचा युक्तिवाद करून सारा वसुलीची स्थगिती जाहीर केली. त्यामुळे शेतकऱ्यांच्या असंतोषात भरच पडली. आटपाडीला दर आठवड्याला जाहीर सभा होऊ लागल्या आणि सत्याग्रह, साराबंदी अशा बाबींची चर्चा होऊ लागली. दक्षिणी संस्थान प्रजापरिषदेचे चिटणीस बाळकृष्ण विठ्ठल ऊर्फ तात्या शिखरे, काँग्रेस वर्किंग कमिटीचे सदस्य शंकरराव देव यांच्या भाषणांतून मिळणाऱ्या मार्गदर्शनामुळे आटपाडीमधील शेतकरी चळवळ सामर्थ्यवान होऊ लागली. औंध संस्थानच्या नोकरशाहीला बदलत्या परिस्थितीचे आकलन न झाल्याने त्यांना आवश्यक उपाययोजना करता आल्या नाहीत. त्यामुळे आटपाडीच्या शेतकऱ्यांचा संस्थानाच्या राजधानीवरील मोर्चा अटळ बनला. तात्या शिखरेंच्या नेतृत्वाखाली आटपाडीच्या शेतकऱ्यांनी औंधकडे वाटचाल केली. मोर्चातील शेतकरी 'जमीन महसूल कमी करा', 'आम्हाला स्वराज्य द्या' अशा घोषणा त्वेषाने देत होते. औंध संस्थान दरबारच्यावतीने तरुण राजपुत्र बॅ.आप्पासाहेब पंत आपल्या राजधानीपासून थोड्या अंतरावर मोर्चाला सामोरे गेले. त्यांनी सर्व परिस्थिती कौशल्याने व संयमाने हाताळली. सरतेशेवटी शंकरराव देवांच्या मध्यस्थीने शेतकऱ्यांच्या प्रश्नावर तडजोड करण्यात आली.[१०] या मोर्चा प्रकरणाचे

निश्चित महत्त्वाचे राजकीय परिणाम झाले असणार. अन्य दक्षिणी संस्थानांतील प्रजापक्षीय चळवळींप्रमाणे ऐतिहासिक औंध मोर्चानेसुद्धा औंध संस्थानातील प्रजेच्या हाती सत्ता देण्याच्या विकेंद्रीकरण प्रक्रियेला चालना मिळाली असणार.

राष्ट्रीय चळवळींशी सहकार्य :

१९३९मध्ये औंधचे संस्थानाधिपती बाळासाहेब पंतप्रतिनिधी यांनी औंध संस्थान राज्यघटना कायदा मंजूर करून आपल्या प्रजेला संपूर्ण स्वराज्याचे अधिकार बहाल केले. जर्मन विदुषी इंदिरा रॉथरमंड यांनी त्या घटनात्मक सुधारणांची पुढील वैशिष्ट्ये नमूद केली आहेत- १) प्रजेच्या सार्वभौमत्वाला मान्यता २) प्रौढ मताधिकार अमलात आणला आणि ३) कार्यकारी मंडळ कायदेमंडळाला जबाबदार राहील.[११] १९३९च्या स्वराज्य राज्यघटनेच्या अंमलबजावणीनंतर औंध संस्थानचे स्वरूप प्रजासत्ताक ग्रामराज्यांचे संघराज्य (Federation of Village Republics) असे बनले. संस्थानाधिपतीने स्वेच्छेने आपल्या प्रजेच्या हाती सत्ता सोपविली आणि ते स्वत: नामधारी राज्यकर्ते बनले. या सत्तांतरामुळे औंध संस्थानातील प्रजापक्ष सत्ताधारी बनला. १९४२चे चले जाव आंदोलन शेजारच्या सातारा जिल्ह्यात तीव्र झाले होते. बाळासाहेब पंतप्रतिनिधी आणि त्यांचे सुपुत्र आप्पासाहेब हे दोघे राष्ट्रीय मनोवृत्तीचे होते. काँग्रेसच्या धोरणांकडे त्यांचा अनुकूल कल होता. ते काँग्रेसच्या धोरणांची पाठराखण करत. चले जाव आंदोलनाच्या काळात औंध संस्थानातील प्रजापक्ष सातारा जिल्ह्यातील राष्ट्रीय चळवळीशी विशेषत: क्रांतिसिंह नाना पाटील यांच्या नेतृत्वाखाली चाललेल्या भूमिगत चळवळीशी एकरूप झाला होता.[१२] सातारा जिल्ह्यातील औंधची प्रजासत्ताक ग्रामराज्ये भूमिगतांच्या हालचालींची केंद्रे बनली. सातारा जिल्ह्यातील भूमिगत कार्यकर्ते औंध संस्थानातील खेडोपाडी आश्रय घेत असत. त्यांनी स्वत:ला स्वयंशासित आणि केंद्रीय सत्तेपासून स्वतंत्र असल्याचेसुद्धा जाहीर केले. भूमिगतांच्या स्वराज्याला 'प्रतिसरकार' म्हटले जात होते.[१३] नाना पाटलांना औंध संस्थानाधिपतींची सौहार्दपूर्ण सहानुभूती आणि जनतेचा व्यापक पाठिंबा लाभल्यामुळे ब्रिटिश पोलिस त्यांना अटक करू शकले नाहीत. 'चले जाव' चळवळीच्या काळात नाना पाटलांनी स्थापन केलेल्या प्रतिसरकारची राजधानी औंध संस्थानातील एक तालुक्याचे ठिकाण कुंडल येथे होती. औंध संस्थानच्या प्रजाजनांनी मोठ्या संख्येने सातारा जिल्ह्यातील भूमिगत चळवळीत भाग घेतला होता. नाना पाटलांचे महत्त्वाचे सहकारी नाथा लाड, आप्पासाहेब लाड, जी. डी. लाड, प्रतिसरकारचे प्रचार प्रमुख शाहीर शंकर निकम इत्यादी सर्वजण औंध संस्थांचे प्रजाजन होते. औंध संस्थानातील प्रजा पक्षाचे कार्यकर्ते शेणोली स्टेशन नजीक पगाराची खास रेल्वेगाडी

लुटणे, रेल्वे स्टेशन्स जाळणे, रेल्वे मार्गावरील फिश प्लेट्स काढून टाकणे अशा प्रकारच्या घातपातकी करावायांत सहभागी होते. औंध संस्थानचे अधिपती आणि सरकार यांची सहानुभूती आणि संस्थानातील प्रजापक्षाचे बहुमोल सहकार्य यांचा सातारा जिल्ह्यातील राष्ट्रीय भूमिगत चळवळीच्या यशात मोठा वाटा होता. सातारा जिल्ह्यातील भूमिगत चळवळीचे एक सर्वाधिकारी (डिटेक्टर) लक्ष्मण गणेश कुलकर्णी ऊर्फ धन्वंतरी कासेगावकर वैद्य औंध संस्थान आणि त्यांचे तरुण राजपुत्र आप्पा पंत यांचा ऋणनिर्देश करताना म्हणाले, "आमच्या १९४२च्या चळवळीला औंध संस्थान फार उपयुक्त ठरले. आमची केंद्रे औंध संस्थानातील किर्लोस्करवाडी, ओगलेवाडी अशा ठिकाणी होती. आमच्या १९४२च्या चळवळीच्या यशाचे मोठे श्रेय आप्पासाहेब पंत यांच्याकडे जाते. सातारा जिल्हा विशेष करून त्यांचा ऋणी आहे."[१४]

वरील विवेचनावरून औंध संस्थानातील प्रजापक्षीय चळवळीचे स्वरूप आणि ठळक वैशिष्ट्ये याबाबत पुढील निष्कर्ष काढता येतात. ती प्रजापक्षीय चळवळ अत्यंत प्रभावी व परिणामकारक होती. तिचे स्वरूप घटनात्मक होते. काही स्थानिक व बाहेरच्या प्रबुद्ध लोकांचे चळवळीला चांगले नेतृत्व लाभले. त्या चळवळीने काही आर्थिक प्रश्न कौशल्याने हाताळले आणि त्यांचा सतत पाठपुरावा केला. औंध संस्थानात राजा आणि प्रजापक्ष यांच्यात फारसा संघर्ष उद्‌भवला नव्हता. तथापि, दुसऱ्या महायुद्धाच्या समाप्तीनंतर दक्षिणी संस्थानाचे संघराज्य बनवावे की संस्थानांचे विलीनीकरण करावे या मुद्द्यावरून उभय पक्षात तीव्र मतभेद होते. जेव्हा बाळासाहेब पंत प्रतिनिधी आणि आप्पासाहेब दक्षिणी संस्थानांचे संघराज्य बनवून संस्थानांचे अस्तित्व टिकवण्याचा खटाटोप करत होते. तेव्हा प्रजापक्षाने संस्थानच्या विलीनीकरणाच्या धोरणाला पाठिंबा दिला. एप्रिल १९४६मध्ये दक्षिणी संस्थान प्रजा परिषदेचे अध्यक्ष पंडित सातवळेकर आणि औंध संस्थान कायदे मंडळाचे सभापती नानासाहेब चाफेकर यांनी संस्थानच्या विलीनीकरणाच्या धोरणाला उघड पाठिंबा दिला होता.[१५] त्यामुळे औंध संस्थानातील प्रजापक्षीय चळवळ संस्थांनाधिपतींच्या कह्यात नव्हती किंवा त्यांच्या हस्तकांकडून तिचे नियंत्रण केले जात नव्हते असे ठामपणे म्हणता येते.

(पूर्वप्रसिद्धी : शोध निबंधसंग्रह, अखिल महाराष्ट्र इतिहास परिषद, अमरावती, १९९८. मूळ लेख इंग्रजी भाषेत आहे.)

संदर्भ आणि टिपा :

१) तुपे बा. उ. : विसाव्या शतकातील औंध संस्थानचा इतिहास, अप्रकाशित एम. फिल. प्रबंध, शिवाजी विद्यापीठ, कोल्हापूर, १९९०, प्रकरण पहिले.

२) आप्पा पंत : इंदिरा रॉथरमंड यांच्या दी औंध एक्सपेरिमेन्ट : ए गांधीयन ग्रासरूटस डेमॉक्रसी, मुंबई, १९८३ पुस्तकांची प्रस्तावना, पृष्ठ क्र. xv-xvi आप्पासाहेब पंत हे औंध संस्थानचे राष्ट्रीय मनोवृत्तीचे, उच्च विद्याविभूषित राजपुत्र होते. संस्थानात स्वराज्याचा घटनात्मक प्रयोग सुरू झाल्यावर ते औंध संस्थानचे पहिले प्रधानमंत्री होते. स्वातंत्र्योत्तर काळात त्यांनी भारताचे उच्चायुक्त आणि राजदूत म्हणून परदेशात अनेक वर्षे कामगिरी बजावली होती.

३) इंगळे रा. र. : 'औंध संस्थानला स्वराज्याचा लाभ', पटवर्धन वि. अ. (संपादक) संस्थानातील लोकशाहीचा लढा, पुणे, १९४०, पृ. ८०-८१

४) आप्पा पंत : ॲडमिनीस्ट्रेशन रिपोर्ट ऑफ ग्रामपंचायतस, औंध, १९४५; इंगळे रा. र.: उपरोक्त, पृष्ठे ८२-९४, १०५

५) 'ज्ञानप्रकाश' हे १८४९ ते १९५१ या काळात प्रकाशित होत असलेले मराठी – इंग्रजी द्वैभाषिक साप्ताहिक होते. १९०९मध्ये ते नामदार गोपाळ कृष्ण गोखलेंनी स्थापन केलेल्या भारत सेवक समाजाच्या मालकीचे झाले.

६) आप्पा पंत : मुलखावेगळा राजा, पहिली आवृत्ती, पुणे, १९८६, पृ. २२

७) इंगळे रा. र. : उपरोक्त, पृ. ८२-९४

८) कित्ता, पृ. ९५-११०

९) औंध स्टेट कॉन्स्टीट्यूशन ॲक्ट, १९३९, ओरिजिनल टेक्स्ट

१०) मुलखावेगळा राजा, पृ. ३०-३४

११) औंध स्टेट कॉन्स्टीट्यूशन ॲक्ट, १९३९ ओरिजिनल टेक्स्ट; इंदिरा रॉथरमंड, उपरोक्त, प्रिफेस, पृ. xxi

१२) नाना रामचंद्र पाटील (१९००-१९७६) सातारा जिल्ह्यातील शेतकरी जनसमुदायाचे महान नेते होते. १९४०च्या दशकात ते आपल्या कार्यामुळे सातारा जिल्ह्यातील राष्ट्रीय चळवळीचे प्रतीक बनले होते. चले जाव आंदोलनाच्या काळात सातारा जिल्ह्यात त्यांच्या नेतृत्वाखाली प्रतिसरकारची स्थापना करण्यात आली होती.

१३) आप्पा पंत : फोरवर्ड, उपरोक्त, पृ. xii

१४) लक्ष्मण गणेश कुलकर्णी तथा धन्वंतरी कासेगावकर वैद्य : सातारचे प्रतिसरकार : स्वातंत्र्य लढ्याच्या स्मृती, मुंबई, १९८८, पृ. ४५.

१५) पटवर्धन वि. अ. : दक्षिण महाराष्ट्रातील संस्थानांच्या विलीनीकरणाची कथा, पुणे, १९६६, पृ. ५९.

५

अक्कलकोट संस्थानातील प्रजापक्षीय चळवळ

संस्थानी प्रदेशातील स्वातंत्र्य चळवळ हा भारतीय स्वातंत्र्य संग्रामाचा एक महत्त्वाचा पैलू आहे. मुंबई इलाख्याच्या पश्चिम आणि दक्षिण विभागात स्वातंत्र्यपूर्व काळात अठरा लहान-मोठी संस्थाने होती. बऱ्याच दक्षिणी संस्थानांचे अधिपती सुशिक्षित व तुलनेने अधिक सुसंस्कृत होते. त्यांच्यापैकी अनेकांनी आपल्या राज्यांत लोकशाही पद्धतीवर आधारित काही सुधारणांचा आरंभ केला होता. त्यांना बदलत्या राजकीय परिस्थितीचे चटकन आकलन होत होते. त्यामुळे बऱ्याच दक्षिणी संस्थानांचे विलीनीकरण राजा आणि प्रजा यांच्या परस्पर संमतीने घडून आले. मात्र, त्याला काही अपवाद होते. जत, अक्कलकोट, मुधोळ, जंजिरा, सावंतवाडी संस्थानांत स्वातंत्र्य आंदोलन अखेरच्या टप्प्यात आक्रमक बनले आणि त्याला हिंसक वळण लागले. अक्कलकोट संस्थानातील प्रजापक्षीय चळवळीचे विश्लेषण करण्याचा प्रयत्न या लेखात करण्यात आला आहे.

(१)

अक्कलकोट संस्थान महाराष्ट्रातील सोलापूर जिल्ह्यालालागून महाराष्ट्र व कर्नाटक राज्यांच्या सीमावर्ती भागात वसले होते. संस्थानचे क्षेत्रफळ ४९८ चौरस मैल होते. १९४१च्या जनगणनेनुसार अक्कलकोट संस्थानाची लोकसंख्या १,०३,९०८ होती. संस्थानाचे एकूण महसुली उत्पन्न रुपये ६,८५,१४५/- होते. संस्थानात १०७ गावे होती. भौगोलिक परिस्थिती व प्रशासकीय सोयीच्या दृष्टीने संस्थानाची एक तालुका आणि दोन पेठे अशी विभागणी केली होती. दोन पेठ्यांपैकी सोलापूर जिल्ह्याच्या माळशिरस तालुक्यातील पाच विखुरलेल्या खेड्यांचा पिलीव हा एक पेठा होता. सातारा जिल्ह्याच्या खटाव तालुक्यातील कुर्ले (राजाचे) गावाचा दुसरा पेठा होता. उर्वरित १०१गावांचा संस्थानाचा अक्कलकोट तालुका सोलापूर जिल्ह्याच्या सीमेला

लागून होता आणि तो एक सुटसुटीत गट किंवा विभाग होता.[१]

फत्तेसिंह भोसले हे अक्कलकोट संस्थानाचे मूळ पुरुष होते. १७०७ साली साताराच्या छत्रपती शाहू महाराजांनी फत्तेसिंह या आपल्या मानसपुत्रास अक्कलकोट परगण्याची जहागीर तिच्या कारभाराच्या सर्व अधिकारांसह दिलेली होती. त्या जहागिरीचे वार्षिक उत्पन्न रुपये ५५ लाखांचे होते. छत्रपती शाहू महाराजांच्या कोल्हापूर, त्रिचनापल्ली, बुंदेलखंड आणि भागानगर विरुद्धच्या मोहिमांमध्ये फत्तेसिंह भोसले यांनी चांगली कामगिरी बजावली होती. १७४९मध्ये शाहू महाराजांचे निधन झाल्यानंतर फत्तेसिंह अक्कलकोटला येवून राहिले. त्यानंतर त्यांनी मराठ्यांच्या राजकारणात सहभाग घेतला नाही. शाहू महाराजांच्या निधनानंतर बाळाजी बाजीराव ऊर्फ नानासाहेब पेशवे यांनी फत्तेसिंह भोसलेच्या जहागिरीचा बराच प्रदेश बळकावला. त्यामुळे फत्तेसिंहाकडे त्याच्या मूळ जहागिरीचा फक्त एकविसांश ($\frac{१}{२०}$) भाग, रुपये अडीच लाख वार्षिक उत्पन्नाचा प्रदेश उरला. अक्कलकोट जहागिरीचा मूळ पुरुष फत्तेसिंह यांचे १७६० साली निधन झाले.[२] १८२८ साली आठ वर्षांचा लहान मुलगा अक्कलकोटचा अधिपती झाला. त्याच्या अज्ञान अवस्थेत अक्कलकोटचा कारभार सातारच्या राजा प्रतापसिंह यांनी चालवला. १८३० साली बोरगावच्या शंकरराव सरदेशमुखांच्या नेतृत्वाखाली अक्कलकोट संस्थानात शेतकऱ्यांचा उठाव झाला. परिणामत: अक्कलकोट संस्थानाचा कारभार राजा प्रतापसिंह यांच्या हातून काढून घेण्यात आला आणि कॅप्टन जेमसन या ब्रिटिश अधिकाऱ्याची संस्थानचा कार्यकारीशासक (Regent) म्हणून नेमणूक करण्यात आली. अक्कलकोट संस्थानचे शेवटचे अधिपती विजयसिंहराव राजे भोसले १९२३ साली गादीवर आले होते. त्यांचा जन्म १३ डिसेंबर १९१५ रोजी झाला होता. त्यांच्या अज्ञान अवस्थेच्या काळात संस्थानच्या कारभाराची जबाबदारी राजमाता ताराराणीसाहेबांच्या नेतृत्वाखालील प्रशासन मंडळाकडे सोपविली होती. १९३०मध्ये कार्यकारीशासक राजमाता राणीसाहेब यांना सोलापूरच्या पोलिटिकल एजंटच्या सामान्य नियंत्रणाखाली संस्थानातील नागरी, फौजदारी आणि महसुली बाबींची सर्व सत्ता देण्यात आली. विजयसिंहरावराजे यांना ब्रिटिश सरकारने जेव्हा अक्कलकोट संस्थानाच्या कारभाराची संपूर्ण सत्ता सुपुर्द केला त्यावेळी २७ फेब्रुवारी १९३६ रोजी संस्थानातील प्रशासन मंडळाचा कार्यकाल संपुष्टात आला. अक्कलकोटच्या राजाला दख्खनच्या प्रथम श्रेणी सरदारचा दर्जा आणि राजपदाच्या प्रतिनिधीकडून (Crown Representative) स्वागत होण्याचा सन्मान प्राप्त झाला.[३] प्रशासन मंडळाच्या कार्यकालात ताराबाई राणीसाहेबांनी संस्थानात विशेषत: शिक्षण व सार्वजनिक कामे या क्षेत्रात सुधारणा घडवून आणल्या. मुंबई इलाख्याचे भूतपूर्व गव्हर्नर सर

फ्रेडरिक साईक्स यांच्या शब्दांत प्रशासन मंडळाचा कार्यकाल चहुबाजूने शांत परंतु गतिशील प्रगतीने लक्षणीय होता आणि ते सुदृढ पुरोगामी आणि काळजी घेणाऱ्या प्रशासनाचे देदीप्यमान उदाहरण होते ('Regency Administration was marked by silent but speedy progress in all directions' and was a 'shining example of sound, progressive and careful administration')[४]

(२)

अक्कलकोट संस्थानचे शेवटचे अधिपती विजयसिंहराव महाराज चांगले सुशिक्षित होते. त्यांनी १९३२ साली राजकोटच्या राजकुमार कॉलेजमधून पदविका अभ्यासक्रम पूर्ण केला होता. ते इंग्रजी व विज्ञान विषयांत पारंगत होते. त्यांनी बंगळूर येथे दीड वर्षांचे प्रशासकीय प्रशिक्षण घेतले होते. त्यांना वाचनाची आवड होती. ते क्रिकेट, टेनिस, बॅडमिन्टन, सायकल पोलो इत्यादी खेळात निपुण असलेले खेळाडू होते. त्यांना शिकारीचा छंद होता. तसेच ते चपळ नेमबाज होते. त्यांची विचारसरणी प्रगल्भ होती आणि ते नवीन, पुरोगामी कल्पनांचा सहज स्वीकार करत असत.

विजयसिंहराव राजे यांच्या कारकिर्दी विषयी आजही विविध प्रकारची मते व्यक्त करण्यात येतात. त्यांच्या विरोधकांच्या मते, ते अन्याय्य, निष्ठुर आणि विलासी राज्यकर्ता होते आणि त्यामुळे त्यांच्या कारकिर्दीत संस्थानची कसलीही प्रगती झाली नाही. त्यांचे चाहते मात्र म्हणत की ते जरी विलासी असले तरी ते एक लोककल्याणकारी राज्यकर्ते होते. त्यांच्या कारकिर्दीत अक्कलकोट संस्थानची शिक्षण, कृषी, सार्वजनिक कामे अशा विविध क्षेत्रात चांगली प्रगती झाली होती. त्यांनी आपल्या संस्थानातील शेती विकासाकडे विशेष लक्ष दिले होते. राज्यात दुष्काळ पडल्यावर विजयसिंहराव राजे आपल्या प्रजेला शेतसाऱ्यात सूट देत असत. त्यांनी आपल्या राज्यात मोफत प्राथमिक शिक्षण योजना सुरू केली होती. त्याचप्रमाणे त्यांनी संस्थानातील गरीब, होतकरू विद्यार्थ्यांना माध्यमिक आणि उच्च शिक्षण घेता यावे म्हणून फी माफी, शिष्यवृत्ती अशा योजना मंजूर केल्या होत्या. ते आपल्या संस्थानाच्या एकूण उत्पन्नापैकी १६ टक्के एकट्या शिक्षणावर खर्च करत होते. अक्कलकोट येथे फत्तेसिंह मराठा वसतिगृह, मुस्लिम बोर्डिंग आणि वीरशैव बोर्डिंग ही तीन वसतिगृहे होती आणि त्या सर्वांना अनुदान अथवा देणगी स्वरूपात संस्थानचा उदार आश्रय होता. अक्कलकोट शहराची पाणी पुरवठा योजना पूर्ण करण्याचे श्रेय विजयसिंहराव राजे यांनाच जाते. त्यांनी संस्थानात रस्त्यांचे चांगले जाळे निर्माण केले. तसेच बोरी नदी व हेब्बाळ नाल्यावर पुलाचे बांधकाम केले. त्यांनी जनतेला वैद्यकीय मदत पुरवण्याची व्यवस्था करून त्यासाठी राजधानीत हॉस्पिटल सुरू केले होते. विविध लोककल्याणकारी

योजना राबवूनसुद्धा संस्थानला कसलाही कर्जाचा बोजा नव्हता. १९३० साली अक्कलकोट संस्थानात उच्च न्यायालयाची स्थापना करण्यात आली होती. उच्च न्यायालयाच्या न्यायाधिशांपैकी एकजण तरी ब्रिटिश भारतात वकिलीचा दहा वर्षांचा अनुभव असलेला बॅरिस्टर असला पाहिजे अशी अट होती. अशा प्रकारे अक्कलकोट संस्थानने विविध क्षेत्रांत उल्लेखनीय प्रगती केली होती. विजयसिंहराव राजे यांच्या कारकिर्दीच्या प्रारंभीच्या टप्प्यात प्रजा व राजा यांचे संबंध सौहार्दपूर्ण होते.[५]

अक्कलकोट संस्थानात बराच काळ प्रजाजनात राजकीय जागृती नव्हती. लोकांना नागरी स्वातंत्र्य, राजकीय हक्क नव्हते. घटनात्मक सुधारणांची प्रगतीसुद्धा फारशी प्रभावी नव्हती. वस्तुत: दक्षिणी संस्थानात राजकीय जागृती घडवून आणण्याची सुरुवात १९२१ साली पुणे येथे झाली. त्याचा प्रभाव हळूहळू अक्कलकोट संस्थानावरही पडला.

अक्कलकोटच्या हितचिंतकांच्या संघटनेने १६ ऑगस्ट १९२३ रोजी अक्कलकोट संस्थान प्रजापरिषदेचे पहिले अधिवेशन संस्थानच्या राजधानी (अक्कलकोट) पासून तेवीस मैल अंतरावर असलेल्या सोलापूर शहरात भरवले. प्रा.ल.ब.भोपटकर त्या अधिवेशनाचे अध्यक्ष होते. अधिवेशनात त्यांचे प्रभावी व्याख्यान झाले. अधिवेशनात मंजूर करण्यात आलेल्या ठरावांतून प्रजेच्या महत्त्वाच्या मागण्या मांडण्यात आल्या. ते ठराव : (१) संस्थानात संस्थानाधिपतींच्या नेतृत्वाखाली जबाबदार शासनपद्धतीची स्थापना करण्यात यावी. (२) श्रीमंत राजमातेची संस्थानचे कार्यकारीशासक (Regent) म्हणून नेमणूक व्हावी. (३) जमीन महसुलात कपात करण्यात यावी इत्यादी प्रजेच्या महत्त्वाच्या मागण्या होत्या. सोलापूरचे जिल्हाधिकारी हे अक्कलकोट संस्थानचे पोलिटिकल एजंटसुद्धा होते. त्यांनी प्रजापरिषदेचे हे अधिवेशन अक्कलकोटमध्ये घेण्यास परवानगी नाकारली होती. परंतु, अधिवेशन सोलापूरला घेण्यास मात्र मोकळीक दिली. त्यामुळे सदर अधिवेशन संस्थानची राजधानी अक्कलकोट शहरात आयोजित करण्यास परवानगी न दिल्याबद्दल संस्थानच्या राज्यकर्त्यांवर अधिवेशनाच्या अखेरीस टीका करण्यात आली.

अक्कलकोट संस्थान प्रजापरिषदेचे दुसरे अधिवेशनही १६-१७ ऑगस्ट १९२४ रोजी सोलापूरलाच भरवण्यात आले होते. टिळक पक्षाचे एक महत्त्वाचे नेते सातारचे प्रसिद्ध वकील दादासाहेब करंदीकर यांनी त्या अधिवेशनाचे अध्यक्षपद भूषविले होते. पहिल्या अधिवेशनातील ठराव या अधिवेशनात पुन:श्च मंजूर करण्यात आले.

अक्कलकोट संस्थान प्रजापरिषदेचे तिसरे अधिवेशन २ डिसेंबर १९२९ रोजी संस्थानची राजधानी अक्कलकोट येथे संपन्न झाले. टिळक पक्षाचे अध्वर्यू आणि

दक्षिणी संस्थानातील प्रजापक्षीय चळवळीचे एक प्रमुख्य नेते न. चिं. केळकर त्या अधिवेशनाचे अध्यक्ष होते. दरम्यानच्या काळात अक्कलकोटच्या श्रीमंत राजमातांची संस्थानच्या कार्यकारी शासक म्हणून नेमणूक करण्यात आली होती आणि एक शासकीय अधिकारी श्री. प्रधान यांना राणीसाहेबांचे सल्लागार म्हणून नेमण्यात आले होते. प्रजापरिषदेचे अक्कलकोट अधिवेशन फार यशस्वी ठरले. खुद्द राणीसाहेबांनी अधिवेशनास भेट देऊन हार्दिक शुभेच्छा व्यक्त केल्या. या अधिवेशनात प्रजेच्या काही मागण्या ठराव रूपाने मांडण्यात आल्या. नियोजित गोलमेज परिषदेत संस्थानांचे प्रतिनिधित्व संस्थानी प्रजेच्या प्रतिनिधींनीच करावे आणि संस्थानातील वकिलांना कायमस्वरूपी सनदा देण्यात याव्यात अशी मागणी करण्यात आली.[६] न.चिं. केळकर यांनी आपल्या अध्यक्षीय भाषणात संस्थानात प्रतिनिधिक संस्था स्थापन करून त्यांना आवश्यक ते अधिकार देण्यात आल्याशिवाय संस्थानी प्रजा स्वस्थ बसणार नसल्याचा निर्धार व्यक्त केला. त्यांनी संस्थानाधिपतींनाही बदलत्या काळाच्या खूणा ओळखण्याचे आवाहन केले.[७] अक्कलकोट संस्थान प्रजापरिषदेच्या तिसऱ्या अधिवेशनानंतर संस्थानच्या कार्यकारी शासक असलेल्या राजमाता यांनी संस्थानात अशाप्रकारच्या परिषदेच्या आयोजनास परवानगी दिली नाही. उलट, त्यांनी राजकीय कारवाया, आंदोलने याबाबत प्रतिकूल, शत्रुत्वाची भूमिका स्वीकारली. १९३३मध्ये मंगरूळ येथील पुजारी बंधूंनी संस्थानातील शेतकऱ्यांना प्रतिकूल परिस्थितीमुळे पूर्ण शेतसारा न भरण्याचे आवाहन केले. तथापि, त्यांना चोरीच्या आरोपाखाली कठोर शिक्षा करण्यात आली. १९३५ साली मंगरूळच्या रंगनाथ गोविंद पुजारी यास राजद्रोहाच्या गुन्ह्यासाठी एक वर्ष कारावासाची शिक्षा करण्यात आली. दरबारच्या या दडपशाहीच्या धोरणामुळे संस्थानचे प्रजाजनांत मोठ्या प्रमाणात दहशत निर्माण झाली.[८]

(३)

१९३८ सालापर्यंत किंवा अधिक नेमकेपणाने १९४० पर्यंत अक्कलकोट संस्थानात कोणत्याही घटनात्मक सुधारणा झाल्या नव्हत्या आणि लोकशाहीकरणाचा मागमुसही नव्हता. ब्रिटिश भारतात १९३७ साली प्रांतिक कायदेमंडळाच्या निवडणुका होवून देशातील आठ प्रांतात काँग्रेस सत्तेत आली होती. अशा प्रकारे ब्रिटिश भारतातील प्रांतांना १९३७मध्ये स्वराज्याचा लाभ झाला आणि या घटनेचा संस्थानातील घडामोडींवर प्रभाव पडला. परिणामत: संस्थानी प्रदेशात अधिक राष्ट्रीय जागृती घडून आली. १९३८ साल हिंदी संस्थानांच्या इतिहासातील कलाटणी देणारे वर्ष ठरले. बऱ्याच हिंदी संस्थानात १९३८मध्ये कमीअधिक प्रमाणात लोकशाही राजवटीचा प्रारंभ झाला. अक्कलकोट संस्थानही त्याला अपवाद नव्हते. दिनांक ३ ऑक्टोबर १९३८ रोजी

अक्कलकोट संस्थानचे अधिपती विजयसिंहराव राजे यांनी आपल्या दसरा दरबारात आपल्या संस्थानासाठी घटनात्मक सुधारणांच्या योजनेची घोषणा केली. त्या सुधारणा योजनेची पुढील तीन ठळक वैशिष्ट्ये होती– १) संस्थानात रयत असेंब्ली नावाचे कायदेमंडळ स्थापन करण्यात येईल. त्याचे निम्मे सभासद दरबारकडून नेमण्यात येतील. मात्र, कायदेमंडळात बिगर सरकारी सभासदांचे बहुमत असेल. संस्थानचे दिवाण कायदेमंडळाचे अध्यक्ष असतील. २) अक्कलकोट शहर नगरपालिकेत लोकनियुक्त सभासदांचे बहुमत असेल. ३) संस्थानातील प्रमुख गावांत ग्रामपंचायतींची स्थापना करण्यात येईल.

घटनात्मक सुधारणांची प्रस्तुत योजना १९४० पर्यंत प्रत्यक्ष अंमलात आली नव्हती. १९३९ साली प्लेगच्या साथीचा प्रादुर्भाव झाल्यामुळे संस्थानच्या कायदेमंडळाची निवडणूक पुढे ढकलावी लागली. प्रत्यक्षात १९४०च्या ऑक्टोबर महिन्यात दसऱ्याच्या शुभ मुहूर्तावर संस्थानच्या कायदेमंडळाचे रयत असेंब्लीचे उद्‌घाटन करण्यात आले. त्या उद्‌घाटन सोहळ्याने अक्कलकोट संस्थानातील नव्या युगाचा प्रारंभ झाला.(९) दुसऱ्या महायुद्ध काळात अक्कलकोट संस्थानात अधिक प्रमाणात घटनात्मक सुधारणांचा प्रारंभ करण्यास आला नव्हता. उलट, दरबारने दडपशाहीच्या जुन्याच धोरणांचा अवलंब सुरू केला. १९३८मध्ये ऑक्टोबर महिन्याच्या दुसऱ्या आठवड्यात दक्षिणी संस्थान प्रजापरिषदेचे कार्यवाह बाळकृष्ण विठ्ठल ऊर्फ तात्यासाहेब शिखरे यांची संस्थानी प्रजेतील राष्ट्रीय जागृतीला चालना देण्यासाठी अक्कलकोट शहर आणि इतर काही गावांना भेट ठरलेली होती. परंतु, ते संस्थानी प्रजेला कायदेभंगासारख्या मार्गाचा अवलंब करण्याची चिथावणी देतील अशा संशयावरून श्री. शिखरे व त्यांच्या दोन मित्रांना १९३८च्या अक्कलकोट स्टेट रेग्युलेशन नं. १च्या तरतुदीनुसार अक्कलकोट संस्थानच्या हद्दीत प्रवेश करण्यास सहा महिने प्रतिबंध करण्यात आला.(१०) १९३९–४० मध्ये विरभद्राप्पा लोकापूरे यांनी संस्थानात अनेक जाहीर सभांत भाषणे केली आणि निर्भयपणे संस्थानच्या नोकरशाहीवर कठोर टीका केली. त्यांनी अक्कलकोट संस्थानात प्रजापक्षीय चळवळ संघटित करण्याचाही प्रयत्न केला. संस्थानचे तत्कालीन दिवाण गुलाबराव देशमुख यांनी प्रजेची गाऱ्हाणी दोन–तीन महिन्यात दूर करण्याचे लोकापुरेंना आश्वासन दिले होते. तथापि, लवकरच लोकापुरेंना एका फौजदारी खटल्यात अडकवून त्यांच्यावर अटक वारंट बजावण्यात आले. प्रलंबित फौजदारी खटला आणि प्रकृती अस्वास्थ्य यामुळे सरतेशेवटी त्यांना अक्कलकोट सोडून सोलापूरला राहावे लागले. ते सोलापुरात पाच वर्षे राहिले अणि त्या काळात त्यांनी 'सुदर्शन' चे सहसंपादक म्हणून काम केले.(११)

१५ ऑक्टोबर १९४५ रोजी ज्येष्ठ काँग्रेस नेते शंकराव देव यांनी महाराष्ट्र प्रांतिक सेवक फंडासाठी निधी संकलन मोहिमेचा भाग म्हणून अक्कलकोटला भेट दिली. तुळशीदास जाधव आणि छन्नुसिंग चंदेले हे सोलापुरचे काँग्रेसचे दोन नेते त्यांच्या बरोबर होते.

काही दरबार पक्षीय कार्यकर्त्यांनी अक्कलकोट शहरात शंकरराव देवांची गाडी अडवून त्यावरील ध्वनिवर्धक काढून टाकला. या प्रकारानंतर देवांनी तुळशीदास जाधव व छन्नुसिंग चंदेले यांना तेथील राजकीय परिस्थितीचे काळजीपूर्वक निरीक्षण करून ती कौशल्याने हाताळण्याचा सल्ला दिला. दत्तोपंत किणीकर व इतर स्थानिक कार्यकर्त्यांनी वर्गणी जमवून महाराष्ट्र प्रांतिक सेवक फंडाला रुपये १००१/- ची देणगी दिली.[१२]

१९४० साली अस्तित्वात आलेले संस्थानचे कायदेमंडळ त्याची पाच वर्षांची मुदत पूर्ण होताच १९४५मध्ये बरखास्त झाले. मात्र, कायदेमंडळाच्या नवीन निवडणुका जाहीर करण्यात आल्या नाहीत. त्याऐवजी संस्थानचे कायदेमंडळ अधिक प्रातिनिधिक व परिणामकारक बनवण्याच्या उद्देशाने नवीन घटनात्मक सुधारणांची शिफारस करण्यासाठी दहा सदस्यांची एक समिती गठित करण्यात आली. त्या समितीने १९४६मध्ये आपली सुधारणा योजना सादर केली. प्रस्तावित घटनात्मक सुधारणा योजनेचा तोंडावळा ब्रिटिश भारतात १९२१ ते १९३७ या कालावधीत प्रांतांत राबवलेल्या आणि शेवटी त्याग केलेल्या द्विदल राज्यपद्धतीसारखा होता. त्या सुधारणा, १९४६ पासून संस्थानच्या तात्काळ विलीनीकरणाची मागणी करणाऱ्या, राष्ट्रीय मनोवृत्तीच्या प्रजेचे समाधान करण्याची शक्यता फारच कमी होती.[१३]

(४)

अक्कलकोट संस्थानातील प्रजापक्षीय चळवळीत दोन सुस्पष्ट प्रवाह असल्याचे आढळते. अक्कलकोट संस्थान प्रजापरिषद त्यांपैकी एकाचे प्रतिनिधित्व करत होती. संस्थानी प्रजापरिषदेची पहिली तीन अधिवेशने संस्थान बाहेरच्या टिळक पंथीय नेत्यांच्या प्रोत्साहनाने आयोजित करण्यात आली होती आणि त्या तिन्ही अधिवेशनांवर त्यांचाच प्रभाव होता. त्या काळात ते टिळक पंथीय नेते हिंदुत्वाच्या विचारसरणीकडे आकृष्ट झालेले होते. १९४०च्या दशकात अक्कलकोट संस्थान प्रजापरिषदेचे स्थानिक नेतृत्व व कार्यकर्ते यांच्या सक्रिय सहभागाने प्रजापरिषदेच्या कार्यक्रमांचे पुनरुज्जीवन होऊन ते जोमदार झाले. बाबासाहेब वारद, विरभद्राप्पा लोकापुरे, डॉ. शंकरराव देशपांडे, दत्तोपंत किणीकर, दत्तोपंत सुमंत इत्यादी अक्कलकोट संस्थान प्रजापरिषदेचे नेते होते. आप्पा देशपांडे आणि रामभाऊ शिरवळकर यांनीसुद्धा प्रजापरिषदेच्या कामात सक्रिय

सहभाग घेतला होता. तथापि, प्रजापरिषदेचे नेते आणि कार्यकर्ते सामाजिक बाबतीत सनातनी वृत्तीचे होते. त्यामुळे त्यांच्यातील अनेकांनी संस्थानातील हिंदू मंदिरात दलित अस्पृश्यांच्या प्रवेशाला परवानगी देणाऱ्या अक्कलकोट हरिजन ॲक्टच्या विधेयकाला विरोध केला होता. त्यांच्या मुस्लिम विरोधी दृष्टिकोनामुळे गणेशोत्सव काळात अक्कलकोटमध्ये वरचेवर जातीयतणाव निर्माण होत असत. प्रजापरिषदेच्या या गटाला हिंदुत्ववादी विचारसरणीच्या प्रभावाखाली असलेल्या सोलापूर व पुणे येथील वृत्तपत्रांचा महत्त्वाचा पाठिंबा मिळत होता. 'काळ', 'सुदर्शन', 'कल्पतरू', 'पुणे समाचार', 'लोकशक्ती', 'संस्थानी समाचार' इत्यादी वृत्तपत्रांनी अक्कलकोट प्रजापरिषदेची बाजू उचलून धरली. अक्कलकोट संस्थान प्रजापरिषदेचे ब्राह्मणी नेतृत्व व तिच्यावर असणारा हिंदुत्ववादी विचारसरणीचा प्रभाव यामुळे प्रजापरिषदेला जातीयवादी संघटना असा कलंक लागला. अक्कलकोट संस्थानच्या विलीनीकरणानंतर तेथील प्रजापरिषदेचे अनेक नेते हिंदुमहासभेत किंवा नंतर जनसंघात सामील झाले.[१४]

'अक्कलकोट संस्थान प्रजामंडळ' संस्थानातील प्रजापक्षीय चळवळीतील दुसऱ्या प्रवाहाचे प्रतिनिधीत्व करत होते. त्याची सुरुवात 'शेतकरी संघ' म्हणून झाली होती. संस्थानभर आपले २०,००० (वीस हजार) सभासद असल्याची फुशारकी संघ मारत होता. बापूसाहेब घाटगे प्रजामंडळाचे अध्यक्ष होते. के.जी.पवार मंडळाचे दुसरे महत्त्वाचे नेते होते. प्रजामंडळाचे नेते दरबारला अनुकूल होते आणि त्यांना विजयसिंहराव राजे व त्यांचे बंधू बाबासाहेब महाराज यांच्याबद्दल सहानुभूती होती. प्रजामंडळ गट राजकीयदृष्ट्या प्रागतिक नव्हता. प्रजापरिषदेने जेव्हा संस्थानच्या विलीनीकरणाच्या मागणीसाठी डिसेंबर १९४७मध्ये सत्याग्रह मोहीम सुरू केली होती. तेव्हा प्रजामंडळ गटाने संस्थानात जबाबदार शासनपद्धतीची मागणी केली.[१५] प्रजामंडळ किंवा शेतकरी संघाने जनमताचा लक्षणीय पाठिंबा मिळवल्याचे आढळते.

अक्कलकोट संस्थानातील प्रजापरिषद व प्रजामंडळ यांची अनेक प्रश्नांवर भिन्न मते होती. दोहोतील मतभेद बऱ्याच वेळा किरकोळ गोष्टींवरून उफाळून येत. अक्कलकोट संस्थान प्रजापरिषद कधी आणि कोठे आयोजित करावी हा त्यांच्यातील मतभेदाचा एक मुद्दा होता.

बाबासाहेब वारद हे अक्कलकोट संस्थानातील एक प्रमुख जमीनदार, सोलापूर शहर नगरपालिकेचे अध्यक्ष आणि एक प्रसिद्ध व्यापारी होते. त्यांनी ४ जुलै १९४६ रोजी अक्कलकोटला गेलेल्या शिष्टमंडळाचे नेतृत्व केले. ते शिष्टमंडळ त्या दिवशी संस्थानच्या दिवाणांना ठरवून दिलेल्या वेळी भेटणार होते. वारद यांच्या नेतृत्वाखालील शिष्टमंडळ संस्थानात घडणाऱ्या व ज्याच्या हकिगतींची चर्चा होत होती अशा अन्याय

अत्याचाराच्या घटनांची चौकशी करणार होते. श्री. वारद आणि शिष्टमंडळाचे इतर सभासद जेव्हा राजधानी अक्कलकोटमध्ये फिरत होते तेव्हा प्रजामंडळाचे अध्यक्ष बापूसाहेब घाटगे व त्यांच्या पाठीराख्यांनी त्यांचे वाहन रोखून त्यांना शिवीगाळ व संपूर्ण लिंगायत समाजाबद्दल अवमानकारक शब्दप्रयोग करून त्यांची मानहानी केली.^(१६) तथापि, के.जी.पवार यांनी १५ जुलै १९४६ रोजी प्रसृत केलेल्या पत्रकात सदर घटनेचा अगदी वेगळा वृत्तांत दिला. त्यांनी पत्रकात असे म्हटले होते की, प्रजामंडळाच्या कार्यकर्त्यांनी श्री. वारद व शिष्टमंडळाच्या अन्य सभासदांना संस्थानी प्रजापरिषदेशी संबंधित बाबींची चर्चा ते गुपचूप आपल्या हस्तकांबरोबरच का करतात असे फक्त विचारले. कदाचित प्रजामंडळाला प्रजापक्षाची परिषद स्वबळावर आयोजित करून स्वतःचे शक्ती प्रदर्शन करावयाचे होते.

९ ऑगस्ट १९४६ रोजी अक्कलकोटमधील प्रजापरिषद कार्यकर्त्यांनी 'हुतात्मा दिन' साजरा केला. त्याप्रसंगी ध्वजारोहणाचा कार्यक्रम ठेवला होता. त्यावेळी जमाव पांगवण्यासाठी लाठीमार करण्यात आला. परंतु, दरबारने लाठीमार केल्याचा आरोप अमान्य केला आणि असे दर्शविले की प्रजापरिषदेचे एक नेते दत्तोपंत किणीकर यांच्या डोक्यावर रामभाऊ मिस्त्रीने केलेल्या प्रहारामुळे ते जखमी झाले होते. ९ ऑगस्ट १९४६च्या धक्कादायक घटनेनंतर ११ ऑगस्ट १९४६ रोजी काँग्रेसच्या तीन आमदारांच्या-तुळशीदास जाधव, छन्नुसिंग चंदेले व विजापुरचे चन्नबसाप्पा अमली- शिष्टमंडळाने अक्कलकोटला भेट दिली. अक्कलकोट संस्थानातील परिस्थितीची विश्वसनीय माहिती घेणे आणि प्रजाजनांच्या आशाआकांक्षा जाणून घेणे असा शिष्टमंडळाच्या भेटीचा उद्देश होता. शिष्टमंडळाने अक्कलकोटला दोन दिवस थांबून तेथील परिस्थितीचा बारकाईने अभ्यास केला. मात्र, त्याच्यावर हिंदुत्ववाद्यांनी कडक टीका केली.^(१७)

नंतरच्या दोन महिन्यांच्या काळात काँग्रेस शिष्टमंडळाच्या सभासदांनी विशेषत: तुळशीदास जाधव व छन्नुसिंग चंदेले यांनी अक्कलकोट संस्थानच्या राजकारणाकडे अधिक लक्ष दिले. त्यांनी त्याबाबत खूप रस दाखवला. त्यांनी प्रजापरिषदेच्या कार्यक्रमात सुसूत्रता आणण्याचा आणि प्रजापक्षात ऐक्य घडवून आणण्याचा प्रयत्न केला. पुणे येथील अक्कलकोट असोसिएशनचे उपाध्यक्ष व्ही. एस. कुलकर्णी यांनी आपल्या २१ ऑगस्ट १९४६च्या पत्रात तुळशीदास जाधव आणि छन्नुसिंग यांनी अक्कलकोटच्या राजकारणात रस घेवून अक्कलकोट संस्थान प्रजापरिषदेच्या कार्यकारी मंडळाची निवड करण्याची जबाबदारी स्वीकारल्याबद्दल त्यांचे मन:पूर्वक अभिनंदन करून त्यांना धन्यवाद दिले. त्यानंतर २ ऑक्टोबर १९४६ रोजी अक्कलकोट असोसिएशनचे कार्यवाह श्री.

उमर्जिकर यांनी अक्कलकोट प्रजापरिषदेची हंगामी कार्यकारी समिति तयार करून त्यामध्ये महिला व मुस्लीम प्रतिनिधींचा समावेश केल्याबद्दल तुळशीदास जाधव यांचे पुन:श्च अभिनंदन केले.[१८]

काँग्रेसच्या तीन आमदारांनी अक्कलकोटमध्ये बजावलेल्या कामगिरीमुळे अक्कलकोट संस्थान प्रजापरिषदेचे कामकाज आणि प्रतिष्ठा यामध्ये निश्चित वाढ झाली. चन्नाप्पा आलगे व रहिम अत्तार या अक्कलकोट संस्थान प्रजारिषदेच्या दोन कार्यवाहांनी ११ ऑक्टोबर १९४६ रोजी प्रस्तृत केलेले निवेदन उपरोक्त बाबींची साक्ष देते.[१९] तुळशीदास जाधव यांनी अक्कलकोट संस्थानाच्या राजकारणात बजावलेल्या प्रमुख भूमिकेमुळे ते काही प्रमाणात वादग्रस्त बनले. त्यांच्यावर 'दरबार धार्जिणे राजनिष्ठ' (Pro-Darbar Loyalist) असा शिक्का मारण्यात येऊ लागला. त्यामुळे दक्षिणी संस्थाने प्रादेशिक मंडळाचे (Deccan States' Regional Council) अध्यक्ष माधवराव बागल यांनी त्यांना पत्रातून खबरदारी घेण्याचे व प्रजापक्ष दुखावला जाऊ न देण्याची दक्षता घेण्याची सूचना केली.[२०]

अशा विलक्षण पार्श्वभूमीवर अक्कलकोट संस्थान प्रजापरिषदेचे चौथे आणि शेवटचे अधिवेशन दिनांक २८ नोव्हेंबर, १९४६ रोजी करजगी या अक्कलकोटपासून बारा मैल दूर असलेल्या गावी भरवण्यात आले. माधवराव बागल अधिवेशनाचे अध्यक्ष होते. बाबासाहेब वारद स्वागत समितीचे अध्यक्ष होते. पुण्याचे विख्यात समाजवादी नेते ना.ग.गोरे यांनी अधिवेशनाचे उद्‌घाटन केले. अधिवेशन स्थळास 'नेताजीनगर' नाव दिले होते. प्रजापरिषदेचे हे अधिवेशन अत्यंत यशस्वी झाले. संस्थानाच्या कानाकोपऱ्यात सुमारे दहा हजार लोक अधिवेशनाला उपस्थित होते. संस्थानाचे दिवाण श्री. शहा, पोलिस अधीक्षक श्री.व्यास यांच्यासह संस्थानाचे अनेक वरिष्ठ अधिकारी उपस्थित होते. या अधिवेशनात दक्षिणी संस्थानांचे संघराज्य तयार करण्याच्या योजनेला विरोध करण्यात आला आणि अक्कलकोट संस्थानात संपूर्ण जबाबदार लोकशाही शासन स्थापन करण्याची मागणी करण्यात आली. अक्कलकोट दरबाराने जाहीर केलेली घटनात्मक सुधारणेची योजनासुद्धा फेटाळण्यात आली.[२१]

दिनांक १५ ऑगस्ट १९४७ ला भारत स्वतंत्र झाल्यानंतर देशातील संस्थानांच्या विलीनीकरणाचा प्रश्न फार महत्त्वाचा बनला. लहान लहान संस्थानांच्या अधिपतींनी आपले अस्तित्व राखण्यासाठी लहान संस्थानांची संघराज्ये बनवण्याचा खटाटोप सुरू केला. वस्तुत: १९४०च्या दशकात जेव्हा प्रजापक्षाचे नेते संस्थानात लोकशाही सुधारणा राबवण्यासाठी संस्थानांच्या संघराज्याच्या संकल्पनेचा पुरस्कार आणि प्रचार करत होते तेव्हा संस्थानिकांनी त्याला अनुकूल प्रतिसाद दिला नव्हता. महाराष्ट्रात

(तत्कालीन मुंबई प्रांत) आठ दक्षिणी संस्थानांच्या अधिपतींनी एकत्र येऊन स्थापन केलेल्या डेक्कन स्टेट्स युनियनचे दिनांक २० डिसेंबर १९४७ रोजी मिरज येथे कमलनयन बजाज यांनी औपचारिक उद्घाटन केले होते. तथापि, संघराज्याच्या उद्घाटन प्रसंगी प्रजेने त्याला ठाम विरोध दर्शविण्यासाठी केलेल्या उग्र निदर्शनामुळे दक्षिणी संस्थानांच्या संघराज्याचे चोवीस तासात विसर्जन करून संस्थानांच्या विलीनकरणाच्या धोरणास मंजुरी देण्यात आली. येथे एक गोष्ट ध्यानात घेतली पाहिजे ती अशी की, अक्कलकोट संस्थान त्या संघराज्यात सहभागी झालेले नव्हते.[२२]

संघराज्य निर्मितीपूर्वी दक्षिणी संस्थानाच्या अधिपतींनी दोन समाईक हायकोर्ट –एक कोल्हापूर गटातील संस्थानांसाठी तर दुसरे सांगली गटातील संस्थानांसाठी स्थापना करण्याबद्दल सहमती दर्शवली होती. अक्कलकोट संस्थान सांगली गटात होते. परंतु, समाईक हायकोर्ट अस्तित्वातच आले नाही.[२३]

देश स्वतंत्र झाल्यानंतरच्या बदलत्या राजकीय परिस्थतीतसुद्धा जत, अक्कलकोट, मुधोळ आणि जंजिरा या दक्षिणी संस्थानांचे राज्यकर्ते आपली संस्थाने भारतीय संघराज्यात विलीन करण्यास राजी नसल्याचे आढळले होते. विलीनीकरणाच्या मुद्द्यावर त्यांनी कोल्हापूरचे शहाजी छत्रपती महाराज यांच्या प्रोत्साहन व पाठिंब्यामुळे हटवादी भूमिका घेतल्याचा संशय वाटत होता. शहाजी महाराज दिनांक ३१ मार्च १९४७ रोजी कोल्हापूर गादीवर आले होते आणि त्यांनी छत्रपती नात्याने अधिकार ग्रहण केले होते. त्यावेळी दक्षिणी संस्थानांचे एकत्रिकरण करून 'मराठा राजमंडळ' किंवा 'मराठा राज्यसंघ' तयार करण्याची संकल्पना मांडण्यात आली होती. त्या राजमंडळाचे किंवा राज्यसंघाचे नेतृत्व स्वाभाविकपणे शहाजी छत्रपतींच्याकडे राहणार होते.[२४]

वरील घडामोडी विचारात घेऊन ज्येष्ठ स्वातंत्र्यसेनानी, कुशल संघटक आणि दक्षिणी संस्थानांच्या विभागीय मंडळाचे विख्यात नेते रत्नाप्पा कुंभार यांनी जत, अक्कलकोट, मुधोळ आणि जंजिरा संस्थानात तीव्र आंदोलन सुरू करण्याचा आणि तेथे प्रजापरिषद बोलविण्याचा निर्णय घेतला. त्यांनी आपला मोहरा प्रथम अक्कलकोट संस्थानाकडे का वळवला? हा प्रश्न उपस्थित होतो. त्याचे उघड कारण म्हणजे त्या संस्थानातील प्रजापरिषदेच्या कार्यकर्त्यांचा संस्थानी राज्यकर्त्याकडून खुद्द राजेसाहेबांकडूनही अतिशय छळ होत होता. अक्कलकोट संस्थान प्रजापरिषदेचे लिंगायत समाजातील नेतृत्व आणि संस्थानातील रत्नाप्पा कुंभार यांच्या स्वत:च्या लिंगायत बांधवांच्या हालअपेष्टा यामुळे कदाचित अक्कलकोट संस्थानाने त्यांचे लक्ष तातडीने वेधले. दक्षिणी संस्थान संघराज्याच्या विघटनानंतर ताबडतोब रत्नाप्पा कुंभार यांनी गोपळराव बकरे या आपल्या विश्वासू सहकाऱ्याला अक्कलकोट संस्थान प्रजापरिषदेच्या

संघटनात्मक कामाची काळजी घेण्यासाठी आणि संस्थानात सत्याग्रह मोहीम सुरू करण्यासाठी आवश्यक पार्श्वभूमी तयार करण्यासाठी अक्कलकोटला रवाना केले. दिनांक २५ डिसेंबर १९४७ रोजी अक्कलकोट संस्थान प्रजापरिषदेच्या कार्यकारी समितीने अक्कलकोट येथे सत्याग्रह मोहीम सुरू करण्याचा निर्णय घेतला. दुसऱ्या दिवशी कृतीसमितीची स्थापना करून प्रत्यक्ष कृतीयोजनाही तयार करण्यात आली. सत्याग्रह आंदोलनाचे नेतृत्व करण्यासाठी सर्वाधिकारी (डिक्टेटर्स) नेमण्यात आले होते. दक्षिणी संस्थानांचे प्रादेशिक मंडळ, भारत सरकारचे संस्थानविषयक खाते आणि संबंधित मंत्री यांना तारा पाठवून अक्कलकोट संस्थानात १ जानेवारी १९४८ रोजी सत्याग्रह मोहिमेचा प्रारंभ करण्यात येणार असल्याचे कळविण्यात आले होते. अशा प्रकारे अक्कलकोट संस्थानातील प्रजापक्षीय आंदोलनाचे अखेरचे पर्व सुरू झाले.

दरम्यान ३१ डिसेंबर, १९४७ रोजी रात्री प्रजापरिषदेला शह देण्यासाठी प्रजामंडळाच्या कार्यकर्त्यांनी अक्कलकोटमध्ये 'मशाल मिरवणूक' काढून संस्थानात जबाबदार शासन स्थापन करण्याची मागणी मांडली.

दिनांक १ जानेवारी १९४८ रोजी प्रजापरिषदेने सुमारे १००० लोकांची प्रभातफेरी अक्कलकोट येथे काढली. सत्याग्रहींच्या पहिल्या तुकडीने लक्ष्मी मार्केटवर भारताचा राष्ट्रीय तिरंगा ध्वज फडकावला. त्याचदिवशी रत्नाप्पा कुंभार व दक्षिणी संस्थानांच्या प्रादेशिक मंडळाचे कार्यवाह श्री. पाटणकर अक्कलकोट येथे पोहचले. त्यादिवशी रात्री अक्कलकोट येथे जाहीर सभा घेण्यात आली. त्या सभेत रत्नाप्पा कुंभार यांचे भाषण झाले.

दिनांक २ जानेवारी १९४८ रोजीसुद्धा प्रजापरिषदेच्यावतीने मोठी प्रभातफेरी काढण्यात आली. श्रीजंगम व बाबासाहेब वारद यांनी अनुक्रमे मामलेदार कचेरी आणि गव्हर्नमेंट हायस्कूल येथे सत्याग्रह करून तेथे तिरंगी झेंडा फडकावला. दुपारनंतर एकवीस सत्याग्रहींच्या तुकडीने लहान लहान पोत्यांत शेंगदाणे भरून सोलापूरला पाठवून दिले आणि त्याच्या निर्यातीवरील दरबारचा बंदी हुकूम धुडकावून लावला.[२५]

दिनांक ३ जानेवारी रोजी संस्थानातील असंतोषाची लक्षणे स्पष्ट दिसू लागली. प्रजापरिषदेने त्यादिवशी प्रचंड मोठी मिरवणूक काढून राजवाड्याकडे नेली. राजनिष्ठ मंडळींनी सदर मिरवणूक उधळून लावण्याच्या सर्व युक्त्याप्रयुक्त्या योजल्या. दुपारी सरकारी कचेऱ्यांसमोर निदर्शने करण्यात आली. परिणामत: दिवाण कचेरी, कोषागार कचेरी आणि न्यायालये बंद झाली. दुपारनंतर अक्कलकोट शहरात दंगली सुरू होऊन त्यामध्ये दुकानांची लुटालूट व जाळपोळ झाल्याचे वृत्त प्रसरले. ४१ लोक जखमी झाले. त्यांपैकी तिघे गंभीर जखमी असल्याने त्यांना सोलापूरच्या सिव्हील हॉस्पिटलमध्ये

उपचारासाठी हलवण्यात आले. दुपारी ३ ते ६ या वेळेत अक्कलकोट शहरात संचारबंदी लागू करण्यात आली. अशा प्रकारे अक्कलकोटमध्ये कायदा व सुव्यवस्थेची समस्या निर्माण झाली. परिस्थितीने गंभीर वळण घेतले. दुसऱ्या दिवशी विजयसिंहराव राजे यांनी सोलापूरच्या जिल्हाधिकाऱ्यांना तार पाठवून संरक्षणाची मागणी केली. जिल्हाधिकाऱ्यांनी संस्थानाच्या विलीनकरणाला राजा तयार असल्यास विजयसिंहराव राजे यांना मदत आणि संरक्षण पुरवण्याचे आश्वासन दिले. ५ जानेवारी रोजी विजयसिंहराजे यांनी संस्थानाच्या विलनीकरणास आपली संमती कळविली आणि त्यानंतर जिल्हाधिकाऱ्याने आवश्यक ते उपाय योजून अक्कलकोट संस्थानातील शांतता व सामान्य परिस्थिती पूर्वपदावर आणली.[२६]

दिनांक १९ फेब्रुवारी १९४८ रोजी मुंबई प्रांताचे प्रधानमंत्री बाळ गंगाधर खेर यांच्या अध्यक्षतेखाली मुंबईत पंधरा दक्षिणी संस्थानांच्या अधिपतींची बैठक झाली. त्या पंधरा दक्षिणी संस्थानात अक्कलकोटचाही समावेश होता. त्यावेळी उपस्थित सर्व संस्थानाधिपतींनी संस्थानाच्या सामीलनाम्यावर सह्या केल्या. शेवटी दिनांक ८ मार्च १९४८ रोजी अक्कलकोट संस्थान मुंबई प्रांतात विलीन करण्यात आले.

अक्कलकोट संस्थानातील प्रजापक्षीय आंदोलनाला शेवटच्या टप्प्यात हिंसाचाराचे गालबोट लागणे दुर्दैवी होते. संस्थानाचे अखेरचे अधिपती विजयसिंहराव राजे यांना बदलत्या परिस्थितीची लक्षणे ओळखण्यात अपयश आले. त्यांना दिनांक १५ ऑगस्ट, १९४७ नंतर देशातील आणि आपल्या संस्थानातील झपाट्याने बदलत चाललेल्या राजकीय परिस्थितीचे यथायोग्य आकलन झाले नाही. आणीबाणीच्या काळात योग्य कृती करण्याचा राजाला सल्ला देणारे हुशार व धाडसी दिवाण आणि सल्लागार विजयसिंहराव राजेंच्याकडे नसावेत असे वाटते. त्यांच्या विलासी स्वभावामुळे आपल्या कर्तव्याकडे दुर्लक्ष करण्याकडे त्यांचा कल होता.

कोल्हापूरचे छत्रपती शहाजी महाराज यांच्या संभाव्य पाठिंब्यामुळे विजयसिंहराव राजे यांनी संस्थानाच्या विलीनीकरणाच्या प्रश्नावर ताठर भूमिका घेतली. शहाजी छत्रपती महाराजांनी कोल्हापूर संस्थानच्या कारभारांची अधिकारसूत्रे हाती घेतल्यानंतर लगेचच मराठा राजमंडळाची निर्मिती करण्याची आणि त्याचे नेतृत्व स्वाभाविकपणे शहाजी छत्रपती महाराजांकडे सोपविण्याची कल्पना मांडण्यात आली होती. जेव्हा शहाजी महाराजांनी कोल्हापूर येथे दिनांक १ मार्च १९४६ पासून असलेल्या समाईक हायकोर्टातून बाहेर पडण्याचा निर्णय घेतला तेव्हा इतर दक्षिणी संस्थानांनी त्यांचे अनुकरण केले. परिणामत: सोळा महिन्यांचे आयुष्य लाभलेल्या समाईक हायकोर्टाचा अंत झाला. शहाजी छत्रपती महाराजांनी कोल्हापूर संस्थानासाठी स्वतंत्र हायकोर्टाची

स्थापना केली. सांगली–फलटण गटाच्या संस्थानांच्या प्रयत्नातून दक्षिणी संस्थानाचे संघराज्य अस्तित्वात येणार होते आणि अन्य तेरा दक्षिणी संस्थाने त्यामध्ये सामील होणे अपेक्षित होते. परंतु, कोल्हापूर छत्रपतींच्या सल्ल्यानुसार दक्षिणी संस्थानांचे मराठा राजे नियोजित संघराज्यात सामील न झाल्यामुळे दक्षिणी संस्थानांच्या बृहद् संघराज्याची योजना वास्तवात आली नाही. डिसेंबर १९४७मध्ये दक्षिणी संस्थानांच्या संघराज्याचा प्रयोग अयशस्वी झाला. त्यानंतरसुद्धा अक्कलकोट, मुधोळ, जत आणि जंजिरा सारखी काही दक्षिणी संस्थाने विलीनीकरणाचा पर्याय स्वीकारण्यास तयार नव्हती. आपल्या संस्थानाचे अस्तित्व अबाधित राखण्यासाठी धडपडणाऱ्या कोल्हापूर छत्रपतींचा त्या संस्थानांच्या अधिपतींना पाठिंबा असल्याचे मानले जात होते. कोल्हापूर, अक्कलकोट, जत येथील राजघराणी वैवाहिक संबंधातून परस्परांशी निगडित होती हे खरे आहे. तथापि, अक्कलकोट, जत इत्यादी दक्षिणी संस्थानांच्या अधिपतींना छत्रपती शहाजी महाराजांनी पाठिंबा दिल्याचे आणि त्यामुळे त्यांनी आपापल्या संस्थानांच्या विलीनीकरणाला विरोध करण्याचे धाडस दाखवले या मताला दुजोरा देणारा पुरावा मिळत नाही. दुसऱ्या बाजूला असे आढळते की, अक्कलकोट संस्थान प्रजापरिषदेचे उच्चवर्णीय नेतृत्व हिंदुत्वाच्या विचारसरणीच्या प्रभावाखाली होते. त्यामुळे प्रजापरिषदेचा संस्थानी प्रजेवर फार मर्यादित प्रभाव होता. अक्कलकोट संस्थान प्रजापरिषद आपल्या कार्यक्रमाला व्यापक जनाधार मिळविण्यात अयशस्वी ठरली. तसेच प्रजापरिषदेला संस्थानिकाच्या जुलमी राजवटीला विरोध करण्यासाठी प्रजापक्षाची एकसंघ आघाडी निर्माण करता आली नाही. काँग्रेस आमदारांनी प्रजापरिषद आणि प्रजामंडळ यांच्यात ऐक्य घडवून आणण्यासाठी केलेल्या प्रयत्नांना तात्पुरते यश मिळाले. दक्षिणी संस्थानाचे प्रादेशिक मंडळ आणि सोलापुरातील काँग्रेस परिवार यांच्यातील जातिभेदाचे पडसाद अक्कलकोट संस्थानात उमटले आणि त्यामुळे अक्कलकोट संस्थानातील प्रजापक्षीय चळवळ नि:संशय मोठ्या प्रमाणात दुर्बल बनली.

(पूर्वप्रसिद्धी : फ्रीडम मुव्हमेंट इन प्रिन्स्ली स्टेट्स इन महाराष्ट्र (संपादक) अरुण भोसले, अशोक चौसाळकर, लक्ष्मीकांत तारोडी, शिवाजी विद्यापीठ, कोल्हापूर, २००१ ग्रंथातील 'पीपल्स मुव्हमेंट इन अक्कलकोट स्टेट' या माझ्या लेखाचा मराठी अनुवाद.)

संदर्भ आणि टिपा :

१) दि अॅन्युअल अॅडमिनिस्ट्रेशन रिपोर्ट ऑफ दि अक्कलकोट स्टेट फॉर द इअर एन्डींग ३१ मे १९४५ , चाप्टर I, पृ. १.

२) कुलकर्णी वंदनाताई अ. 'फत्तेसिंह भोसले ऑफ अक्कलकोट अॅण्ड हिज टाइम्स (१७०८-१९६०)' अप्रकाशित एम.फिल. प्रबंध, शिवाजी विद्यापीठ, कोल्हापूर, १९८९, पृ. १६.

३) लिस्ट ऑफ रूलींग प्रिन्सेस, चीफ्स् अॅण्ड लिडींग पर्सानेजीस इन दि कोल्हापूर अॅण्ड द डेक्कन स्टेट्स, मॅनेजर ऑफ पब्लिकेशन्स, दिल्ली, १९४१, पृ.३३-३४.

४) एच.आय.एम.किंग जॉर्ज फिफ्थ अॅण्ड प्रिन्सेस ऑफ इंडिया अॅण्ड दि इंण्डियन एम्पायर (हिस्टॉरिकल बायाग्राफिकल) कम्पाइल्ड बाय के.आर.खोसला, एडिटेड बाय आर.पी. चटर्जी, लाहोर, १९३७, पृ. १५२.

५) सत्यवादी (दक्षिणी संस्थाने विशेषांक) जून १९४०, पृ. १०७-१०.

६) पटवर्धन वि.अ. (संपादक) संस्थानातील लोकशाहीचा लढा, पुणे १९४०, पृ.३३४-३६.

७) एन.सी.केळकर, कलेक्टेड वर्क्स व्हॉल्यूम- प्रिन्सली स्टेट्स पॉलिटिक्स, पृ.१०३९-४२.

८) पटवर्धन वि.अ., उपरोक्त, पृ. ३३५.

९) सत्यवादी, जून १९४०, पृ. १०७-१०; सोलापूर समाचार, १५ ऑक्टोबर, १९४०.

१०) दि.अॅन्युअल अॅडमिनिस्ट्रेशन रिपोर्ट ऑफ दि अक्कलकोट स्टेट फॉर दि इअर एडिंग ३१ मे १९३९.

११) सुदर्शन (सोलापूरहून प्रसिद्ध होणारे मराठी वृत्तपत्र) १९ ऑगस्ट १९४६.

१२) कित्ता; दत्तोपंत किणीकर यांचे दिनांक २९-६-१९७१ चे प्रा. बी.एस.कुलकर्णी, राजाराम कॉलेज, कोल्हापूर यांना लिहिलेले पत्र.

१३) सत्यवादी (दक्षिणी संस्थाने विशेषांक) १९४७, पृ. ३९ - ४१.

१४) सुदर्शन, दिनांक १९-८-१९४६; प्रजामंडळाचे के.जी.पवार यांनी दिनांक १५-७-१९४६ रोजी प्रस्तुत केलेले पत्रक माजी खासदार तुळशीदास जाधव, सोलापूर यांच्या खासगी दप्तरातून मिळाले, अक्कलकोटचे माजी आमदार बी.टी.माने यांची दिनांक ४ ऑगस्ट १९९१ रोजी सोलापूर येथे घेतलेली मुलाखत.

१५) सोलापूर समाचार, (सोलापूरातून प्रसिद्ध होणारे मराठी वृत्तपत्र) दिनांक ६-१-१९४८, तुळशीदास जाधव यांच्या खासगी दप्तरात उपलब्ध असलेली के.जी. पवार यांची दिनांक १५-४-१९४६ व १५-७-१९४६ची पत्रके आणि

अक्कलकोट संस्थान रयत समितीची दिनांक १५-५-१९४६ व दिनांक २२-५-१९४६ची क्रमांक ४ आणि ५ची पत्रके.

१६) सुदर्शन, २२ जुलै १९४६.

१७) सुदर्शन, १९ ऑगस्ट १९४६.

१८) तुळशीदास जाधव यांच्या खासगी दप्तरातील व्ही.एस.कुलकर्णी आणि उमर्जीकर यांची अप्रकाशित पत्रे.

१९) दैनिक दिव्यशक्ती, सोलापूर, १५ ऑक्टोबर १९४६.

२०) माधवराव बागल यांचे दिनांक १६-९-१९४६चे तुळशीदास जाधव यांना पाठवलेले अप्रकाशित पत्र. तुळशीदास जाधव खासगी दप्तर.

२१) सोलापूर समाचार, १ डिसेंबर, १९४६; बी.टी. माने, मुलाखत, उपरोक्त. ते स्वत: करजगी अधिवेशनाला हजर होते.

२२) पटवर्धन वि.अ., दक्षिण महाराष्ट्रातील संस्थानांच्या विलनीकरणाची कथा, पुणे, १९६६, पृ. ८८ - ९१.

२३) कित्ता, पृ. ४६ - ५८.

२४) कित्ता, पृ. ७६ - ७७, ९४.

२५) सोलापूर समाचार, ६ जानेवारी, १९४८; पटवर्धन वि.अ. संस्थानांच्या विलीनीकरणाची कथा पृ.९४.

२६) पटवर्धन वि.अ., कित्ता, पृ.७६-७७, ८४-८५,९४.

८

'चले जाव' आंदोलनाची ७५ वर्षे

दिनांक ९ ऑगस्ट १९४२ रोजी भारतात सुरू झालेले 'चले जाव' आंदोलन हा भारतीय स्वातंत्र लढ्याचा परमोच्च बिंदू होता. देशाच्या स्वातंत्र्यासाठी झालेला तो अखेरचा लढा होता. चले जाव आंदोलन उत्स्फूर्त, अत्यंत व्यापक आणि प्रखर होते. ९ ऑगस्ट १९४२ला सुरू झालेल्या देशव्यापी 'चले जाव' किंवा 'भारत छोडो' आंदोलनाचा 'ऑगस्ट क्रांती' असा गौरव केला जातो. चले जाव चळवळीला नुकतीच ७५ वर्षे पूर्ण झाली. त्यानिमित्ताने 'चले जाव' आंदोलनाचे सिंहावलोकन करणे अगत्याचे आहे.

भारतीय स्वातंत्र्य संग्राम हा जगाच्या इतिहासातील सर्वांत मोठा स्वातंत्र्य लढा आहे. महात्मा गांधींच्या प्रेरणादायी, समर्थ नेतृत्वाखाली भारताच्या स्वातंत्र्य लढ्याला क्रमाक्रमाने व्यापक जनआंदोलनाचे स्वरूप प्राप्त झाले. म. गांधींच्या नेतृत्वाखाली देशाच्या स्वातंत्र्यप्राप्तीसाठी तीन मोठी आंदोलने झाली. त्यासाठी गांधींजींनी नि:शस्त्र प्रतिकाराचा मार्ग अवलंबला. १९२०ची असहकार चळवळ, १९३०ची सविनय कायदेभंगाची चळवळ आणि १९४२ची चले जाव चळवळ ही गांधी युगातील स्वातंत्र्य लढ्याची तीन प्रमुख आंदोलने होती. अहिंसात्मक सत्याग्रह हे गांधीजींचे लढ्याचे अमोघ शस्त्र होते. त्या काळात भारतात एकही असा प्रदेश नव्हता की, जेथे काँग्रेस किंवा म.गांधींचे नाव पोहचले नव्हते. देशात गावोगावी काँग्रेसचा तिरंगा झेंडा फडकत होता.

ब्रिटिश साम्राज्यसत्तेसाठी जीवन–मरणाचा प्रसंग असणारे दुसरे महायुद्ध सुरू असतानाच भारतात 'चले जाव' आंदोलनाचा भडका उडाला. दुसऱ्या महायुद्धाची भीषणता, जपानी आक्रमणाची वाढती भीती, भारतातील राजकीय पेचप्रसंग सोडवण्यात ब्रिटिश सरकारला आलेले अपयश या बाबींतून १९४२च्या आंदोलनाची पार्श्वभूमी

तयार झाली. युद्ध परिस्थितीमुळे भारतात जीवनावश्यक वस्तूंची तीव्रटंचाई आणि प्रचंड भाववाढ झाली होती. त्यामुळे सामान्य जनता हैराण झाली होती. जनतेत ब्रिटिश राजवटीबद्दल कमालीचा असंतोष वाढला. जनतेच्या मनातील या असंतोषाचा म.गांधींनी कौशल्याने उपयोग करून घेण्याचे ठरवले.

म.गांधी जपानी आक्रमणाच्या संकटातून भारताची सुटका करू इच्छित होते. भारतात ब्रिटिश राजवट असल्यामुळेच भारताला जपानी आक्रमणाची भीती निर्माण झाली आहे. जर ब्रिटिश भारत सोडून चालते झाले तर भारतावरील आक्रमणाचे संकट टळेल. मात्र, तसे झाले नाही तर जपानी आक्रमणापुढे भारताची स्थिती सिंगापूरसारखी दयनीय होईल असे गांधीजींना वाटत होते. त्यामुळे १४ जुलै १९४२ रोजी वर्धा येथे झालेल्या काँग्रेस कार्यकारिणीच्या बैठकीत 'ब्रिटिशांनी भारत सोडून जावे' असे सांगणारा ठराव मंजूर करण्यात आला.

दिनांक ७ व ८ ऑगस्ट १९४२ रोजी मुंबई येथे गवालिया टँक मैदानावर काँग्रेस महासभेचे अधिवेशन भरले. मौलाना अबुल कलाम आझाद या अधिवेशनाचे अध्यक्ष होते. ८ ऑगस्ट १९४२ रोजी पं.जवाहरलाल नेहरू यांनी त्या अधिवेशनात प्रसिद्ध 'भारत छोडो' ठराव मांडला. त्या ठरावात असे म्हटले होते की, भारतातील ब्रिटिश राजवटीची तात्काळ समाप्ती ही केवळ भारताच्या हितासाठीच नव्हे तर लोकशाही रक्षणाच्या ज्या तत्त्वासाठी अमेरिका लढत आहे त्यासाठीही आवश्यक आहे. प्रचंड बहुमताने तो ठराव संमत झाला. त्या ठरावावर बोलताना म.गांधींनी तीन महत्त्वाच्या गोष्टी सांगितल्या- १)ब्रिटिशांनो भारतातून चालते व्हा. २)भारतीय नागरिक आजपासून स्वतंत्र आहेत. ३)आपण एक तर स्वातंत्र्य मिळवू अन्यथा ते मिळवण्याच्या प्रयत्नात मरण पत्करू. परंतु, आपली गुलामगिरी कायम राहिलेली पहायला जगणार नाही. त्यासाठी त्यांनी कार्यकर्त्यांना 'करेंगे या मरेंगे' हा मंत्र दिला.

ब्रिटिश सरकारने काँग्रेसचे 'चले जाव' आंदोलन दडपून टाकण्याची जय्यत तयारी केली होती. ९ ऑगस्ट १९४२च्या भल्या पहाटे सरकारने म. गांधी, पं. जवाहरलाल नेहरू, मौलाना आझाद, सरदार वल्लभभाई पटेल इ. काँग्रेसच्या प्रमुख नेत्यांना अटक केली. त्यानंतर दोन-तीन दिवस देशभर धरपकडीचे सत्र सुरू होते. सरकारने सुरू केलेल्या दडपशाहीमुळे देशात तीव्र असंतोष निर्माण झाला. काँग्रेसचे प्रमुख नेते तुरुंगात असल्यामुळे चळवळीवर कोणाचे नियंत्रण नव्हते. जनतेने आपल्या कल्पनेप्रमाणे विविध मार्गांनी चळवळ चालू ठेवली. अल्पावधीत देशात लोकयुद्धच सुरू झाले.

म. गांधी व अन्य राष्ट्रीय नेत्यांच्या अटकेच्या निषेधार्थ जनतेने देशभर हरताळ,

निदर्शने, निषेध, मोर्चे याद्वारे आपला प्रक्षोभ व्यक्त केला. तरुण विद्यार्थ्यांनी शाळा-कॉलेजात हरताळ पाळून उग्र निदर्शने केली. ठिकठिकाणी कामगारांनी संप केले. त्यामुळे युद्धोपयोगी साहित्याच्या उत्पादनात खंड पडला.

सातारा जिल्ह्यात कराड, पाटण, तासगांव, वडूज आणि इस्लामपूर येथील तहसील कचेऱ्यांवर काँग्रेसच्या स्थानिक कार्यकर्त्यांनी हातात तिरंगी झेंडा घेवून मोर्चे काढले. त्या मोर्चात 'म. गांधीकी जय', 'ब्रिटिशांनो चालते व्हा' अशा घोषणा देण्यात आल्या.

प्रारंभी उघडपणे चालणारे राष्ट्रीय आंदोलन दडपून टाकण्यासाठी ब्रिटिश सरकारने जमावबंदी आदेश, केवळ संशयावरून अटक करणे, लाठीमार, गोळीबार इ. अत्याचारी मार्गांचा अवलंब केला.

वारंवार होणारे लाठीमार आणि गोळीबार यामुळे ठिकठिकाणी आंदोलनाला हिंसक वळण लागले. सरकारच्या दडपशाहीमुळे उघड आंदोलन चालवणे अशक्य झाले. तेव्हा राष्ट्रीय चळवळीतील कार्यकर्ते मोठ्या संख्येने भूमिगत झाले. भूमिगतांनी आपआपल्या कल्पनेप्रमाणे कार्यक्रम आखले व पार पाडले.

जयप्रकाश नारायण, डॉ. राम मनोहर लोहिया, अच्युतराव पटवर्धन, सुचेता कृपलानी, अरुणा असफअली, एस.एम. जोशी, नाना पाटील इ. भूमिगत चळवळीचे नेते होते. त्यांनी विविध मार्गांनी आंदोलन तीव्र केले. लोकांनी भूमिगत नेत्यांच्या मार्गदर्शनाखाली घातपातकी मार्गांचा अवलंब करून रेल्वे मार्ग उखडणे; फोन व तारायंत्रे यांच्या तारा तोडणे, पोलिस चौक्या, पोस्टकार्यालये, रेल्वेस्टेशन्स जाळणे, डाक बंगले, शाळा, न्यायालये इ. सरकारी इमारती व रेल्वेचे डबे यांना आगी लावणे; रस्त्यावरील पूल उद्ध्वस्त करणे, सरकारी खजिने व शस्त्रसाठे लुटणे अशा प्रकारचे कार्यक्रम धडाडीने राबवले.

'चले जाव' आंदोलनातील काही नेत्यांना-कार्यकर्त्यांना पोलिसांनी अटक करून तुरुंगात डांबले होते. त्यांपैकी काहींनी तुरुंग फोडून धाडसाने आपली सुटका करून घेतली आणि ते भूमिगत चळवळीत सहभागी झाले. जयप्रकाश नारायण व त्यांचे सहकारी यांनी बिहारमधील हजारीबागचा तुरुंग फोडला. किसनवीर, छन्नूसिंग चंदेले व इतरांनी पुण्याचा येरवडा जेल फोडला. वसंतदादा पाटील व त्यांच्या सहकाऱ्यांनी सांगली जेल, तर नागनाथ नायकवडी यांनी सातारा जेल फोडले.

'चले जाव' चळवळीची विचारसरणी व भूमिगत चळवळीच्या बातम्या यांच्या प्रसारासाठी डॉ. राम मनोहर लोहियांच्या प्रेरणेने मुंबईत उषा मेहता यांनी गुप्त रेडिओ केंद्र सुरू केले होते. ते काही महिने प्रभावीपणे चालले. त्याला 'काँग्रेस रेडिओ' असे

म्हणत असत. कालांतराने पोलिसांना त्या गुप्त रेडिओ केंद्राचा ठावठिकाणा समजला व त्यांनी ते बंद पाडले.

'चले जाव' आंदोलनाच्या काळात देशात २५० रेल्वे स्टेशनांची नासधूस करण्यात आली किंवा ती नष्ट करण्यात आली. ५०० पोस्ट ऑफिसांवर हल्ले चढवण्यात आले. त्यांपैकी ५० पोस्टऑफिसे जाळण्यात आली. १५० पोलीसठाणी व इतर इमारती जाळण्यात आल्या. टेलिफोन व टेलिग्राफच्या तारा ३५०० ठिकाणी तोडण्यात आल्या. त्या आंदोलनात काही अधिकारी, काही गोरे शिपाई, ३० पोलिस, ११ लष्करी शिपाई ठार झाले.

१९४२च्या 'भारत छोडो' आंदोलनाच्या काळात देशाच्या काही भागात ब्रिटिश सत्ता नामशेष झाली आणि क्रांतिकारकांनी बंगालमध्ये मिदनापूर, उत्तर प्रदेशात बलिया बिहारमध्ये भागलपूर आणि महाराष्ट्रात सातारा येथे प्रतिसरकारे स्थापन केली. त्यांपैकी सातारा जिल्ह्यातील प्रतिसरकार सर्वाधिक काळ टिकले. ते प्रतिसरकार क्रांतीसिंह नाना पाटील यांच्या नावाने व नेतृत्वाखाली स्थापन झाले व चालले.

ब्रिटिश सरकारने 'चले जाव' आंदोलन दडपून टाकण्यासाठी पाशवी बळाचा वापर केला. लाठीमार, गोळीबार, फटक्यांची शिक्षा या गोष्टी नित्याच्याच होत्या. पाटणा, भागलपूर, मोंघीर, नडिया, तेलीचेरे या पाच ठिकाणी मशिनगनने लोकांच्यावर हवेतून गोळीबार करण्यात आला. अनेक ठिकाणी जबर सामुदायिक दंड बसवून त्याची वसुली करण्यात आली. या आंदोलनात सुमारे १० हजार लोक ठार झाले. १९४२ अखेरपर्यंतच ६० हजार पेक्षा जास्त लोकांना अटक झाली होती. शिवाय भारत संरक्षण कायद्याखाली देशभर १८ हजार लोक स्थानबद्ध होते. ब्रिटिशसरकारच्या दडपशाहीच्या धोरणाच्या निषेधार्थ व्हॉईसरॉयच्या कार्यकारी मंडळाचे मातब्बर सदस्य होमी भाभा, सर एन.आर. सरकार व मा.श्री.ऊर्फ बापूजी अणे यांनी आपल्या सदस्यत्वाचे राजीनामे दिले. समाजातील श्रीमंत व्यापारी, जमीनदार, संस्थानिक, कामगारांचे काही विभाग यांचा 'चले जाव' चळवळीला पाठिंबा नव्हता. बॅ. जीनांनी मुस्लिमांना काँग्रेसच्या 'चले जाव' आंदोलनापासून दूर राहण्याचे आवाहन केले होते. त्यामुळे बहुतेक मुस्लिम समाज या आंदोलनापासून अलिप्त राहिला. भारतात साम्यवादी पक्षाने महायुद्ध हे लोकयुद्ध आहे असे मानून ब्रिटिशांच्या युद्ध प्रयत्नांना सहकार्य आणि काँग्रेसच्या 'भारत छोडो' आंदोलनाला विरोध करण्याचे धोरण स्वीकारले. बॅ. वि. दा. सावरकर आणि राष्ट्रीय स्वयंसेवक संघ यांनी काँग्रेसच्या चळवळीला विरोध केला. या चळवळीची गरज नाही, अशी संघाची भूमिका होती. संघाचा विरोध केवळ काँग्रेस किंवा गांधींना नव्हता तर तो सबंध व्यापक लढ्याला होता. हिटलरकडून आपण काही धडे घेतले पाहिजेत, असे सरसंघचालक गोळवलकर गुरुजी म्हणत.

तेजबहादूर सप्रू, व डॉ. बाबासाहेब आंबेडकर सुद्धा या आंदोलनाला अनुकूल नव्हते.

'भारत छोडो' किंवा 'चले जाव' आंदोलनातून भारतीय जनतेचा ब्रिटिश साम्राज्यशाही बद्दलचा तिटकारा, असंतोष व स्वतंत्र होण्याचा दृढ निर्धार व्यक्त झाला. भारतातील आपल्या वर्चस्वाचे दिवस आता भरत आलेत याची जाणीव ब्रिटिश राज्यकर्त्यांना झाली.

नि:शस्त्र भारतीय जनतेने करोडोच्या संख्येने उठाव करून जगातील अजिंक्य असलेल्या ब्रिटिश साम्राज्यसत्तेलाही नमवले, हे या लढ्याचे वैशिष्ट्य होते.

भारतातील ब्रिटिश साम्राज्य सत्तेला १८५७च्या उठावानंतर एवढा मोठा हादरा 'चले जाव' आंदोलनामुळेच बसला.

(आकाशवाणीच्या कोल्हापूर केंद्रावरून दिनांक ३० सप्टेंबर २०१७ रोजी प्रसारित करण्यात आलेल्या भाषणाची सुधारून वाढवलेली आवृत्ती. आकाशवाणी कोल्हापूर केंद्राच्या सौजन्याने).

७

'चले जाव' आंदोलनातील वडूज गोळीबार प्रकरण

इ.स. १९४२चे चले जाव आंदोलन हा भारतीय स्वातंत्र्य चळवळीच्या इतिहासातील गौरवशाली अध्याय आहे. त्या आंदोलन काळात राष्ट्रभक्तीच्या भावनेने प्रेरित झालेल्या युवकांनी देशाच्या विविध भागांत पराक्रमाचे नवीन उच्चांक प्रस्थापित केले. नऊ ऑगस्टच्या भल्या पहाटे गांधी–नेहरू–पटेल आदी राष्ट्रीय नेत्यांना अटक करण्यात आल्यानंतर उत्स्फूर्तपणे जनतेने या आंदोलनाची तुतारी फुंकली. प्रक्षुब्ध जनतेने कडकडीत हरताळ, मोर्चे, निदर्शने, निषेध सभा इत्यादी मार्गांनी आपला असंतोष प्रगट करून ब्रिटिश साम्राज्यसत्तेच्या दमननीतीला प्रतिकार सुरू केला. सरकारी कचेऱ्या, पोलिसचौक्या, रेल्वे स्थानके, पोस्ट कार्यालये आदी ब्रिटिश सत्तेच्या प्रतिकांवर जनतेने आपला मोहरा वळवला. तथापि, सरकारच्या दडपशाहीमुळे उघड चळवळींची ही अवस्था अल्पकाळ टिकली. वडूज गोळीबार प्रकरण 'चले जाव' आंदोलनाच्या प्रारंभीच्या अवस्थेतच घडले.

९ सप्टेंबर १९४२ हा महाराष्ट्रातील ऑगस्ट क्रांतीच्या इतिहासातील रक्तरंजित दिवस. त्या दिवशी खानदेशात नंदुरबार येथे शिरीषकुमार मेहता हा सोळा वर्षे वयाचा विद्यार्थी व अन्य पाच देशभक्त पोलिस गोळीबारात शहीद झाले.

त्याच दिवशी वडूजची मामलेदार कचेरी सातारा जिल्ह्याची जालियनवाला बाग झाली. मामलेदार कचेरीवर तिरंगी झेंडा फडकावण्याच्या इराद्याने आलेल्या नि:शस्त्र लोकांच्या शांततापूर्ण मोर्चावर पोलिसांनी आगळीक करून केलेल्या गोळीबारात नऊजण हुतात्मे बनले.

राष्ट्रीय जागृती :

वडूज हे सातारा जिल्ह्यातील खटाव तालुक्याचे प्रमुख ठिकाण. नऊ सप्टेंबरचा वडूज मोर्चा हा १९३० सालापासून खटाव तालुक्यात होऊ लागलेल्या राष्ट्रीय जागृतीचा

परिपाक होता. १९३० सालापासून खटाव तालुक्यात राष्ट्रीय चळवळ चांगलेच मूळ धरू लागली होती. बुध, खटाव, जयराम स्वामींचे वडगाव, वडूज, मायणी, कलेढोण ही तालुक्यातील राष्ट्रीय राजकारणाची मुख्य केंद्रे होती. सविनय कायदेभंगाच्या चळवळीच्या काळात मायणी येथे झालेला जंगल सत्याग्रह फारच गाजला होता. गौरीहर सिंहासने, बापूराव कचरे, भाऊसाहेब बाळासाहेब पवार, बंडोपंत लोमटे इत्यादी नेत्यांनी राष्ट्रीय चळवळ तालुक्याच्या कानाकोपऱ्यात फैलावण्यासाठी परिश्रम घेतले. नंतरच्या काळात जयराम स्वामींच्या वडगावचे पैलवान परशुराम श्रीपती घार्गे, सिद्धेश्वर कुरोलीचे गांधीवादी सेवादल कार्यकर्ते माणिकचंद दोशी, वडूजचे रामभाऊ नलवडे, सीताराम गोडसे, शिवराम राऊत, बी. टी. गोडसे, खातगुणचे चिंतामण रतनचंद व हरकचंद रतनचंद, मायणीचे यशवंत बाळकृष्ण कुबेर, पळसगावचे मोरोपंत इनामदार, कलेढोणचे तरुण कार्यकर्ते बाबासाहेब भोसले आदींनी काँग्रेस प्रचाराचा, राष्ट्रीय लढ्याच्या प्रचाराचा तालुक्यात धुमधडाका सुरू केला.

१९३७ साली सातारा जिल्हा सभेची राजकीय परिषद बुध येथे झाली. रावसाहेब पटवर्धन यांनी या परिषदेचे अध्यक्षस्थान भूषविले, तर गौरीहर सिंहासने तिचे स्वागताध्यक्ष होते. यशवंतराव चव्हाणसुद्धा परिषदेच्या व्यासपीठावर उपस्थित होते. या राजकीय परिषदेने खटाव तालुक्यात चैतन्य निर्माण केले. वैयक्तिक सत्याग्रहाच्या चळवळीत गौरीहर सिंहासने यांनी कलेढोण येथे केलेला सत्याग्रह अपूर्व होता.[१]

भूतपूर्व औंध संस्थानची राजधानी औंध खटाव तालुक्याच्या पोटातच होती. औंधचे प्रगमनशील राजकुमार बॅ. आप्पासाहेब पंत व त्यांच्या सुविद्य पत्नी डॉ. श्रीमती नलिनी पंत यांना सभोवतालच्या ब्रिटिश हद्दीत चालणाऱ्या राष्ट्रीय चळवळीबद्दल खरीखुरी सहानुभूती वाटत होती. खटाव तालुक्यातील काँग्रेस कार्यकर्त्यांना बॅ. पंत साधनसामग्री पुरवणे, सल्लामसलत करणे या स्वरूपात सहकार्य करत असत.

मोर्चाची पूर्वतयारी :

राष्ट्रीय नेत्यांच्या अटकेनंतर स्वत: भूमिगत राहून 'भारत छोडो' आंदोलनाला मार्गदर्शन करणाऱ्या नेत्यांमध्ये अच्युतराव पटवर्धन प्रमुख होते. त्यांच्या एका गुप्त पत्रकात सरकारी कचेरीवर मोर्चा काढण्याची कल्पना मांडली होती. मात्र, त्यांना हा मोर्चा चीनमध्ये माओ-त्से-तुंगच्या नेतृत्वाखाली निघालेल्या 'लाँग मार्च' च्या धर्तीवर असावा, असे अभिप्रेत होते. सातारा जिल्ह्याच्या काँग्रेस कार्यकर्त्यांच्या बैठकीत अच्युतरावांच्या त्या पत्रकावर चर्चा होऊन जिल्ह्यातील मामलेदार कचेऱ्यांवर मोर्चे काढावेत असे ठरले.[२] मोर्चाचा निर्णय झाला तेव्हा मामलेदार कचेरीवर मोर्चा काढण्याबाबत खटाव तालुक्यातील कार्यकर्त्यांनी फारच उत्साह दाखवला. त्यानंतर

खटाव तालुक्यात सभा, बैठका यांचे सत्रच सुरू झाले. तालुक्यातील वातावरण उत्साहवर्धक बनले. मोर्च्याच्या पूर्वतयारीची अखेरची बैठक ज. स्वा. वडगाव येथे झाली. त्या महत्त्वाच्या बैठकीला सातारा जिल्हा काँग्रेसचे प्रभारी अध्यक्ष यशवंतराव चव्हाण.[३] आप्पासाहेब पंत, गौरीहर सिंहासने आदी मान्यवरांनी उपस्थित राहून मार्गदर्शन केले. ९ सप्टेंबर १९४२ या दिवशी वडूज मामलेदार कचेरीवर मोर्चा काढण्याचे निश्चित झाले. त्या मोर्च्याचे नेतृत्व पैलवान परशुराम श्रीपती घार्गे, सीताराम गोडसे यांनी करावे ही गौरीहर सिंहासने यांची सूचना स्वीकारण्यात आली.

मोर्चा आणि गोळीबार

ठरल्याप्रमाणे ९ सप्टेंबर १९४२ या दिवशी पुसेसावळी, ज.स्वा. वडगाव, लाडेगाव, उंची ठाणे परिसरातील सातआठशे लोक पै. परशुराम घार्गे यांच्या नेतृत्वाखाली वडूजला आले. तेथे स्थानिक लोक मोर्च्यात सामील झाले. हातात तिरंगी झेंडा घेऊन परशुराम घार्गे मोर्च्याचे नेतृत्व करत होते. तालुक्याचे ज्येष्ठ नेते बंडोपंत लोमटे यांची अशोक आणि अरविंद ही दोन किशोरवयीन मुले मोर्चात आघाडीवर होती. मात्र, गौरीहर सिंहासने मोर्चात सहभागी झाले नव्हते. ते गावाबाहेर येरळा नदीपलीकडेच थांबले होते. 'म. गांधीकी जय', 'भारतमाता की जय', 'वंदे मातरम्' अशा घोषणा देत मोर्चा मामलेदार कचेरीकडे कूच करू लागला. मोर्च्यात सुमारे तीन हजार लोक असावेत. ते सर्वजण निःशस्त्र होते.[४] पोलिसउपनिरीक्षक श्री. बिंडीगिरी व मामलेदार श्री. अंकली यांनी कचेरीपासून पन्नास यार्डांवर मोर्चा अडविला. मोर्च्यातील लोक जबरदस्तीने कचेरीत घुसून तेथील सरकारी खजिना लुटतील, अशी भीती त्या दोघांना वाटली असावी. कारण ३ सप्टेंबर १९४२ ला तासगाव कचेरीवरील मोर्च्यापूर्वी सकाळी वि.स.पागे व तासगावचे मामलेदार श्री. लक्ष्मणराव निकम यांच्यात झालेल्या गुप्त चर्चेच्या वेळी ''सरकारी खजिना न लुटण्याची श्री. निकम यांनी खास विनंती केली होती.''[५] परशुराम पैलवानांनी आपण फक्त कचेरीवर तिरंगी झेंडा फडकावणार असल्याचे सांगितले. परंतु, त्यांच्या स्पष्टीकरणाचा अधिकाऱ्यांच्यावर अनुकूल परिणाम झाला नाही. अधिकाऱ्यांनी मोर्च्यासमोर एक आडवी रेष ओढली आणि ती ओलांडल्यास गोळीबार केला जाईल, अशी धमकी दिली. परंतु, गोळीबाराच्या धमकीने कोणीच गांगरले नाही. भारतमाता आणि म. गांधी यांच्या नावाचा जयजयकार करत निर्भयपणे मोर्चा आगेकूच करू लागला. ताबडतोब गोळीबाराचा आदेश झाला. बिंडीगिरीच्या नेतृत्वाखाली पोलिसांनी मोर्चातील निःशस्त्र, निर्भय लोकांवर बेछूट गोळीबार केला. एकूण १७५ गोळ्या झाडण्यात आल्या. गोळीबारात पाचजण जागीच ठार झाले.[६] जखमींपैकी काहींच्यावर औंधच्या राजवाड्यात राणीसाहेब डॉ. नलिनी पंत यांनी

स्वत: प्रथमोपचार केले होते. अन्य जखमींना मात्र सातारा सिव्हिल हॉस्पिटलमध्ये दाखल करण्यात आले होते. दोन अत्यवस्थ व्यक्तींचे हॉस्पिटलमध्ये निधन झाले. गोळीबारात जायबंदी झालेल्या अन्य दोघांचे कालांतराने निधन झाले. अशा प्रकारे वडूज गोळीबारात परशुराम श्रीपती घार्गे, किसन बाळा भोसले, खाशाबा मारुती शिंदे, सिदू भीवा पवार, रामचंद्र कृष्णा सुतार, कुशाबा मारुती भोसले (सर्वजण राहणार ज. स्वा. वडगाव), बलभीम हरी खटावकर, बाळकृष्ण दिगंबर खटावकर, (राहणार पुसेसावळी), श्रीरंग भाऊ शिंदे (राहणार उंचीठाणे) हे नऊजण हुतात्मे झाले. सरकारी सूत्रानुसार वडूज गोळीबारात पाच ठार, तेरा जखमी झाले व पन्नासजणांना अटक करण्यात आली होती.[७]

हुतात्म्यांचे अंत्यसंस्कार

सरकारला हे मोर्चा प्रकरण कौशल्याने हाताळता आले नाही. शांततापूर्ण मोर्च्यावर झालेला अमानुष गोळीबार अनावश्यक होता. परकीय सरकारच्या हुकुमाचे गुलाम बनलेल्या अधिकाऱ्यांनी स्वकीयांचे अमानुष बळी घेतले. गोळीबारात जागीच ठार झालेल्या देशभक्तांचे मृतदेह अंत्यसंस्कारांसाठी त्यांच्या नातेवाइकांच्याकडे देण्यात आले नव्हते. उत्तरीय तपासणीसाठी ते मृतदेह शेजारच्या माण तालुक्यातील दहीवडीच्या सरकारी दवाखान्यात नेले होते. उत्तरीय तपासणीनंतर त्या मृतदेहांची तराळाकरवी विल्हेवाट लावण्याचा सरकारी यंत्रणेचा बेत होता. त्याची कुणकूण स्थानिक लोकांना लागताच राष्ट्रीय मनोवृत्तीच्या लोकांनी मोठ्या संख्येने सरकारी दवाखान्याला गराडा घातला आणि आपल्या बांधवांचे मृतदेह अंत्यसंस्कारासाठी आपल्या ताब्यात देण्याचा आग्रह धरला. परिणामत: तहसीलदाराने पाच देशभक्तांचे मृतदेह धोंडीराम नारायण काशीद, केशवराव क्षीरसागर, काशिदबुवा, पिसाळबुवा, आबुलाल जंगीभाई शेख आदींच्या ताब्यात दिले. दहीवडीच्या देशप्रेमी जनतेने हुतात्म्यांच्या मृतदेहावर इतमामाने अंत्यसंस्कार केले.[८]

तीव्र पडसाद :

वडूजच्या अमानुष गोळीबाराचे शासकीय वर्तुळात व जनतेत तीव्र पडसाद उमटले. साताऱ्याच्या पोलिसअधिकाऱ्यांनी गोळीबारानंतर दुसऱ्या दिवशी वडूज मामलेदार कचेरीच्या रक्षणार्थ सशस्त्र पोलिसदल रवाना केल्याचे तत्कालीन गोपनीय पत्रव्यवहारावरून दिसून येते.[९] गोळीबाराच्या निषेधार्थ पुसेसावळी येथे जनतेने उत्स्फूर्त हरताळ पाळला.[१०] साताऱ्ची बहुसंख्य वकील मंडळी सुरुवातीपासूनच राष्ट्रीय मनोवृत्तीची असून स्वातंत्र्य चळवळीला त्यांची उघड सहानुभूती होती. या वकील मंडळींनी वडूज

गोळीबाराचा तीव्र निषेध केला.[११] वडूज गोळीबाराच्या दुसऱ्याच दिवशी म्हणजे १० सप्टेंबर १९४२ रोजी इस्लामपूर येथे मोर्च्यावर गोळीबार झाला. त्या गोळीबारात उमाशंकर पंड्या, इंजिनिअर व विष्णू बारपट्टे हे दोघे हुतात्मे झाले. वडूज-इस्लामपूर येथील रक्तपातानंतर सातारा जिल्ह्यातील उघड चळवळीचे पर्व संपुष्टात आले. अनेक काँग्रेस कार्यकर्ते भूमिगत झाले. भूमिगत आंदोलन जिल्ह्यात झपाट्याने वाढू लागले.[१२]

वडूजच्या मोर्च्यावर अकारण गोळीबार करून नऊ कार्यकर्त्यांना यमसदनास पाठविणाऱ्या बिंडीगिरी फौजदाराची चौकशी करून त्याच्यावर कारवाई करण्याची मागणी जनतेकडून सातत्याने होत होती. तथापि, परकीय सरकारने पदक देऊन त्याच्या बहादुरीचा गौरव केला असे दिसते.[१३] मात्र, वडूज गोळीबार प्रकरणानंतर जनप्रक्षोभाच्या भीतीने सरकारने त्याची वडूजहून तासगावला बदली केली. तेथेही त्याला फारसे स्वास्थ्य लाभले नाही. ५ डिसेंबर १९४२ रोजी पहाटे ३.४५ वाजण्याच्या सुमारास गणपत कोळी व दत्ता बुरुड यांनी बिंडीगिरी फौजदाराचा काटा काढण्याच्या उद्देशाने त्याच्या घरावर दोन हातबॉंब टाकले. डॉ. सोहनी आणि का. दि. पोंक्षे यांनी सदर बॉंब उपलब्ध करून दिले होते. या बॉंब प्रकरणात दत्ता बुरुड व अन्य चार सहकाऱ्यांना अटक झाली. गणपत कोळी मात्र सांगली-कोल्हापूर संस्थानी मुलखात भूमिगत झाले.[१४]

वडूज गोळीबारात नऊ देशभक्तांचा नाहक बळी घेण्यात आला होता याचे शल्य स्थानिक जनतेच्या मनात दीर्घ काळ होते. १५ डिसेंबर १९४५ रोजी पुसेगाव येथे खटाव तालुका काँग्रेसची युवक परिषद झाली. हजारो युवक त्या परिषदेला उपस्थित होते. सोलापूरचे भाई छन्नूसिंग चंदेले परिषदेचे उद्घाटक तर कोल्हापूर प्रजापरिषदेचे नेते माधवराव बागल अध्यक्ष होते. परिषदेचे स्वागताध्यक्ष खटाव तालुका काँग्रेसचे युवक नेते बाबासाहेब भोसले यांनी आपल्या भाषणात वडूज मोर्चावरील गोळीबाराचा उल्लेख केला आणि गोळीबारास जबाबदार असणाऱ्या शासकीय अधिकाऱ्यांना आपल्या गैरकृत्यांची किंमत मोजावी लागेल, असा खणखणीत इशारा दिला.[१५]

एप्रिल १९४६मध्ये गुढी पाडव्याच्या मुहूर्तावर मुंबई राज्यात श्री. बाळासाहेब खेरांच्या नेतृत्वाखाली काँग्रेसचे मंत्रिमंडळ सत्तेवर आले. खेर मंत्रिमंडळात श्री. यशवंतराव चव्हाण गृहखात्याचे पार्लमेंटरी सेक्रेटरी होते. बिंडीगिरी फौजदाराच्या चौकशीची मागणी पूर्ण होण्याची जनतेला आशा वाटत होती. परंतु, दुर्दैवाने ती अपेक्षा फोल ठरली. खेर मंत्रिमंडळाच्या भूमिकेबद्दल विषाद व्यक्त करताना स्वातंत्र्य सैनिक श्री. रा. तु. पाटील म्हणतात,

“एप्रिल १९४६मध्ये काँग्रेसचे मंत्रिमंडळ आले..... वडूज गोळीबारात पिसाटाप्रमाणे गोळीबार करून आठ-नऊ कार्यकर्त्यांना यमसदनाला पाठविणाऱ्या कुविख्यात बिंडीगिरी फौजदाराची सर्वांनी मागणी करूनही चौकशी न होता तो नोकरीत बढती मिळवीत राहिला.”[१६]

देशाच्या स्वातंत्र्यासाठी प्राणांचे बलिदान करणाऱ्या देशभक्तांचे वडूजला कित्येक वर्षे स्मारक नव्हते. ९ सप्टेंबर १९८० रोजी महाराष्ट्राचे तत्कालीन मुख्यमंत्री बॅ. अ. र. अंतुले व त्यांचे मंत्रिमंडळातील सहकारी बॅ. बाबासाहेब भोसले हुतात्मा दिनाच्या कार्यक्रमासाठी वडूजला आले होते. त्यावेळी हुतात्मा स्मारकाच्या योजनेला चालना मिळाली. राज्यभर हुतात्म्यांची यथोचित स्मारके उभारण्याची मुख्यमंत्र्यांनी या समारंभातच जाहीर घोषणा केली. अल्पावधीतच हुतात्मा स्मारकांची योजना साकार झाली. हुतात्म्यांच्या बलिदानाने पुनीत झालेल्या वडूज येथे देशभक्ती आणि त्याग यांचे प्रतीक असलेले प्रेरणादायी स्मारक उभे राहिले. वडूजच्या नऊ हुतात्म्यांच्या बलिदानाची कथा स्वातंत्र्य लढ्याच्या अपूर्ण उद्दिष्टांची परिपूर्ती करण्याची नव्या पिढीला प्रेरणा देईल.

(पूर्वप्रसिद्धी : इतिहासाचार्य वि. का. राजवाडे संशोधन मंडळ, धुळे त्रैमासिक ‘संशोधक’ अंक ४, १९९४).

संदर्भ आणि टिपा :

१) जोशी रामभाऊ, यशवंतराव : इतिहासाचे एक पान, केसरी प्रकाशन, पुणे, १९७६, पृ. ६८-६९, मुलाखती : (अ) गौरीहर सिंहासने माजी आमदार, गाव-कातखटाव. ता. खटाव यांची दि. १७/९/७८ रोजी घेतलेली मुलाखत (ब) बॅ. बाबासाहेब भोसले, माजी मुख्यमंत्री, महाराष्ट्र राज्य, गाव कलेढोण, ता. खटाव, मुलाखत दि. १५/१०/७८ (क) ए. के. घोरपडे, गुरुजी, गाव - वर्धनगड, ता. खटाव, मुलाखत दि. ५/५/७८.

२) मुलाखत : श्री. वि. स. पागे, महाराष्ट्र विधान परिषदेचे माजी अध्यक्ष, गाव - तासगाव, दि. ७/९/७८ची मुलाखत.

३) सातारा जिल्हा काँग्रेस अध्यक्ष श्री. व्यंकटराव पिराजीराव पवार यांना वैयक्तिक सत्याग्रहाच्या चळवळीत भाग घेतल्यामुळे कारावासाची शिक्षा झाल्यानंतर यशवंतराव चव्हाण यांची सर्वानुमते हंगामी अध्यक्ष म्हणून निवड झाली होती. त्यामुळे सातारा जिल्ह्यातील भूमिगत आंदोलनाचे ते पहिले ‘डिक्टेटर’ होते.

४) गौरीहर सिंहासने उ. नि.
५) सिंहासने, पागे, उ. नि.
६) गोखले पु. पां. **जागृत सातारा,** लोकसेवा संघ, सातारा, आवृत्ती २ री, १९६६ पृ. १८१-८२, पाटणे संभाजीराव, **स्वातंत्र्य संग्रामातील सातारा जिल्हा,** सातारा १९९२, पृ. ३७.
७) तत्रैव : **स्वातंत्र्य सैनिक चरित्रकोश,** महाराष्ट्र राज्य, पश्चिम विभाग, खंड ३, (संपादक) डॉ. भ.ग.कुंटे, मुंबई, १९८०, पृ. १५३-३२८; बाबासाहेब भोसले, उ. नि.
८) पाटणे संभाजीराव, उ. नि. पृ. १०२-३, १२२-२४.
९) पोलिसरेकॉर्ड, १९४२.
१०) तत्रैव, १९४३; पुसेसावळीचे श्री. रघुनाथ वासुदेव अयाचित यांनी वडूज मोर्च्याची सांगितलेली हकीगत, पाहा- पाटणे संभाजीराव, उ.नि., पृ. १०७.
११) ऐक्य (सातारा शहरातून प्रसिद्ध होणारे मराठी वृत्तपत्र) दि. २३ सप्टेंबर १९४२.
१२) भोसले अ. रा. **हिस्ट्री ऑफ फ्रीडम मुव्हमेंट इन सातारा डिस्ट्रिक्ट (१८८५-१९४७) ए क्रिटिकल स्टडी** (अप्रकाशित पीएच.डी.प्रबंध) शिवाजी विद्यापीठ, १९७८, पृ. २५२-५६.
१३) पाटणे संभाजीराव, उ. नि., पृ. ३७.
१४) **स्वातंत्र्य लढा व तासगाव,** सकाळ (सांगली आवृत्ती) तासगाव तालुका पुरवणी दि. २८ डिसेंबर १९९२; प्रा. र. के. गायकवाड यांनी श्री. गणपत कोळी यांची घेतलेली मुलाखत.
१५) **Congress Activities (1942-46) Vol.** IV. (Ed.) Dr. B.G. Kunte, Bombay, 1977, pp.138-39.
१६) पाटील रा. तु., क्रांतिसिंह नाना पाटील जीवित कार्य आणि तत्त्वज्ञान, परखड प्रकाशन, तडसर, आवृत्ती २, डिसेंबर १९८६, पृ. ३२.

८

छत्रपती शाहू महाराज – नामदार भास्करराव जाधव

स्वातंत्र्यपूर्व काळात आपल्या देशात शेकडो संस्थानिक होते. त्यांपैकी बहुसंख्य विलासी, अनियंत्रित व जुलमी सत्ताधीश होते. त्यांच्याभोवती नेहमी स्वार्थी, लाचार, स्तुतिपाठक लोकांची गर्दी असायची; मात्र, त्याला काही सन्माननीय अपवाद होते. बडोद्याचे महाराज सयाजीराव गायकवाड व कोल्हापूरचे राजर्षी छ. शाहू महाराज हे दोघे पुरोगामी सामाजिक धोरण राबवणारे प्रजाहितदक्ष संस्थानाधिपती होते. दोघांनाही सामाजिक परिवर्तनाची विलक्षण ओढ होती. ते दोघेही दूरदृष्टीचे राज्यकर्ते होते. माणसाची पारख व गुणग्राहकता हे दुर्मीळ गुण त्यांच्या ठिकाणी होते.

वयाच्या अवघ्या विसाव्या वर्षी शाहू महाराजांनी संस्थानच्या राज्यकारभाराची सूत्रे हाती घेतली; मात्र, संस्थानची तेव्हाची परिस्थिती फारच बिकट होती. शाहू महाराजांच्या पूर्वी दीर्घ काळ म्हणजे सुमारे छप्पन्न वर्षे संस्थानात अल्पवयीन राज्यकर्त्यांची राजवट होती. त्यामुळे कोल्हापूर संस्थानची सत्ता युरोपिअन, पार्शी व बाहेरून संस्थानात आलेल्या ब्राह्मण अधिकाऱ्यांच्या हातात होती. ते अधिकारी बेफिकीर, उद्दाम व मग्रूर होते. त्यांच्यावर संस्थानाधिपतींचे नियंत्रण नव्हते. तरुण शाहू छत्रपतींनी परिस्थितीचे हे आव्हान स्वीकारले. संस्थानच्या राज्यकारभारात सुधारणा करून संस्थानची आर्थिक प्रगती साधण्याचा त्यांनी चंग बांधला. त्यासाठी संस्थानाच्या विविध भागांचे पाहणीदौरे केले. धोरण ठरविले.कार्यक्रमांची आखणी केली.परिवर्तनाच्या त्या कार्यात शाहू महाराजांना ब्राह्मणेतर समाजातील काही उच्चशिक्षित, बुद्धिवादी, धैर्यवान तरुणांचे बहुमोल सहकार्य लाभले. महाराजांची माणसाची पारख अचूक होती. त्यांनी भास्करराव जाधव, आण्णासाहेब लठ्ठे, महादेव डोंगरे, दाजीराव विचारे इत्यादी मोठ्या योग्यतेच्या माणसांना आपल्या संस्थानात आणले व मानाने वागवले. त्यांच्या गुणवत्तेचा संस्थानाच्या विकासासाठी, प्रजेच्या हितासाठी कौशल्याने उपयोग

करून घेतला. स्वतंत्र प्रज्ञेच्या गुणवान लोकांशी राज्यकर्त्यांचे फार काळ जमत नाही; असाच इतिहासाचा दाखला आहे. तथापि, शाहू महाराजांच्या बाबतीत तसे काही झाले नाही. कारण त्यांचे स्वत:चेच व्यक्तिमत्त्व फार उत्तुंग आणि संस्कारसंपन्न होते.

विसाव्या शतकात महाराष्ट्रात नाम. भास्करराव जाधव व डॉ.बाबासाहेब आंबेडकर हे दोन प्रखर बुद्धिप्रामाण्यवादी, प्रकांडपंडित असणारे समाजसुधारक होऊन गेले. त्यांपैकी भास्करराव जाधव हे शाहू महाराजांच्या सुधारणा चळवळींमध्ये नेहमीच आघाडीवर असत. काही प्रसंगी त्यांच्यात तीव्र मतभेदसुद्धा निर्माण झाले होते. प्रस्तुत लेखात शाहू महाराज व भास्करराव जाधव यांच्यातील संबंधांचा आढावा घेण्याचा अल्पसा प्रयत्न केला आहे.

भास्करराव विठोजी जाधव (इ.स. १८६७-१९५०) हे करवीर संस्थानच्या प्रजाजनांपैकी नव्हते. ते होते कोकणातले. त्यांचे घराणे रायगडाच्या परिसरातील बिरवाडीचे. भास्करराव शाहू महाराजांपेक्षा वयाने सात वर्षांनी मोठे होते. ते कुशाग्र बुद्धीचे होते.त्यांच्या व्यक्तिमत्त्वाची जडणघडण मुंबईत झाली. डॉ.रा.गो.भांडारकर त्यांचे सहाध्यायी होते. मॅट्रिकच्या परीक्षेत भास्करराव मुंबई इलाख्यात सर्वप्रथम आले होते. विद्यार्थीदशेत ते मुंबईच्या कामाठीपुऱ्यात सत्यशोधक समाजाचे ज्येष्ठ कार्यकर्ते, तेलगू समाजातील कंत्राटदार व त्यांच्या वडिलांचे मित्र रामय्या व्यंकय्या अय्यवारू यांच्याकडे सुमारे तीन वर्षे राहात होते. तेथे त्यांनी म. जोतीबा फुले यांना एकवेळा पाहिले होते. त्या काळात त्यांनी तुकारामाचे अनेक अभंग मुखोद्गत केले. कामाठीपुऱ्यातील वातावरण सत्यशोधक समाजाच्या तत्त्वज्ञानाने भारलेले होते. भास्កररावांच्या व्यक्तिमत्त्वावर तेथे सत्यशोधकी विचारांचे खोलवर संस्कार झाले. म. फुले, अय्यवारू स्वामी व प्रा.कृष्णाजी अर्जुन केळुसकर ही त्यांची दैवते बनली. अशा प्रकारे ते सुरुवातीपासून सत्यशोधक समाजाचे पुरस्कर्ते बनले.

भास्करराव जाधवांना शाहू महाराजांनी प्रयत्नपूर्वक कोल्हापूरला आणले. भास्करराव एम. ए. होऊन मुंबईत कायद्याच्या पदवीसाठी अभ्यास करत होते. तेव्हा पुण्यातील डेक्कन मराठा एज्युकेशन सोसायटीचे अध्वर्यू ॲड. गंगाराम भाऊ म्हस्के यांनी त्यांच्या नावाची शाहू महाराजांकडे शिफारस केली.भास्कररावांचा संस्कृतचा गाढा व्यासंग होता आणि इतिहासाचेही त्यांनी आवडीने अध्ययन केले होते. शाहू महाराजांनी आपले दिवाण रघुनाथराव सबनीस यांना भास्करराव जाधवांशी संपर्क साधून त्यांना बोलावून घेण्याची आज्ञा केली. दिवाण सबनीस यांच्या पत्रानुसार व आपल्या वडिलांच्या सांगण्यावरून भास्कररावांनी कोल्हापूरला येऊन महाराजांची भेट घेतली. भेटीत अनेक बाबींवर सविस्तर बोलणे झाले, तरीसुद्धा भास्करराव करवीर

संस्थानच्या सेवेत येण्यास राजी नव्हते. शाहू महाराजांनी भास्कररावांची योग्यता ओळखून असिस्टंट सरसुभे या महसूल खात्यातील महत्त्वाच्या पदावर त्यांना आग्रहाने नेमून कायद्याचा अभ्यास पूर्ण करण्यासाठी त्यांना तीन महिन्यांची पूर्ण पगारी रजा मंजूर केली. १ जून १८९५ रोजी भास्करराव जाधव कोल्हापूर संस्थानच्या सेवेत रुजू झाले.[१] माणसाची पारख व गुणग्राहकता या शाहू महाराजांतील अत्यंत दुर्मीळ गुणांमुळे भास्करराव जाधवांच्यासारखा अत्यंत कर्तबगार प्रशासक व प्रज्ञाभास्कर कोल्हापूरला लाभला. तथापि, भास्कररावांच्या नेमणुकीबद्दल व कुवतीबद्दल न्या.महादेव गोविंद रानडे यांनी मात्र दिवाण सबनीस यांच्याबरोबरच्या चर्चेत शंका व्यक्त केली होती.[२]

सन. १८९५ ते १९२१ या काळात भास्करराव जाधव कोल्हापूर संस्थानच्या सेवेत होते. त्या काळात त्यांनी मुख्य महसूल अधिकारी, जिल्हा व सत्र न्यायाधीश, नगरपालिकेचे अध्यक्ष व अधीक्षक, असिस्टंट प्लेग कमिशनर. असिस्टंट फॅमिन कमिशनर, १९०१च्या शिरगणतीचे उपअधीक्षक इत्यादी अनेक महत्त्वाची पदे भूषविली. त्यांनी कोल्हापूर संस्थानच्या सहकारी सोसायट्यांचे रजिस्ट्रार म्हणूनसुद्धा काही काळ काम केले. बहुजन समाजाचे शिक्षण, जातिभेद निर्मूलन, अस्पृश्यता निवारण, ब्राह्मणी वर्चस्व नाहीसे करणे, ब्राह्मणेतरांचे राजकारण इत्यादी बाबींसंबंधी शाहू महाराज व भास्करराव जाधव एकाच विचारांचे होते. त्यासंबंधीचे त्यांचे दृष्टिकोन मिळतेजुळते होते. धार्मिक बाबतीत मात्र ते दोघे भिन्न प्रकृतीचे व विचारसरणीचे होते.

ब्राह्मणेतर बहुजन समाज खेडोपाडी विखुरलेला होता. पिढ्यान्‌पिढ्या शिक्षणापासून वंचित असल्यामुळे जीवनाच्या सर्वच क्षेत्रात तो मागासलेला होता. मागासलेल्या लोकांची उन्नती साधण्यासाठी त्यांच्यात शिक्षणप्रसार करणे गरजेचे आहे, हे ओळखून शाहू महाराजांनी बहुजन समाजात शिक्षण प्रसार करण्यासाठी महत्प्रयास केले. त्यामध्ये भास्करराव जाधवांची त्यांना बहुमोल साथ लाभली. शाहू महाराजांनी कोल्हापुरात जातिनिहाय विद्यार्थी वसतिगृहे सुरू केली. ब्राह्मणेतर जातीमधील मुले खेड्यातून कोल्हापुरात येऊ लागली, शिकू लागली. कोल्हापूर हे महाराष्ट्रातील महत्त्वाचे शैक्षणिक केंद्र बनले. विद्यार्थी वसतिगृहांची जननी (Mother of Boarding Houses) असा कोल्हापूरचा सार्थ लौकिक झाला.

व्हिक्टोरिया मराठा बोर्डिंग हे विद्यार्थी वसतिगृहाच्या मालिकेतील पहिले वस्तिगृह! १८ एप्रिल १९०१ रोजी त्याची सुरुवात झाली. शाहू महाराजांच्या प्रोत्साहनाने भास्करराव जाधव, दाजीराव विचारे आणि जिवाजीराव सावंत यांनी मराठा समाजाच्या विद्यार्थ्यांसाठी त्या वसतिगृहाची स्थापना केली. मात्र, माळी, धनगर, भोई, गवळी इ.अन्य मागास जातींच्या विद्यार्थ्यांनासुद्धा त्यात प्रवेश मिळत असे. अस्पृश्यांना तेथे

मज्जाव नव्हता. मराठा बोर्डिंगच्या वाढीसाठी भास्करराव जाधवांनी बरेच परिश्रम घेतले. बोर्डिंगसाठी त्यांनी विद्यार्थी गोळा केले.त्यांना हरतऱ्हेची मदत केली. बोर्डिंगच्या मुलांना ते अधूनमधून इतिहास विषय शिकवत. विद्यार्थ्यांचा वैचारिक दृष्टिकोन विशाल बनविण्यासाठी त्यांनी विशेष परिश्रम घेतले. अस्पृश्य मानलेल्या जातींच्यात शिक्षण प्रसार कसा करावा याचा विचार करण्यासाठी आण्णासाहेब लठ्ठे व भास्करराव जाधव यांच्या पुढाकाराने एक व्यापक बैठक घेण्यात आली. त्यातून एक संस्था स्थापन होऊन त्या संस्थेच्या कार्यकारी मंडळाचे अध्यक्ष भास्करराव झाले. या संस्थेच्या प्रयत्नाने १४ एप्रिल १९०८ रोजी कोल्हापुरात मागासवर्गीय विद्यार्थ्यांच्या वसतिगृहाची स्थापना झाली. ते 'मिस क्लार्क होस्टेल' या नावाने ओळखले जात होते. त्या वसतिगृहाच्या विकासासाठी भास्करराव जाधव, डोंगरे, खंडेराव बागल, श्रीपतराव शिंदे इत्यादींनी चिकाटीने प्रयत्न केले.

शाहू महाराजांचा प्रगाढ विश्वास असल्यामुळे कोल्हापूर नगरपालिकेच्या कारभाराची सर्व सूत्रे तब्बल चौदा वर्षे भास्करराव जाधवांच्या हाती राहिली. त्या काळात त्यांनी राजधानीच्या शहराचा बराच कायापालट केला. शहराची स्वच्छता, सार्वजनिक आरोग्य, नागरी सुविधा यांच्यात लक्षणीय वाढ झाली. कोल्हापूरचा चेहरामोहरा उठावदार झाला. करवीरची जनता भास्कररावांचा 'कोल्हापूरचे दुसरे शिल्पकार' असा अभिमानाने उल्लेख करू लागली.

ब्रिटिश हिंदुस्थानात प्रचलित असलेले सहकारविषयक कायदे शाहू महाराजांनी ताबडतोब आपल्या संस्थानात लागू केले. सहकार कायद्यांची अंमलबजावणी करण्याची कामगिरी महाराजांनी भास्कररावांवर सोपविली. त्यांनी ती कामगिरी चोख बजावली. अल्पावधीत संस्थानात ठिकठिकाणी सहकारी सेवा सोसायट्या, पतसंस्था यांची निर्मिती झाली. दिसामाजी संस्थानातील गरीब शेतकऱ्यांची आर्थिक पत वाढू लागली. काळाच्या ओघात पतसंस्थांच्यातून सहकारी बँकांची निर्मिती झाली. कोल्हापूर संस्थानात आर्थिक सुबत्ता येऊ लागली. आपल्या संस्थानातील सहकारी चळवळीचा भास्करराव जाधव आत्मा होते, असे खुद्द शाहू महाराजांनी एके ठिकाणी म्हटले आहे.

शाहू महाराज आणि भास्करराव जाधव यांचे धार्मिक प्रश्नासंबंधीचे दृष्टिकोन, विचार, भिन्न होते. भास्करराव बुद्धिप्रामाण्यवादी होते. तसेच ते सत्यशोधक विचारसरणीचे कट्टर पुरस्कर्ते होते. मूर्तिपूजा त्यांना अमान्य होती. परमेश्वर आणि भक्त यांच्यात पुरोहित या मध्यस्थाची, दलालाची गरज नाही अशी त्यांची धारणा होती.शाहू महाराज मात्र भास्कररावांच्याप्रमाणे धर्मविद्रोही नव्हते. ते धार्मिक मनोवृत्तीचे होते. त्यांची वेदांवर श्रद्धा होती. धर्मपीठे, पुरोहित वर्ग, कर्मकांड यांची समाजाच्या स्थैर्यासाठी

आवश्यकता आहे; त्या गोष्टी नसतील तर देशात धार्मिक अराजकता माजेल; समाज गोंधळात पडेल; शिस्त राहणार नाही, अशी महाराजांची भूमिका होती.

धार्मिक क्षेत्रात पहिल्यांदा वावटळ उठविली ती १८९९ सालच्या वेदोक्त प्रकरणाने. त्याची सुरुवात अगदी क्षुल्लक कारणाने झाली. मुळात ते प्रकरण छत्रपती व राजवाड्यातील धार्मिक विधीपुरते मर्यादित होते. नंतर त्याच्या कक्षा वाढत गेल्या आणि वेदोक्त प्रकरणाला ब्राह्मण पुरोहितशाहीविरुद्धच्या बंडाचे स्वरूप प्राप्त झाले. वेदोक्त प्रकरणाच्या प्रारंभी शाहू महाराजांनी अत्यंत समजुतदार, संयमी भूमिका घेतली होती. परंतु, सनातनी कर्मठ ब्राह्मणांच्या असमंजस वागण्याने संघर्ष तीव्र झाला होता व त्याचे दूरगामी परिणाम झाले. वेदोक्त प्रकरणाच्या त्या संघर्षात शाहू महाराजांना भास्करराव जाधवांचा भक्कम पाठिंबा लाभला. भास्करराव संस्कृतचे विद्वान असून ते महाराजांना संस्कृत वाङ्मयातील क्षत्रियांच्या वेदोक्ताच्या अधिकाराला अनुकूल संदर्भ काढून देतात व त्यामुळे वेदोक्त प्रकरण वाढत चालले आहे, असा सनातनी ब्राह्मणांचा वहीम होता. मुंबईतील एक युरोपिअन कायदेपंडित बॅ. सेटलर यांनी आपल्या पत्रात भास्कररावांचा उल्लेख 'Prime mover of this vedokta controversy' असा केल्याचे शाहू महाराजांनी मुंबई सरकारच्या सी.एच. हिल या अधिकाऱ्याला दि.२७/०६/१९०३ रोजी लिहिलेल्या पत्रात म्हटले आहे.[३]

वेदोक्ताचा वाद वाढू लागला तेव्हा सनातनी ब्राह्मणांना उत्तर म्हणून मराठ्यांनी वेदोक्त श्रावणी साजरी केली. नारायणशास्त्री सेवेकरी या ब्राह्मण पुरोहिताने मराठ्यांची बाजू घेऊन त्यांची श्रावणी वेदोक्त पद्धतीने केली.

परिणामत: संतप्त ब्रह्मवृंदांनी त्याला बहिष्कृत करून त्यास राजवाड्यातील खासगी सेवेतून कमी करण्याची व अंबाबाईची पूजा करण्यास मनाई करण्याची मागणी केली.त्यावेळी भास्कररावांनी नारायण सेवेकरीची बाजू घेतली आणि त्याला संपूर्ण संरक्षण देऊन नवरात्रातील अंबाबाईची पूजा त्यांनी त्याच्याकडेच ठेवली.

१९०२ साली शाहू महाराज सातव्या एडवर्ड बादशहाच्या राज्यारोहण समारंभास उपस्थित राहण्यासाठी इंग्लंडला गेले. दिवाण सबनीसही त्यांच्याबरोबर गेले. त्यावेळी सुमारे चार महिने महाराज संस्थानाबाहेर होते. त्या काळात कारभाराची जबाबदारी त्यांनी भास्कररावांच्यावर सोपविली होती. या सुमारास वेदोक्ताच्या वादाने उग्र रूप धारण केले होते. सनातनी ब्राह्मणांच्या विरोधाला, टीकेच्या भडीमाराला भास्कररावांना तोंड द्यावे लागले. त्यांनी त्याची तमा बाळगली नाही. वेदोक्त प्रकरणाच्या संघर्षात शाहू महाराज, भास्करराव जाधव खांद्याला खांदा लावून लढले असले तरी त्यासंबंधीच्या त्यांच्या दृष्टिकोनात भिन्नता आढळून येते. वेदोक्त हा महाराजांच्या मुत्सद्देगिरीच्या

डावपेचाचा भाग नव्हता. त्यांचा वेदावर पूर्ण विश्वास असल्याने वेदोक्तासाठी ते झगडत होते. वेदोक्त प्रकरण ब्राह्मणेतर लोकांच्या मानवी स्वातंत्र्याशी व प्रतिष्ठेशी निगडित असल्याने भास्कररावांनी ब्राह्मणेतर जनतेच्या बाजूने त्यात भाग घेतला. शिवाय ते ब्राह्मणी पुरोहितशाहीविरुद्धचे बंड असल्यानेही त्यांनी त्या संघर्षात हिरीरिने भाग घेतला. कालांतराने चिरोल कमिशनपुढे साक्ष देताना भास्कररावांनी वेदोक्त प्रकरणाबाबतीत आपली भूमिका स्पष्ट करताना पुढील मत मांडले, 'वेदोक्तामध्ये मला काही विशेष अर्थ दिसत नाही. केवळ ब्राह्मण विरुद्ध जातात म्हणून हा हक्क आम्ही मागतो.'[४]

ब्राह्मण शंकराचार्य व पुरोहित वर्गाला शाहू महाराजांनी सन १९२० सालापर्यंत सांभाळून घेतले. वस्तुतः महाराजांचा धर्मसंस्थांना विरोध नव्हता. परंतु, जन्मजात श्रेष्ठत्वाच्या आधारे धर्मसंस्थांच्यावर कब्जा करणाऱ्या धार्मिक सरंजामदारीला त्यांनी विरोध केला. सन १९२० नंतर शाहू महाराजांनी ब्राह्मण पुरोहितांना काढून टाकले आणि क्षत्रिय पुरोहित व क्षात्रजगद्गुरू निर्माण करण्याचा चंग बांधला. क्षत्रिय पुरोहितवर्ग निर्माण करण्यासाठी सन १९२० साली छ. शिवाजी वैदिक विद्यालयाची स्थापना करण्यात आली. ११ नोव्हेंबर १९२० रोजी दिवाळी पाडव्याच्या मुहूर्तावर महाराजांनी एक दरबार भरवून क्षात्रजगद्गुरू पीठाची पुनर्स्थापना केली व सदाशिव पाटील बेनाडीकर या बहुजन समाजातील तडफदार, पदवीधर तरुणाची क्षात्रजगद्गुरू म्हणून नेमणूक केली. त्यांच्या या निर्णयामुळे शाहू महाराज इंग्लंडच्या आठव्या हेन्रीप्रमाणे धार्मिक क्रांतीचे प्रणेते बनले. तथापि, सत्यशोधक विचारसरणीच्या भास्करराव जाधवांना महाराजांचे वरील दोन्हीही निर्णय अमान्य होते. त्या दोन मुद्द्यांवरून त्यांच्यातील मतभेद बरेच ताणले होते. सत्यशोधक विचारसरणीत पुरोहिताचे अस्तित्वच अमान्य असल्याने छ. शिवाजी वैदिक विद्यालयाची स्थापना म्हणजे क्षत्रिय पुरोहित निर्मितीचा कारखाना काढणे आहे, असे भास्कररावांचे मत होते. त्याचप्रमाणे क्षात्रजगद्गुरूपदाची निर्मिती ही अधोगती आहे; हे पद सामाजिक प्रगतीमधील अडसर आहे; त्याचा समाजाला फायदा होणार नाही, असे भास्कररावांचे भाकीत होते. क्षात्रजगद्गुरूसुद्धा पूर्वीच्या ब्राह्मण शंकराचार्यांप्रमाणे लोकांना मानसिक गुलामगिरीत ठेवेल, असे त्यांना वाटत होते. म्हणून त्यांनी क्षात्रजगद्गुरू पदाच्या निर्मितीस विरोध केला.

क्षात्रजगद्गुरूंच्या प्रतिष्ठापनेनंतर भर दरबारात शाहू महाराजांनी स्वत:च निर्माण केलेल्या क्षात्रजगद्गुरूंना आदरपूर्वक मुजरा करून त्यांचा मानमरातब वाढविला. त्यानंतर दरबारातील मानकऱ्यांनी क्षात्रजगद्गुरूंना लवून मुजरे केले. त्याला अपवाद होता भास्करराव जाधवांचा. त्यांनी क्षात्रजगद्गुरूंना मुजरा केला नाही. महाराजांनी

स्वत:ला आपल्या प्रमुख पुरोहिताचा, म्हणजेच क्षात्रजगद्गुरूंचा, अज्ञानी शिष्य म्हणवून घेतले. मुंबईचे गव्हर्नर सर जॉर्ज लॉईड यांच्या समक्ष २४ जानेवारी १९२१ रोजी महाराजांनी त्या पोरसवदा क्षात्रजगद्गुरूंना साष्टांग दंडवत घातला व इतर मानकऱ्यांना तसे करण्यास फर्मावले, परंतु महाराजांची आज्ञा भास्कररावांनी उघडपणे नाकारली व त्या अवज्ञेबद्दल शंभर रुपये दंडही भरला.[५]

महाराजांचे हे सर्व प्रयत्न आपल्या क्षात्रजगद्गुरूंची प्रतिष्ठा वाढविण्यासाठीच होते. तथापि, सत्यशोधकी विचारांचे भास्करराव क्षात्रजगद्गुरूंना मानत नसत व त्यांचा महंत असा उल्लेख करीत. भास्कररावांनी क्षात्रजगद्गुरूंचा 'महंत' असा उल्लेख करणे त्या पदाची अप्रतिष्ठा करणारे आहे, असे महाराजांना वाटले व त्यांनी ३० जुलै १९२१च्या पत्राने त्यांची कानउघाडणी करून चोवीस तासांत क्षात्रजगद्गुरूंची माफी (Unreserved apology) मागण्याची आज्ञा केली.[६]

क्षात्रजगद्गुरूपदाच्या निर्मितीनंतर अल्पावधीत म्हणजे सुमारे दहा महिन्यांनी भास्करराव जाधवांनी कोल्हापूर सोडले. १९२१ सालच्या ऑक्टोबर अखेरीस त्यांनी वयाच्या ५४व्या वर्षी कोल्हापूर दरबारच्या सेवेतून निवृत्ती घेतली. दरबाराने त्यांना निवृत्तीपूर्व तीन महिन्यांची पूर्ण पगारी रजा व पेन्शन मंजूर केली. निवृत्तीनंतर भास्करराव साताऱ्यास वकिली व्यवसाय करू लागले व ब्राह्मणेतरांच्या राजकारणात अधिक सक्रिय झाले. धार्मिक बाबीसंबंधीच्या वादाने भास्करराव काहीसे दुखावले गेले असावेत व मनाने महाराजांपासून दुरावले असावेत आणि त्यामुळेच त्यांनी अकाली निवृत्ती घेतली असावी, असा काहींचा तर्क आहे. भास्कररावांनी दीनमित्रकार मुकुंदराव पाटील यांना दि. २२ डिसेंबर १९२१ रोजी लिहिलेल्या पत्रातील खालील मजकुराने त्या तर्काला थोडीफार पुष्टी मिळते.

"........... कोल्हापुरात वैदिक पाठशाळा स्थापन होऊन क्षत्रिय ब्राह्मण तयार करण्याचा कारखाना घातल्यावेळी किंवा क्षात्रजगद्गुरूंची स्थापना होतेवेळी मी दरबाराच्या उघड-उघड विरुद्धच गेलो व त्याबद्दल मजवर झालेली नाराजी व इतराजी मी पत्करली. सत्यशोधक समाजाचा मेंबर असल्याने मला क्षत्रिय जगद्गुरू कबूल करता येणार नाही, असे मी स्पष्ट कळविले. मी या, जगद्गुरूच्या विरुद्ध असल्याने मला पेन्शनीत लवकर काढले असावे, असाही काहींचा तर्क आहे. असे झाले असल्यास सत्यशोधक समाजाचा मजवर उपकार झाला आहे....."[७]

महाराजांशी झालेल्या मतभेदामुळे जर भास्करराव कोल्हापूर सोडून निघाले असते तर दरबाराने त्यांना निवृत्तीपूर्व पूर्ण पगारी रजा व पेन्शन मंजूर केली नसती, हे उघडच आहे. वस्तुस्थिती वेगळी असावी असे वाटते. मतभेद होऊनदेखील शाहू

महाराजांच्या मनात भास्कररावांच्याविषयी कसलाही किंतु नव्हता. महाराजांना त्यांच्याबद्दल वाटणारी आपुलकी थोडीसुद्धा कमी झाली नव्हती. भास्कररावांची योग्यता महाराज जाणत होते आणि त्यांच्या विद्वत्तेबद्दल आदर बाळगत होते.ब्रिटिश हिंदुस्थानात नवीन राजकीय सुधारणांची अंमलबजावणी नुकतीच सुरू झाली होती. ब्राह्मणेतर जनतेत राजकीय जागृती होऊन संघटन होऊ लागले होते.अशावेळी भास्करराव जाधवांनी खालसा मुलखात जाऊन ब्राह्मणेतर चळवळ वाढवावी आणि ब्राह्मणेतर प्रजेच्या उत्थानासाठी मुंबई प्रांताच्या कायदेमंडळात त्यांचे प्रतिनिधित्व करावे, अशी महाराजांची इच्छा होती.

तेव्हा शाहू महाराजांच्या इच्छेनुसारच भास्कररावांनी कोल्हापुरात निवृत्ती घेऊन साताऱ्यास प्रयाण केले, हे स्पष्ट होते. भास्करराव सातारला गेल्यानंतर त्यांना मुंबई प्रांताच्या कायदेमंडळाचा सभासद नेमण्यासाठी शाहू महाराजांनी मुंबईचे तत्कालीन गव्हर्नर सर जॉर्ज लॉईड यांना १४ डिसेंबर १९२१ रोजी एक पत्र पाठवून जोरदार शिफारस केली होती. महाराजांचे हे पत्र अद्याप अप्रकाशित असल्याने शाहू महाराज– भास्करराव जाधव संबंधाचा एक महत्त्वाचा पैलू बराच अज्ञात राहिला आहे. ते संपूर्ण पत्र पुढीलप्रमाणे आहे.

Kolhapur
14-12-21

My Dear Sir George Lloyd,

The appointment of the hon'ble Mr. Cowasjee Jehangir as member of the Bombay Executive Council has caused a vacancy in the Legislative Council and I take the liberty of recommending to your excellency my retired Chief Revenue Officer Mr. B. V. Jadhav, M.A.LL.B. for it. Your excellency must be knowing him already. In my service he has worked most satisfactorily as Revenue Commissioner and also in the Judicial line as District and Sessions Judge and Supt. of the city Municipality and the city owes much to his energetic efforts in improving its sanitation and adding to their conveniences and comforts of the citizens. He has been the soul of the co-operative activities in Kolhapur. My small state hardly afforded scope for his abilities and ambition and it was in view of the useful and valuable services he has been able to render to the Maratha Community and the other backward classes in general that I have allowed him to retire. His university career has been very brilliant. He has graduated in the first class while in the University Entrance examination he topped the list of successful candidates in the Bombay Presidency. I need hardly add how gratified I should feel if a Maratha of such distinguished parts and varied administrative experience could be patronized by your excellency and nominated for the vacancy that has now occurred. I be excused for going out of the way and troubling your Excellency in such a matter.[८]

शाहू महाराजांची परिवर्तनाची व्यापक दृष्टी व खंबीर कृती असामान्य होती. दीर्घकालीन सहवासामुळे शाहू महाराजांचे द्रष्टेपण व व्यापक सुधारणावादी दृष्टी यांची भास्कररावांच्यावर काही प्रमाणात छाप पडलेली दिसते. महाराजांच्या निधनानंतर त्यांच्या कार्यातील विधायक प्रेरणा जतन करून त्यांच्या कार्याचा वारसा निष्ठेने पुढे चालविण्याचे काम भास्कररावांनी केले. १९२३ साली मुंबई सरकारचे लोकनियुक्त मंत्री म्हणून भास्कररावांची नियुक्ती होताच सनातनी जातीय मंडळींनी गणपती मेळ्यात त्यांची निंदानालस्ती करणारे पद सादर करून त्यांच्याविरुद्ध गरळ ओकले.[९] भास्करराव शाहू छत्रपतींच्या कार्याचा वारसा पुढे चालवीत होते, हेच त्यांच्या जळफळाटाचे खरे कारण होते.

ब्राह्मणेतर चळवळीविषयीची शाहू छत्रपतींची बहुतांश धोरणे भास्कररावांना मान्य होती. महाराजांच्या निधनानंतर त्या धोरणांना अनुसरून भास्कररावांनी ब्राह्मणेतर चळवळीची प्रगती साधली. ब्राह्मणेतर पक्षाला अखिल भारतीय स्वरूप देण्याचे त्यांनी प्रयत्न केले. सन १९२४ साली त्यांनी बेळगावला राष्ट्रीय सभेला तोडीस तोड म्हणून अखिल भारतीय ब्राह्मणेतर पक्षाचे पहिले अधिवेशन रामस्वामी मुदलियार यांच्या अध्यक्षतेखाली भरविले. राष्ट्रीय सभेप्रमाणे त्याला जोडून सर शंकरन नायर यांच्या अध्यक्षतेखाली 'सामाजिक परिषद' भरविली. अखिल भारतीय ब्राह्मणेतर पक्षाच्या सालोसाल होणाऱ्या परिषदांमुळे त्याचा 'ब्राह्मणेतर काँग्रेस' असा उल्लेख होऊ लागला. ब्राह्मणेतर पक्षात मराठा मराठेतर वादाला डोके वर काढण्याची संधी मिळू नये, अशी दक्षता घेऊन भास्कररावांनी ब्राह्मणेतर पक्षाचे विघटन रोखण्याचा प्रामाणिक प्रयत्न केला. ब्राह्मणेतर आघाडीचे विघटन रोखण्यासाठी १९१९-२० साली शाहू महाराजांनी जी भूमिका मांडली तीच नंतरच्या काळात भास्कररावांनी अंगीकारली.

मुंबई उच्च न्यायालयाने ब्राह्मण पुरोहितांच्या हक्काला मान्यता देणारा निर्णय दिल्यामुळे मुंबई प्रांत व विदर्भ येथील ब्राह्मण पुरोहिताला न बोलाविता आपले विवाहादी धार्मिक विधी उरकणाऱ्या ब्राह्मणेतर लोकांची फार कुचंबणा होऊ लागली. सर्वत्र तणावाचे, संघर्षाचे वातावरण तयार झाले. त्यावर तोडगा काढण्यासाठी सी.के.

तथा बाबासाहेब बोले यांनी मुंबई प्रांतीक कायदेमंडळात ३ नोव्हेंबर १९२५ रोजी (Invalidation of Hindu-Ceremonial Emoluments Bill) सादर केले. भास्कररावांनी १९ मार्च १९२६ रोजी कायदेमंडळात विद्वत्तापूर्ण दीर्घ भाषण करून त्या बिलाला पाठिंबा दिला. त्यांच्या नेतृत्वाखालील ब्राह्मणेतर पक्षाच्या दबावामुळे बोले यांचे विधेयक मंजूर होऊन त्यांचे १९२६च्या 'जोशी वतने' नष्ट करण्याच्या कायद्यात रूपांतर झाले. वंशपरंपरागत वतनदारांच्या जोखडातून अडाणी बहुजन समाजाची सुटका करण्यासाठी व शोषणमुक्त समाजाच्या निर्मितीसाठी शाहू महाराजांनी आपल्या संस्थानात फेब्रुवारी १९१८मध्ये कुलकर्णी वतन नष्ट करण्याचा कायदा मंजूर केला होता. महाराजांच्या कुलकर्णी वतने नष्ट करणाऱ्या कायद्याच्या निर्मितीत भास्कररावांचा मोठा सहभाग होता. शाहू महाराजांच्या धोरणाचाच पाठपुरावा करून भास्कररावांनी बोले यांच्या विधेयकाला भक्कम पाठिंबा दिला व महत्त्वाचा सामाजिक बदल घडवून आणण्यास मदत केली. भास्करराव काही काळ मध्यवर्ती कायदेमंडळाचेही सभासद होते.१९३३ साली त्यांनी दहा दाक्षिणात्य सभासदांच्या पाठिंब्याने देशातील सर्व सार्वजनिक हिंदू मंदिरे दलितांना खुली करण्याबाबतचे विधेयक मध्यवर्ती कायदेमंडळात मांडले होते. तसेच १९३४ साली त्यांनी जातीनिर्मूलन बिलसुद्धा मांडले होते. अशा प्रकारे ते शाहू महाराजांचे पुरोगामी सामाजिक धोरण पुढे चालवीत होते, असे स्पष्ट दिसून येते.

क्षात्रजगद्गुरूसंबंधी शाहू महाराजांच्या काही अपेक्षा होत्या. क्षात्रजगद्गुरू ज्ञानसंपन्न असावेत; त्यांनी लोकजागृतीचे कार्य करावे व बहुजन समाजाचा मार्गदर्शक बनावे. परंतु महाराजांच्या निधनानंतर कोल्हापुरच्या इतर अनेक जहागीरदारांप्रमाणे क्षात्रजगद्गुरूसुद्धा विलासी, निष्क्रिय बनतील, अशी भीती भास्कररावांना वाटत होती. तथापि, जेव्हा क्षात्रजगद्गुरूंच्या अंबाबाई मंदिराच्या परिसरातील रामाच्या पारावरील प्रवचनांचा वृत्तांत भास्कररावांच्या वाचनात आला व त्यांनी सत्यशोधकी मताचाच उपदेश केला असल्याचे आढळले, तेव्हा १९२७ सालच्या जानेवारी महिन्यात भास्कररावांनी स्वतः पत्र पाठवून क्षात्रजगद्गुरूशी संपर्क साधला आणि त्यांनी जगद्गुरूसंबंधीची आपली भूमिका थोडीफार बदलली. जर क्षात्रजगद्गुरू जगद्गुरू हे आपले नाव तसेच ठेवून शाहू महाराजांच्या मनोदयाप्रमाणे जगत्सेवक बनून जनजागरणाचे काम करण्यास तयार असतील तर त्यांना सहकार्य करण्याची आपली तयारी आहे, असे भास्कररावांनी आपल्या पत्रातून त्यांना कळविले. कालांतराने शाहू महाराजांचा त्यासंबंधीचा दृष्टिकोन विचारात घेऊन सत्यशोधक समाजाच्या प्रचारासाठी जगद्गुरूंचा

उपयोग करून घेण्याची योजना त्यांनी आखली.[१०]

शाहू महाराजांच्या निधनानंतर त्यांचे यथोचित स्मारक उभारण्यासाठी एक स्मारक समिती स्थापन झाली, परंतु काही कारणाने स्मारकाचे काम बरेच रेंगाळले. तेव्हा आईसाहेब महाराजांच्या सूचनेवरून भास्कररावांनी शाहू महाराजांच्या स्मारकाची एक वेगळीच योजना तयार केली. मुंबईतील पन्हाळा हाऊस विकत घेऊन तेथे मराठा समाजातील विद्यार्थ्यांसाठी वसतिगृह सुरू करावे आणि स्मारक समितीचा निधी त्यासाठी वापरावा अशी भास्कररावांची महाराजांच्या स्मारकाची योजना होती. महाराजांचे कार्य विस्तृत प्रमाणावर सतत चालू राहण्यासाठी लायक व त्या कार्यास वाहून घेणारे कळकळीचे कार्यकर्ते तयार करणे हेच महाराजांचे खरे स्मारक होय, असे मत भास्कररावांनी आपल्या एका लेखात मांडले असून ते आजही फार मोलाचे आहे.

राजर्षी शाहू महाराज आणि नाम. भास्करराव जाधव हे दोघेही स्वतंत्र प्रज्ञेचे व उत्तुंग व्यक्तिमत्त्वाचे होते. ते एकमेकांची योग्यता ओळखून होते. सुमारे पाव शतक दोघांनी परस्परांना पूरक भूमिका पार पाडल्यामुळे महाराष्ट्रातील बहुजन समाजाचे पाऊल प्रगतिपथावर पडले. रघुनाथराव सबनीस, लठ्ठे, डोंगरे, भास्करराव जाधव, दाजीराव विचारे इ. सारख्या मोठ्या योग्यतेच्या लोकांना आपल्या दरबारात आणणारे शाहू छत्रपती विक्रमादित्य, कृष्णदेवराय, अकबर, शिवछत्रपती इत्यादी प्रबुद्ध भारतीय राजांच्या मालिकेत शोभून दिसतात, असे म्हटल्याने ते यथार्थच होईल.

(पूर्वप्रसिद्धी : राजर्षी शाहू स्मारक ग्रंथ, (संपादक) डॉ. जयसिंगराव पवार, कोल्हापूर, २००१)

संदर्भ आणि टिपा :

१) डॉ विलास संगवे, डॉ.बी. डी. खणे (सं.), राजर्षी शाहू छत्रपती पेपर्स, खंड-२, कोल्हापूर, १९८३, पृ.८७.

२) सूर्यवंशी, कृ.गो.,राजर्षी शाहू - राजा व माणूस, पुणे १९८४,पृ. ९१.

३) डॉ. संगवे, डॉ. खणे (सं.), राजर्षी शाहू छत्रपती पेपर्स, खंड-३, कोल्हापूर १९८५, पृ. ८९.

४) घाटे, विठ्ठलराव, दिवस असे होते, मुंबई १९६१,पृ. २९३.

५) लठ्ठे, ए. बी.,मेमायर्स ऑफ हिज हायनेस श्री शाहू छत्रपती महाराजा ऑफ कोल्हापूर, खंड-२, मुंबई,१९२४ पृ.५२६.

६) सूर्यवंशी, कृ.गो.,पूर्वोक्त, पृ.३२४; बाबर, भि.शि.लाईफ अँड वर्क ऑफ

भास्करराव जाधव, अप्रकाशित पीएच. डी. प्रबंध, शिवाजी विद्यापीठ, १९९५
पृ. ७८-७९.

७) चैत्रवेल, दिवाळी अंक – ८३, पृ. १११; कडियाळ रा. अ. 'सत्यशोधक कै.
नामदार भास्करराव जाधव यांचे जीवन व कार्य', कोल्हापूर, १९९०, पृ. ५५.

८) श्री शाहू छत्रपती दप्तरातील कागदपत्रे, पुडका क्र. १, रुमाल ४९, –१३७०४

९) बागल माधवराव, बहुजन समाजाचे शिल्पकार, पुणे १९६६, पृ. ७१, ७२

१०) कडियाळ, रा.अ., पूर्वोक्त, पृ. ५१-५३.

९

छत्रपती शाहू महाराज - कर्मवीर भाऊराव पाटील

स्वातंत्र्यपूर्व काळात देशात असलेली लहान-मोठी संस्थाने स्वातंत्र्यप्राप्तीनंतर अल्पावधीत भारतीय संघराज्यात विलीन झाली. त्यामुळे शेकडो संस्थानिक राजेमहाराजे आणि त्यांची सिंहासने नामशेष होऊन नंतर विस्मृतीत गेली. तथापि, कोल्हापूरचे राजर्षी शाहू छत्रपती महाराज (१८७४-१९२२) अजूनही आम जनतेच्या हृदयसिंहासनावर विराजमान असल्याचे आढळते. वस्तुतः ब्रिटिश अधिसत्तेच्या नियंत्रणाखाली आपल्या राज्याचा कारभार चालविणारे शाहू छत्रपती हे एक मांडलिक राजा होते. त्यांचे कोल्हापूर संस्थान आकाराने तसे लहान होते आणि त्याचे उत्पन्नही मर्यादित होते. मात्र, शाहू महाराज व्यवहारी, दूरदृष्टीचे, सुज्ञ राज्यकर्ते होते. अवघ्या अठ्ठावीस वर्षांच्या आपल्या कारकिर्दीत महान कर्तृत्व गाजवून त्यांनी कालपटावर आपली नाममुद्रा कोरून ठेवली. बहुजनसमाजाच्या सर्वांगीण उन्नतीचे स्वप्न त्यांनी पाहिले. त्यासाठी ते मराठी माणसांचे प्रबोधनकार झाले.

शाहू : आधुनिक महाराष्ट्राचे शिल्पकार :

शाहूमहाराजांनी समाजातील वंचित, उपेक्षित, दुर्बल घटकांचा कैवार घेतला. जातिव्यवस्थेला आव्हान देऊन अस्पृश्यतेचे निर्मूलन करण्यासाठी त्यांनी प्रस्थापितांच्या विरुद्ध तीव्र संघर्ष केला. शिक्षण हे समाजपरिवर्तनाचे अमूल्य साधन असल्याचे ध्यानात घेऊन आपल्या अठरापगड जातीच्या ठार निरक्षर प्रजेच्या शिक्षणासाठी त्यांनी आपले कर्तृत्व आणि सिंहासन पणाला लावले. 'राजदंड ही शोभेची वस्तू नसून ते सेवेचे साधन आहे.' हे त्यांचे ब्रीद होते. आमूलाग्र समाजसुधारणा, समताधिष्ठित समाजरचना आणि सामाजिक न्यायाची प्रस्थापना या ध्येयाने प्रेरित झालेले ते कृतिशील समाजसुधारक होते. त्यामुळेच ते आधुनिक महाराष्ट्राचे महत्त्वाचे शिल्पकार ठरले.

समाजपरिवर्तनासाठी शाहूमहाराजांनी अनेक उपक्रम सुरू केले. तसेच अभिनव

सामाजिक प्रयोग राबवले. त्यांनी स्वत:च्या उदाहरणाने समाजापुढे आदर्श निर्माण केला आणि जनतेला मार्गदर्शन केले. सामाजिक सुधारणांच्या क्षेत्रात महाराजांनी छेडलेला संघर्ष, त्यांची प्रखर ध्येयनिष्ठा, त्यांचा उत्साह आणि अदम्य आशावाद इत्यादींमुळे त्यांचे अनेक तरुण सहकारी व अनुयायी अत्यंत प्रभावित झाले. त्यांच्यातून त्यांना भाऊराव पाटील हा एक असामान्य शिष्य लाभला. राजर्षी छत्रपती शाहूमहाराज आणि रयत शिक्षण संस्थेचे संस्थापक कर्मवीर भाऊराव पाटील या मुलखावेगळ्या गुरू-शिष्यातील अनोख्या संबंधांचा वेध घेणे आधुनिक महाराष्ट्राच्या इतिहासाच्यादृष्टीने उद्‌बोधक आहे.

कर्मवीर भाऊराव पाटील :

कर्मवीर भाऊराव पायगोंडा पाटील यांचा जन्म २२ सप्टेंबर १८८७ रोजी सातारा जिल्ह्यातील ऐतवडे (बुद्रुक) येथील एका धर्मनिष्ठ, समाजहिताला महत्त्व देणाऱ्या शेतकरी जैन कुटुंबात झाला. त्यांचे वडील ब्रिटिश सरकारच्या महसूल खात्यात कारकुनाची नोकरी करत होते. भाऊरावांचे प्राथमिक शिक्षण त्यांच्या वडिलांच्या नोकरीच्या गावी म्हणजे विटे येथे झाले. त्यानंतर १९०२च्या मार्च महिन्यात ते कोल्हापुरातील राजाराम हायस्कूल या नामांकित माध्यमिक शाळेत इंग्रजी पहिलीच्या वर्गात दाखल झाले. तेव्हा त्यांचे वय पंधरा वर्षे असून त्यांची शरीरप्रकृती धडधाकट व वेष गावंढळ असा होता. १९०२ ते १९०९ या कालावधीत भाऊरावांचे वास्तव्य राजर्षी शाहू छत्रपतींच्या राजधानीत कोल्हापुरात होते. त्या काळात त्यांना राजर्षींच्या सान्निध्यात, त्यांच्या मायेच्या पंखाखाली आपले व्यक्तिमत्त्व घडवण्याची अमूल्य संधी लाभली. छत्रपतींच्याकडून प्रेरणा व दिशा घेऊन भाऊराव पाटलांनी आपल्या भावी आयुष्यात समाजपरिवर्तनाच्या क्षेत्रात नेत्रदीपक कामगिरी बजावली.

राजाराम हायस्कूलमध्ये दाखल झाल्यावर भाऊरावांची राहण्या-जेवणाची व्यवस्था तेव्हा नुकतेच सुरू झालेल्या दिगंबर जैन वसतिगृहात झाली होती. भाऊराव व त्यांचे बंधू तात्या ज्या वसतिगृहात राहात होते त्या वसतिगृहाचे स्थापनेपासून प्रमुख व्यवस्थापक म्हणून भागदोरे हे गृहस्थ काम पाहत होते. १९०७ साली शाहूमहाराजांच्या शिफारशीवरून प्रो. आण्णासाहेब लठ्ठे वसतिगृहाचे प्रमुख व्यवस्थापक झाले. मात्र, ते दोघेही जैन धर्मातील सनातनी, कर्मठ, कालबाह्य रूढींचे पाठीराखे होते. वसतिगृहातील प्रत्येक मुलाने मुकटा वापरून सोवळ्यात जेवले पाहिजे, तसेच जेवणापूर्वी दाढी करून घेतली पाहिजे, असे वसतिगृहाचे काही जाचक, कर्मठ नियम होते. बंडखोर वृत्तीच्या भाऊरावांनी त्या जाचक रूढी, नियमांविरुद्ध आवाज उठवला. त्यामुळे व्यवस्थापकांना त्यांच्यावर सूड घेण्याची लवकरच संधी मिळाली.

१४ एप्रिल १९१४ रोजी शाहू छत्रपतींनी कोल्हापुरातील रविवार पेठेत एकेश्वरी देवालयात अस्पृश्य मानल्या गेलेल्या जातींतील विद्यार्थ्यांसाठी वसतिगृह सुरू केले. त्याच्या उद्घाटन समारंभाला छत्रपतींच्या जाती धर्मनिरपेक्ष नवसमाजरचनेच्या विचाराने भारावलेले भाऊराव हजर राहिले. तो समारंभ आटोपून आपल्या वसतिगृहात परतण्यास त्यांना उशीर झाला. परतल्यावर त्यांना आंघोळ करून येण्याची व्यवस्थापकांनी आज्ञा केली. भाऊरावांनी ती आज्ञा पाळण्यास ठाम 'नकार' दिला. त्यामुळे व्यवस्थापकांनी त्यांना भोजन देण्याचे नाकारले. मात्र, भाऊरावांनी मध्यरात्रीच्या सुमारास भुकेपोटी वसतिगृहाच्या स्वयंपाकघरात दांडगाईने प्रवेश करून तेथील अन्नावर यथेच्छ ताव मारला. त्या वर्तनामुळे त्यांची दिगंबर जैन बोर्डिंगमधून विनाचौकशी हकालपट्टी करण्यात आली. तेव्हा ते इंग्रजी पाचवीच्या वर्गात होते. वसतिगृहातून हकालपट्टी झाल्यामुळे भाऊराव असाहाय्य, निराधार झाले. परंतु, त्याचवेळी बाळासाहेब खानविलकर व भाऊसाहेब पाटणकर हे त्यांचे दोन जिवलग मित्र त्यांच्या मदतीला धावले. त्यांनी दोघांनी मामासाहेब खानविलकरांच्या (महाराजांचे मेहुणे) मध्यस्थीने भाऊरावांची राजवाड्यात राहण्याची सोय केली. भरदार शरीरयष्टीच्या भाऊरावांकडे शाहू छत्रपतींचे ताबडतोब लक्ष वेधले गेले. पिळदार, दणकट शरीरप्रकृती असणारे तरुण महाराजांना आवडत असत. त्यामुळे भाऊरावांना महाराजांच्या सान्निध्यात राहण्याची, वावरण्याची संधी मिळाली. ते अनेकदा शाहू छत्रपतींचे अंग रगडण्याचे काम मनोभावे करत. अंग रगडता रगडता शाहूमहाराजांच्या विविध अभिनव सामाजिक प्रयोगांची माहिती तरुण भाऊरावांच्या कानी पडून त्यांची वैचारिक मशागत होऊ लागली.

इंग्रजी शिक्षण घेण्यासाठी कोल्हापूरला आलेल्या भाऊराव पाटलांची शैक्षणिक प्रगती समाधानकारक नव्हती. केवळ राजाराम हायस्कूलमधील शिक्षकांच्या कृपेने त्यांनी इंग्रजी सहावीपर्यंत मजल मारली होती. सहावीच्या वार्षिक परीक्षेत ते बऱ्याच विषयांत नापास झाले होते. गणित विषयात तर दोनशे पैकी त्यांना फक्त सात गुण मिळाले होते. त्यामुळे भाऊरावांना मॅट्रिकच्या वर्गात जाता येणे अशक्य झाले. मॅट्रिकच्या वर्गात जाण्याचा शेवटचा प्रयत्न म्हणून भाऊरावांनी आपले त्याबाबतचे गाऱ्हाणे खुद्द महाराजांच्या कानावर घातले. महाराजांनी भाऊरावांचे वर्गशिक्षक भार्गवराम कुलकर्णींना राजवाड्यावर बोलावून भाऊरावांना वरच्या वर्गात घालण्याची विनंती केली. परंतु, भार्गवरामांनी त्याला ठाम 'नकार' दिला. त्यामुळे भाऊरावांचा शैक्षणिक प्रवास तेथे थांबला. त्यांच्या कोल्हापुरातील सात वर्षांच्या वास्तव्याचाही शेवट झाला.

डांबर प्रकरणाचे अग्निदिव्य :

१९१४च्या मे महिन्यात एके रात्री कोल्हापुरातील टाऊन हॉल बागेतील एडवर्ड बादशहाच्या संगमरवरी पुतळ्याला कोणीतरी अज्ञात इसमाने डांबर फासले. त्यामुळे शाहू छत्रपतींच्या राजधानीत राजद्रोहाचे एक भयंकर प्रकरण उद्भवले. ब्रिटिश मुलखातून सीआयडी बोलावून गुन्ह्याचा तपास जारीने सुरू झाला. राजद्रोहाच्या या प्रकरणात तेव्हा कोल्हापुरात नसलेल्या भाऊराव पाटलांना गोवण्यात येऊन १९१४ साली त्यांच्यावर एक मोठा खटला भरण्यात आला. तो 'डांबर प्रकरण' या नावाने फार गाजला.

अशा कुप्रसिद्ध डांबर प्रकरणाला करवीर दरबारातील तत्कालीन गटबाजीची पार्श्वभूमी असल्याचे जाणवते. १९१४च्या सुमारास करवीरच्या दरबारात दोन पक्ष पडले होते. पहिल्या पक्षाला दुसऱ्या पक्षाची शाहूमहाराजांजवळ व बहुजनसमाजामध्ये जी प्रतिष्ठा होती तिचे वैषम्य व हेवा वाटत होता असे दिसते. पहिला पक्ष म्हणजे नायब दिवाण बाळासाहेब गायकवाड आणि कोल्हापुरातील प्रतिष्ठित श्रीमंतवर्ग यांचा व दुसरा पक्ष भास्करराव जाधव, लठ्ठे, डोंगरे वगैरे तत्त्वचिंतकांचा व प्रज्ञावंत पंडितांचा प्रो. आण्णासाहेब लठ्ठे यांना खुद्द जैन समाजातून बराच विरोध होता असे वाटते. त्यांचे जैन विरोधक कल्लाप्पा निटवेशास्त्री, लाटकर, चिप्रीकर पाटील इत्यादी होते. शाहूमहाराजांचा कल काहीसा पहिल्या पक्षाकडे व त्यांचे बंधू बापूसाहेब कागलकरांचा दुसऱ्या पक्षाकडे झुकता होता असे बोलले जाई.[१]

एडवर्ड बादशहाच्या पुतळ्याला डांबर फासण्याचा प्रकार कोल्हापुरात घडला तेव्हा भाऊराव पाटील कोरेगावला आपल्या वडिलांकडे होते. त्यांना निटवेशास्त्रींची 'ताबडतोब निघून या' अशी तार आल्यामुळे ते कोल्हापूरला आले. तुझ्या शिक्षणात अडथळा आणणाऱ्या लठ्ठेंवर सूड घेण्याची ही नामी संधी आली असून तू लठ्ठेंच्या सांगण्यावरून पुतळ्यास डांबर फासलेस अशी साक्ष पोलिसांपुढे दे; अशी निटवेशास्त्रींनी भाऊरावांना गळ घातली. परंतु, भाऊरावांनी त्या गोष्टीला स्पष्ट 'नकार' दिला. आपल्या म्हणण्याला भाऊराव राजी नसल्याचे पाहून निटवेशास्त्रींनी मध्यरात्री आपल्या प्रेसला स्वत:च आग लावली व त्याचा आळ भाऊरावांवर घेतला. शिवाय आपले हजार रुपये भाऊरावांनी चोरल्याचा आरोपही केला आणि तशी पोलिसांकडे तक्रार केली. त्यामुळे पोलिसांनी भाऊरावांना पकडून करवीरचे तत्कालीन पोलीस प्रमुख फर्नांडिसपुढे कावळा नाका येथे उभे केले. तेथे भाऊरावांचा अनन्वित छळ करण्यात आला. नंतर त्यांच्यावर खटला भरण्यात आला. त्या खटल्याची सुनावणी फार संथ गतीने कोल्हापूर कोर्टात चालली, त्यामुळे आरोपी भाऊराव पाटील सुमारे सहा महिने कच्च्या कैदेत होते. त्या कालावधीत पोलीस छळामुळे त्यांनी दोन वेळा आत्महत्येचा

प्रयत्न केला. परंतु, त्यांनी आत्महत्या करावी हे नियतीला मंजूर नव्हते.

भाऊरावांच्यावरचा राजद्रोहाचा खटला खूप दिवस रेंगाळला. तेव्हा आपल्या मुलाला न्याय मिळावा म्हणून भाऊरावांच्या मातोश्री गंगाबाई पाटील मोठ्या धैर्याने शाहूमहाराजांच्या सोनतळी कॅम्पच्या वाटेवर उभ्या राहून महाराजांना भेटल्या. 'मी तुमची धर्माची बहीण आहे. तुम्ही स्वत: माझ्या मुलाच्या खटल्याचा निवाडा करा' अशी त्यांनी महाराजांना कळकळीची विनंती केली. महाराजांनी या प्रकरणात लक्ष घातले. फर्नांडिसना निरोप पाठवून योग्य ती कारवाई केली. त्यानंतर खटला सुरू झाला. सरतेशेवटी खटल्याचा निकाल लागला आणि भाऊराव त्यातून निर्दोष सुटले. अशा प्रकारे ते एका अग्निदिव्यातून सहीसलामत बाहेर पडले.[२]

प्रबोधनकार के. सी. ठाकरेंनी भाऊरावांचे मोठेपण सांगताना लिहिले आहे, "भाऊराव म्हणतात, शाहूमहाराजांकडे मी दोन दृष्टींनी पाहतो. एक राज्यकर्ते शाहू महाराज व दुसरे दीनोद्धारक राजर्षी. मी दुसऱ्या दृष्टीचा उपासक आहे. पहिल्याबद्दल मी कधी विचारच करत नाही."[३]

सत्यशोधक-ब्राह्मणेतर चळवळ :

इंग्रजी शिक्षण घेण्यासाठी कोल्हापूरला आलेल्या भाऊराव पाटलांचे सलग सात वर्षे शाहू छत्रपतींच्या राजधानीत वास्तव्य घडले. त्यांपैकी शेवटची दीड-दोन वर्षे त्यांना छत्रपतींच्या राजवाड्यात त्यांच्या निकट सहवासात वावरण्याची, राहण्याची संधी लाभली. कोल्हापुरातील वास्तव्यकाळात भाऊरावांना सत्यशोधक विचारसरणीची शिकवण मिळाली. म. जोतिराव फुल्यांचे 'शेतकऱ्यांचा आसूड', 'गुलामगिरी', 'ब्राह्मणांचे कसब', 'सार्वजनिक सत्यधर्म' ग्रंथ; म. विठ्ठल रामजी शिंदे यांचे कार्य आणि प्रामुख्याने शाहू छत्रपतींनी सामाजिक विषमतेविरुद्ध छेडलेला लढा या गोष्टींनी भाऊराव अत्यंत प्रभावित झाले. त्यापासून प्रेरणा घेऊन अस्पृश्यता निवारण आणि बहुजनसमाजाची उन्नती याबाबतच्या कार्यात भाऊरावांनी म. फुले व राजर्षी शाहू छत्रपती यांचा खराखुरा वारसा चालविला. सत्यशोधक-अग्रणी भास्करराव जाधव १९२०च्या सुमारास साताऱ्यात जाऊन राहिले. त्यांच्या नेतृत्वाखाली साताऱ्यात १९२०च्या सुमारास सत्यशोधक चळवळीने अधिक जोर धरला. याच काळात केशवराव विचारे आणि भाऊराव पाटील, के. सी. ठाकरे या निष्ठावंत सत्यशोधकांमुळे सातारा जिल्हा हा वर्ष-दोन वर्षांत सत्यशोधकांचा बालेकिल्ला बनला.[४]

ग्रामीण महाराष्ट्रात विखुरलेल्या पिढ्यान्‌पिढ्या शिक्षणाला वंचित झाल्यामुळे अज्ञान, अंध:कारात व दारिद्र्यात खितपत पडलेल्या बहुजनसमाजाला जागृत करणे व त्यांच्यात राजकीय आकांक्षा निर्माण करणे असे दुहेरी आव्हान शाहू छत्रपतींच्या

समोर होते. त्यासाठी त्यांनी बहुजनसमाजाच्या जलशे, तमाशा अशा पारंपरिक मनोरंजन करमणुकीच्या साधनांचा वापर करण्याची क्लृप्ती काढली. त्यांच्या प्रेरणेने सत्यशोधकी शाहिरांच्या जलशांचे अनेक जत्थे तयार झाले. एकट्या सातारा जिल्ह्यात त्या काळात जवळजवळ ६/७ सत्यशोधक जलशांचे जत्थे होते. त्यात भाऊरावांचाही एक जलसा होता. या जलशातून भाऊरावांनी लोकजागरण करत महाराष्ट्रभर मुशाफिरी केली. जलशांमध्ये भाऊराव लोकांचे प्रबोधन करण्यासाठी अस्सल ग्रामीण बोली भाषेत प्रभावी व्याख्याने देत असत.

बहुजनसमाजात राजकीय जागृती निर्माण व्हावी, राजकीय सुधारणांचा फायदा घेऊन त्याला सत्तेत सहभागी होता यावे, या उद्दिष्टांनी शाहू छत्रपतींच्या प्रेरणेने १९२० साली महाराष्ट्रात ब्राह्मणेतर पक्षाची स्थापना करण्यात आली होती. त्या पक्षाचा सातारा जिल्ह्यात प्रभाव निर्माण करण्यात, वाढविण्यात भाऊरावांची कामगिरी प्रशंसनीय होती. त्यामुळे १९२० ते १९३५ या काळात ते सत्यशोधक – ब्राह्मणेतर चळवळीचे लोकप्रिय नेते ठरले. ब्राह्मणेतर चळवळ सुरू झाल्यानंतर शाहूमहाराज भाऊरावांना ब्रिटिश हद्दीत अनेक वेळा भेटल्याचे व त्यांच्यात मसलती घडल्याचे प्रबोधनकार ठाकरेंनी म्हटले आहे.[५]

म. फुले, राजर्षी छत्रपती शाहूमहाराज यांच्याप्रमाणे कर्मवीर भाऊराव पाटलांनी खेडोपाड्यांत विखुरलेल्या निरक्षर बहुजनसमाजाच्या उन्नतीसाठी शिक्षणप्रसाराचे व्रत घेतले व ते आजन्म चालविले. १९१९ साली सातारा जिल्ह्यात कराड तालुक्यातील काले या गावी भरलेल्या सत्यशोधक समाजाच्या परिषदेत ग्रामीण बहुजनांना शिक्षण देण्यासाठी एक शिक्षण संस्था स्थापन करण्याचा निर्णय घेण्यात आला. त्यानंतर थोड्याच दिवसांत म्हणजे ४ ऑक्टोबर १९१९ रोजी दसऱ्याच्या शुभमुहूर्तावर काले येथे भाऊरावांनी 'रयत शिक्षण' संस्थेची स्थापना केली. १९२१ साली केव्हातरी शाहूमहाराजांची व भाऊराव पाटलांची मिरज रेल्वे स्टेशनवर भेट झाली होती. त्यावेळी भाऊरावांनी नजीकच्या भविष्यकाळात सातारा येथे सर्व जाती-धर्मांच्या मुलांसाठी वसतिगृह काढण्याचा आपला मनोदय व्यक्त केला. त्यावेळी व्यवहारी व दूरदर्शी शाहूमहाराजांनी त्यांना अशा प्रकारच्या वसतिगृहाच्या कार्यातील अडीअडचणींची स्पष्ट कल्पना देऊन सदर प्रकल्पासाठी शुभेच्छा व्यक्त केल्या.[६]

कर्मवीर भाऊराव पाटलांनी सातारा येथील सोमवार पेठेतील आपल्या राहत्या घरी मोहिते नावाच्या एका महारसमाजातील विद्यार्थ्याला दसऱ्याच्या मुहूर्तावर मंगळवार, दिनांक ७ ऑक्टोबर १९२४ रोजी प्रवेश देऊन या वसतिगृहाचा शुभारंभ केला. सदर वसतिगृह जातिधर्मनिरपेक्ष होते. भाऊरावांच्या या वसतिगृहाचे उद्घाटन शुक्रवार २५

फेब्रुवारी १९२७ रोजी म. गांधींनी केले. त्यावेळपासून ते वसतिगृह 'श्री छत्रपती शाहू बोर्डिंग हाऊस' या नावाने अधिक परिचित झाले. भाऊरावांनी या वसतिगृहाला आपले गुरू शाहू छत्रपतींचे नाव कौतुकाने आणि अभिमानाने दिले होते. त्या वस्तिगृहाच्या नामफलकाचे अनावरण करताना गांधीजींनी भाऊरावांना विचारले होते, "आपने इस बोर्डिंग को छत्रपती राजर्षी शाहूमहाराज का नाम दिया है। उन्होंने आपको कितने पैसे दिये हैं।" त्यावेळी भाऊराव उत्तरले, "उनसे कुछ भी पैसा नहीं लाया। लेकिन मैं उनसे बडा दिल लाया हूँ।"[७]

गुरूबद्दलचा आदरभाव :

कोल्हापूर संस्थानात भाऊराव पाटलांच्यावर १९१४च्या डांबर प्रकरणात अतोनात अन्याय, अत्याचार होऊनसुद्धा त्यांनी आपल्या पुढील आयुष्यात शाहू छत्रपतींबद्दल कधी अनादराचे वर्तन केले नाही किंवा त्यांच्याबद्दल अनादराचा एक शब्दही उच्चारला नाही. उलट, आपल्या भाषणांतून, लेखनांतून ते शाहू छत्रपतींबद्दल सदैव आदर आणि अभिमान व्यक्त करताना आढळतात, उदाहरणार्थ-

छ. राजाराम महाराजांना १५ जून १९३६ रोजी साताऱ्याहून पाठविलेल्या पत्रात भाऊराव मोठ्या अभिमानाने सांगतात, "आपले परमपूज्य पिताजी कै. श्री. शाहूमहाराज यांच्या सान्निध्यात माझे सर्व बालपण गेल्याने त्यांची अस्पृश्यादी मागासलेल्या जनतेस वर आणण्यासाठी झालेली अविश्रांत मेहनत, तिचा माझ्या मनावर दृढ परिणाम झाला....."[८]

भाऊरावांचे जिवलग मित्र सरदार भाऊसाहेब पाटणकर यांनी त्यांना शाहू छत्रपतींचे एक भव्य तैलचित्र दिले होते. ते तैलचित्र सोमवार पेठेतील आपल्या घरी त्यांनी समारंभपूर्वक ४ सप्टेंबर, १९३८ रोजी विराजमान केले. त्यासाठी प्रमुख पाहुणे म्हणून दिवाणबहाद्दूर आण्णासाहेब लठ्ठे हजर होते.[९]

राजाराम हायस्कूलचा शताब्दी समारंभ १९५३ साली तत्कालीन उपराष्ट्रपती डॉ. राधाकृष्णन यांच्या अध्यक्षतेखाली झाला. त्यावेळी नामवंत माजी विद्यार्थ्यांना खास आमंत्रण दिले होते. भाऊरावांनाही आमंत्रण होते. त्याप्रसंगी आपली ओळख करून देताना ते म्हणाले, "....I was ploughed in the Pre-Matriculation Class .... But nothing daunted, I Went ahead seeking the blessings of the late Rajarshi Shahu Chhatrapati of Kolhapur whom I revere as my Guru....."[१०]

साताऱ्याहून ३ ऑगस्ट १९५६ रोजी कर्मवीरांनी त्यांचे ज्येष्ठ शिक्षक मित्र कृ. भा. बाबर यांना पाठविलेल्या पत्रात ते म्हणतात, "छ. शाहूमहाराज यांच्याकडून

मला बहुजनसमाजाची सेवा करण्याची व अस्पृश्यता निवारण करण्याची शिकवण मिळाली. तेच माझे स्फूर्तिस्थान आहे.''[११]

गुरू–शिष्याचे चिरंतन स्मारक :

कर्मवीर भाऊराव पाटील यांनी स्थापन केलेल्या रयत शिक्षण संस्थेच्या वटवृक्षाचा राजर्षींच्या कोल्हापुरात प्रवेश व विस्तार उशिरा झाला. १९४८ साली रुकडी येथे म. गांधी विद्यालय सुरू करून भाऊरावांनी शाहू छत्रपतींच्या कोल्हापूर भागात आपल्या संस्थेच्या शैक्षणिक कार्याचा श्रीगणेशा केला. कोल्हापूरच्या शैक्षणिक क्षेत्रात ताराराणी विद्यापीठाच्या वतीने 'कीर्ति कॉलेज' चालविले जात होते. ते प्रारंभी श्री. ना. दा. ठाकरसी महिला विद्यापीठाशी संलग्न होते. १९६३ पासून ते शिवाजी विद्यापीठाशी संलग्न झाले. ताराराणी विद्यापीठाचे संस्थापक रावसाहेब व्ही.टी.पाटील यांनी १९६७ साली कीर्ति कॉलेज रयत शिक्षण संस्थेकडे कायमचे सुपूर्त केले. १९६९ साली 'कीर्ति' कॉलेजचे 'राजर्षी छत्रपती शाहू कॉलेज' असे नामकरण करण्यात आले. त्या नामकरणाचे कोल्हापूर नगरपालिकेने एका ठरावाद्वारे स्वागत करून म्हटले आहे, ''बहुजनसमाजामध्ये शिक्षणाचा प्रसार जास्तीतजास्त व्हावा म्हणून सातत्याने राजर्षी शाहूमहाराज यांचा वारसा चालविणाऱ्या रयत शिक्षण संस्थेने कोल्हापुरातील 'कीर्ति' कॉलेजचे नाव 'राजर्षी छत्रपती शाहू कॉलेज' असे ठेवून त्यांच्या कार्याचा गौरव केला आहे.''[१२] रयत शिक्षण संस्थेचे कोल्हापुरातील राजर्षी छत्रपती शाहू कॉलेज, छत्रपती शाहूमहाराज आणि कर्मवीर भाऊराव पाटील या गुरू–शिष्यांचे चिरंतन स्मारक आहे.

(पूर्वप्रसिद्धी : राजर्षी शाहू गौरव ग्रंथ (संपादक) प्रा. डॉ. रमेश जाधव, मुंबई, २०१६)

संदर्भ आणि टिपा :

१) पाटील, बॅ. पी. जी. : कर्मवीरोपनिषद अर्थात कर्मवीर भाऊराव पाटील यांच्या आठवणी, आवृत्ती ३, ग्रामीण जीवन अभ्यास संस्था प्रकाशन, २००९, पृ. १४.

२) कित्ता : पृ. १४–१७.

३) फडके, य. दि. : सोशल रिफॉरमर्स ऑफ महाराष्ट्र, नवी दिल्ली, १९७५, पृ. २०३; मुळे, प्रा. महावीर, सत्यशोधक प्रबोधनकार आणि कर्मवीर, सुनीता प्रकाशन, सांगली, २००६, पृ. १९७–९८.

४) फडके : उपरोक्त, पृ. २६१.

५) मुळे : उपरोक्त, पृ. १९७-९८.

६) जाधव, रमेश : लोकराजा शाहू छत्रपती, पुणे, २००२, पृ. ७५; पाटील, बॅ. पी.जी. : उपरोक्त, पृ. ५९.

७) जाधव रमेश : कर्मवीर भाऊराव पाटील, पुणे, २०१० पृ. ११०; ११६; पाटील, बॅ.पी.जी. : उपरोक्त, पृ. २९-३०

८) पाटील, बॅ.पी.जी. (संपादक) : कर्मयोगी-कर्मवीर भाऊराव पाटील जन्मशताब्दी विशेषांक; सातारा, १९८९, पृ. ४८.

९) जाधव, रमेश : कर्मवीर भाऊराव पाटील, उपरोक्त, पृ. १५४.

१०) पाटील, बॅ.पी.जी. : कर्मयोगी, उपरोक्त, पृ. १२.

११) मगदूम, काटकर, पंडित : कर्मवीर, सातारा, १९९६, पृ. १५३.

१२) मुजावर, प्रा. मुजावर मा. स. : राजर्षी छत्रपती शाहू कॉलेज, कोल्हापूर सुवर्ण महोत्सवी विशेषांक, कोल्हापूर, पृ. ४१-४२, ९२.

१०

छत्रपती शाहू महाराजांचा कथित ब्रिटिशधार्जिणेपणा

१९ वे शतक हे भारताच्या इतिहासात सामाजिक सुधारणांचे शतक मानले जाते. त्याकाळात महाराष्ट्राचीही सामाजिक पुनर्घटना होत होती. न्यायमूर्ती महादेव गोविंद रानडे यांनी सर्वांगीण सुधारणेचा विचार मांडून विविध प्रकारच्या सुधारणांचे परस्परावलंबी स्वरूप विशद केले होते. तथापि, सामाजिक सुधारणा आणि राजकीय सुधारणा यांच्यात क्वचितच सामंजस्य, सुसंवाद दिसून येत असे. बऱ्याचवेळा त्या दोन सुधारणा प्रवाहात संघर्ष झालेले आढळते. महाराष्ट्रात १९व्या व २०व्या शतकात 'आधी सामाजिक की आधी राजकीय?' हा वाद दीर्घ काळ चालला आणि बराच गाजला. विसाव्या शतकाच्या पहिल्या दोन दशकांत सामाजिक सुधारणावाद्यांचे नेतृत्व कोल्हापूर संस्थानचे तत्कालीन अधिपती राजर्षी छत्रपती शाहू महाराजांनी केले. तर राजकीय हक्क, स्वराज्य यांची मागणी करणाऱ्यांचे नेतृत्व लो. बाळ गंगाधर टिळकांनी केले. सामाजिक सुधारणांचा पाठपुरावा करणाऱ्यांनी ब्रिटिश राज्यकर्त्यांशी सहकार्य करण्याचे धोरण अवलंबिले आणि काही अनिष्ट रूढी, चालीरिती, प्रथा-परंपरांचा नायनाट करण्याच्या कामी राज्यकर्त्यांचा सक्रिय पाठिंबा मिळविला. याउलट, राजकीय सुधारणा म्हणजे स्वराज्याची मागणी करणाऱ्या जहाल हिंदी राष्ट्रवाद्यांनी ब्रिटिश राज्यकर्त्यांशी संघर्ष करण्याचे धोरण स्वीकारले. सामाजिक आणि राजकीय सुधारणांच्या पुरस्कर्त्यांच्यातील वाद विकोपाला जाऊन काही वेळा आरोप-प्रत्यारोपांच्या फैरी झडल्या. राजकीय सुधारणांच्या पुरस्कर्त्या राष्ट्रवाद्यांनी कित्येकदा समाज सुधारकांच्यावर ब्रिटिशधार्जिणेपणाचा आरोप करून त्यांच्या ब्रिटिश राजनिष्ठेवर कठोर टीका केली. भारतीय समाज जीवनातील या संघर्षाचा ब्रिटिश साम्राज्यवादी राज्यकर्त्यांनी स्वार्थ साधण्यासाठी उपयोग करून घेतला. विसाव्या शतकाच्या पहिल्या दोन दशकात मुंबई सरकारने ब्राह्मण राष्ट्रवाद्यांच्या राजद्रोही कारवायांचा बीमोड करण्याच्या धोरणांचा

भाग म्हणून सामाजिक परिवर्तनाच्या उद्देशाने चाललेल्या सत्यशोधक ब्राह्मणेतर चळवळीला चांगले प्रोत्साहन दिले. अशा गुंतागुंतीच्या सामाजिक, राजकीय वास्तवाच्या पार्श्वभूमीवर राजर्षी छ. शाहू महाराज ब्रिटिशधार्जिणे होते का? याची चिकित्सा करून त्यांची ब्रिटिश राजनिष्ठा असली की नकली होती? याचा निवाडा करावा लागेल.

राजर्षी छ. शाहू महाराज ब्रिटिशधार्जिणे होते का? हा विषय अत्यंत आव्हानात्मक (चॅलेंजिंग) आहे. तसेच आजही काहीसा स्फोटक वाटावा असा हा विषय आहे. शाहू छत्रपती हे स्वराज्यद्रोही होते. ब्रिटिश साम्राज्य सत्तेशी ते अवाजवी निष्ठा व्यक्त करत असत. स्वातंत्र्य चळवळीला त्यांनी प्रत्यक्ष विरोधही केला होता. अशा प्रकारचे आक्षेप शाहू महाराजांच्या कारकिर्दीत काही वेळा घेण्यात आले होते. हे आक्षेप कोणी घेतले? केव्हा घेतले? आणि ज्यांनी शाहू छत्रपतींच्यावर ब्रिटिशधार्जिणेपणाचा आरोप केला, त्यांचे अंतरंग कसे होते? त्यांची राष्ट्रवादाची संकल्पना किती व्यापक होती? या प्रश्नांची आपण चिकित्सा केली तर शाहू छत्रपती ब्रिटिशधार्जिणे होते का? या प्रश्नांची वस्तुनिष्ठ उत्तरे मिळू शकतील. वरील मुद्द्यांचा विचार करताना आपण कदाचित शाहू महाराजांच्यावर स्वराज्यद्रोहीपणाचा किंवा ब्रिटिश साम्राज्य सत्तेला अतिरेकी निष्ठा वाहण्याचा आरोप लो. टिळकांनी केला असावा असा घाईने निष्कर्ष काढू. परंतु, टिळकांनी शाहू महाराजांच्यावर कधीही असा आरोप केला नव्हता. शाहूमहाराजांच्यावर या संदर्भात जे आरोप झाले ते टिळकांच्या निधनानंतर १९२१ साली. त्या संदर्भात तीन प्रसंगांबद्दल थोडेसे विवेचन करणे आवश्यक आहे.

वादाचे विषय व प्रसंग

३ मार्च १९२१च्या 'बॉम्बे क्रॉनिकल' (Bombay Chronicle) या वृत्तपत्रामध्ये 'चळवळ चिरडा' अशा प्रक्षोभक शीर्षकाखाली शाहू छत्रपतींच्या नावावर एक टिपण प्रसिद्ध झाले.[१] शाहू महाराजांनी खासगी स्वरूपाचे एक टिपण तयार केलेले होते. 'नॉन को-ऑपरेशन व्हाय अँड हाऊ टू रेमेडी इट?' म्हणजे असहकार चळवळ आणि त्यावरचे उपाय. शाहू छत्रपती नेहमी महत्त्वाच्या प्रश्नासंबंधी आपली मनोभूमिका व्यक्त करणारी अशी पत्रके तयार करत असत आणि देशविदेशातील आपल्या मित्र सल्लागारांना ती पाठवून देत असत.[२] महात्मा गांधींची असहकाराची चळवळ १९२० साली सुरू झाल्यानंतर शाहू छत्रपतींनी 'Non-co-operation why and How to remedy it?' या शीर्षकाचे एक टिपण तयार केले. अशा पत्रकाची छपाई ते नेहमी 'टाइम्स ऑफ इंडिया' प्रेसमध्ये करीत. त्याप्रमाणे त्यांनी हेही पत्रक टाइम्स ऑफ इंडिया प्रेसकडे छपाईकरिता पाठविले होते. परंतु, तेव्हा प्रेसला वेळ नसल्यामुळे त्यांनी ते परत

पाठवून दिले. त्यामुळे 'इंदुप्रकाश' दैनिकाच्या प्रेसमध्ये त्याची छपाई झाली. तेथूनच या पत्रकाची प्रत लांबवण्यात आली आणि 'बॉम्बे क्रॉनिकल' ने ते टिपण ३ मार्चच्या अंकामध्ये छापले. अर्थात, ते छापत असताना 'चळवळ चिरडा' अशा प्रकारचे प्रक्षोभक शीर्षक त्याला दिले. त्याचप्रमाणे त्याला एक भडक प्रास्ताविक पण जोडले होते. या प्रास्ताविकामध्ये असे म्हटले होते की, शाहू छत्रपतींनी एक भयंकर कट रचला आहे. त्याचे धागेदोरे फार दूरवर पसरलेले आहेत.[३] लाठीमार, गोळीबार अशा हिंसक मार्गांनी असहकाराची चळवळ चिरडून टाकण्याचा घाट शाहूंनी घातला होता, असा आभास या टिपणामुळे तयार झाला. म. गांधींनी विशिष्ट भूमिकेतून १९२० साली असहकाराची चळवळ सुरू केलेली होती. या चळवळीबद्दल राजर्षी शाहू महाराजांची भूमिका अगदी सुरुवातीपासून गांधीजींच्या भूमिकेपेक्षा वेगळी होती. गांधींच्या असहकाराच्या चळवळीमध्ये शिक्षण संस्थांच्यावर बहिष्कार घाला, कायदे कौन्सिलवर बहिष्कार घाला, अशा प्रकारची कलमे होती. शाहू छत्रपतींचे असे मत होते की, महात्मा गांधींचे राजकारण हे आपण सुरू केलेल्या समाजकारणाला आणि मानवमुक्तीच्या कार्याला छेद देणारे ठरेल. महात्मा गांधी आणि असहकार चळवळीचे दुसरे प्रभावी नेते अली बंधू यांच्या वक्तृत्वामुळे बहुजन समाज कदाचित आपल्या मार्गावरून विचलित होईल, त्याची दिशाभूल होईल, असे वाटल्यामुळे असहकाराच्या चळवळीला विरोध करण्याची शाहू महाराजांनी घेतलेली भूमिका ही सुस्पष्ट होती. या संदर्भात शाहू महाराजांचे एक विश्वासू सहकारी आण्णासाहेब लठ्ठे यांची महात्मा गांधींशी चर्चा झाली होती. श्रीमती प्रेमा कंटक यांच्या 'सत्याग्रही महाराष्ट्र' या ग्रंथामध्ये ही चर्चा थोडक्यात दिलेली आहे. तेव्हा आण्णासाहेब लठ्ठेंनी महात्मा गांधींना चर्चेत सांगितले होते की, तुम्ही शिक्षण संस्थांवर बहिष्कार घालण्याचे आवाहन आम्हाला करता, पण आमच्या बहुजन समाजामध्ये शिक्षण प्रसारच कितीसा झालेला आहे? शिकलेल्या लोकांची संख्याच मुळात कमी असताना शिक्षण संस्थांवरच्या बहिष्कार घालण्याच्या तुमच्या आंदोलनामध्ये जर आम्ही सहभागी झालो तर आमच्या समाजाची अपरिमित हानी होईल.[४] असहकाराच्या चळवळीच्या दारूबंदी, अस्पृश्यता निवारण इ. विधायक कार्यक्रमात नामदार भास्करराव जाधवांच्यासारखे ब्राह्मणेतर चळवळीतील नेतेसुद्धा सहभागी झाले होते. महात्मा गांधींच्या असहकाराच्या चळवळीबद्दल राजर्षी शाहू छत्रपतींची भूमिका उघड, सुस्पष्ट होती. त्याच्यामध्ये त्यांनी काही दुटप्पीपणा केला किंवा विश्वासघातकीपणा केला असे वाटण्यासारखी स्थिती मुळीच नव्हती. तथापि, 'बॉम्बे क्रॉनिकल'ने शाहू महाराजांचे टिपण विकृत पद्धतीने प्रसिद्ध केल्यामुळेच शाहू महाराज ब्रिटिशधार्जिणे आहेत अशा प्रकारचा एक

आभास निर्माण झाला. अर्थात, अशा प्रकारचे आभास अल्पकाळ टिकतात असाच आजवरचा अनुभव आहे.

मे १९२१ मधील 'केसरी'तील एका प्रक्षोभक अग्रलेखामुळे गंभीर परिस्थिती निर्माण झाली. १७ मे १९२१ ला 'केसरी'चे तत्कालीन संपादक व टिळकांचे सहकारी नरसिंह चिंतामण केळकर यांनी राजर्षी शाहू छत्रपतींना दूषणे देणारा दहा कॉलमचा एक जंगी अग्रलेख लिहिला. त्या अग्रलेखाचे शीर्षकच 'आमचे स्वराज्यद्रोही छत्रपती' असे होते. खरे म्हणजे १९२१ साल असे होते की, ब्राह्मणेतर पक्षाची शक्ती वाढत चाललेली होती. सत्यशोधक समाजाची चळवळही प्रबळ होती. जागोजागी ब्राह्मण-ब्राह्मणेतर असा संघर्ष विकोपाला गेलेला होता. त्यामुळे ब्राह्मण-ब्राह्मणेतर संबंधामध्ये सातारा, सांगली, कोल्हापूर परिसरात तणाव निर्माण झाले होते. या पार्श्वभूमीवर १० मे १९२१ ला केसरीचा कागदसाठा असणाऱ्या गोदामाला अचानक आग लागली आणि त्यांचा सगळा कागदसाठा त्यामध्ये भस्मसात झाला.[५] त्यानंतर लगेचच म्हणजे १८ मे १९२१ ला तासगाव येथे एक कुलकर्णी परिषद भरत होती आणि या कुलकर्णी परिषदेसाठी दादासाहेब खापर्डे, तात्यासाहेब केळकर, भोपटकर, छापखाने, देशपांडे, देशमुख, कुलकर्णी वगैरे मातब्बर मंडळी तिथे जमा झालेली होती. या कुलकर्णी परिषदेमध्ये कुलकर्णी वतनाचे गाढलेले मढे वर काढण्यात आले आणि शाहू महाराजांच्यावर टीकेच्या फैरी झाडण्यात आल्या. त्याचाच एक भाग म्हणून या परिषदेच्या आदल्या दिवशी १७ मे १९२१ रोजी केळकरांनी 'आमचे स्वराज्यद्रोही छत्रपती' या शीर्षकाचा हा जंगी अग्रलेख लिहिला. त्यामध्ये शाहू महाराजांच्यावर जहरी टीका केली होती. 'मनमानी, एकतंत्री कारभाराने, जुलूम जबरदस्तीचा अमानुष रावणी धिंगाणा घालून प्रजेला 'सळो की पळो' करून सोडणारा लोकद्रोही राजा आणि स्वराज्य संकल्पनेस विरोध करणारा, स्वातंत्र्याच्या लढ्यात विघ्नं आणणारा, अनाहूत सल्ले देऊन दंडुकेशाहीने चळवळ चिरडून टाकण्याची चिथावणी ब्रिटिशांना देणारा, अराजकांच्या गुप्त कटांची बित्तंबातमी ब्रिटिशांना पुरविणारा एवंच स्वार्थापोटी ब्रिटिशांची लाचारी पत्करून राष्ट्राशी बेईमानी करणारा 'स्वराज्यद्रोही छत्रपती', अशी शाहू छत्रपतींची भडक आणि विकृत प्रतिमा 'केसरी'ने रंगवली होती.[६] केसरीच्या सुरात सूर मिसळून 'मराठा'नेही २२ मेच्या अंकामध्ये 'ॲन एक्झॉल्टेड ट्रेटर' (An Exalted Traitor) नावाचा अग्रलेख लिहून शाहूंना शिव्यांची लाखोली वाहिली.[७] केसरीच्या त्या अग्रलेखामुळे ब्राह्मण-ब्राह्मणेतर वादाने महाराष्ट्रात अत्यंत कडवट वळण घेतले. केसरी कंपूची वर्तमानपत्रे आणि ब्राह्मणेतर वर्तमानपत्रे यांच्यामध्ये संघर्ष सुरू झाला. त्या संघर्षात शाहू छत्रपतींच्या ब्रिटिश निष्ठा कशा स्वरूपाच्या आहेत याबाबत बरीच उलटसुलट चर्चा झाली.

सन १९२१च्याच नोव्हेंबर महिन्यात एक फारच महत्त्वाची घटना घडली. १९ नोव्हेंबर १९२१ला ब्रिटिश युवराज (Prince of Wales) पुण्याच्या भेटीला आले. प्रिन्स ऑफ वेल्सची भारत भेट मुद्दाम असहकाराची चळवळ बहरात आलेली असताना आयोजित करण्यात आली होती. असहकार चळवळीमधल्या लोकांचे लक्ष विचलित व्हावे, या चळवळीचा फज्जा उडावा, या अंत:स्थ हेतूने ही भेट ठेवण्यात आलेली होती. असहकाराच्या चळवळीबाबत शाहू छत्रपतींची भूमिका पहिल्यापासूनच सुस्पष्ट होती. ते त्या चळवळीमध्ये सामीलच झाले नव्हते. त्यामुळे प्रिन्स ऑफ वेल्सच्या भेटीवर बहिष्कार घालावा ही काँग्रेसने दिलेली हाक शाहू छत्रपतींनी मानावी अशी काही स्थिती नव्हती. प्रिन्स ऑफ वेल्स पुण्याला येत आहेत ही संधी साधून शाहू महाराजांनी त्यांच्या हस्ते दोन महत्त्वाची कामे करून घेण्याचे ठरवले. त्यांपैकी एक 'मराठा वॉर मेमोरियल'चे उद्‌घाटन आणि दुसरे म्हणजे 'शिवस्मारका'ची पायाभरणी. खरे तर पहिल्या महायुद्धात ब्रिटिशांना मराठा सैन्याची बहुमोल मदत होईपर्यंत मराठ्यांचे क्षात्रतेज, त्यांचा पराक्रम, शिवाजी महाराजांचे हिंदवी स्वराज्य या गोष्टीचे महत्त्व ब्रिटिशांना कधी जाणवलेच नव्हते. ब्रिटिश संशोधकांनी, इतिहासकारांनी जो इतिहास लिहिला त्यामध्ये 'शिवाजी म्हणजे चोर, लुटारू होता' अशी शिवाजी महाराजांची प्रतिमा निर्माण केली होती. सदर विकृत प्रतिमा पुसून टाकून शिवाजी महाराजांची वास्तववादी प्रतिमा ब्रिटिश राज्यकर्त्यांच्याही ध्यानात आणून द्यावी आणि छ. शिवाजी महाराज हे स्वराज्यसंस्थापक, मराठी साम्राज्याचे निर्माते, एक राष्ट्रपुरुष होते अशी त्यांची प्रतिमा जनमानसात रुजवावी या हेतूने शाहू महाराजांनी हे दोन कार्यक्रम ठेवले होते. त्याप्रमाणे महाराजांचा हा उद्देश सफल झाला. प्रिन्स ऑफ वेल्सनी पुण्याला जे भाषण केले त्या भाषणामध्ये त्यांनी 'शिवाजी राष्ट्रनिर्माता, शिवाजी स्वराज्यसंस्थापक, मराठी साम्राज्याचा निर्माता' अशा शब्दांमध्ये शिवरायांचे गुणगान केले आणि मराठ्यांच्या क्षात्रतेजाला, क्षात्रतेजाच्या परंपरेला योग्य अशी मानवंदना दिली.[८]

सशस्त्र क्रांतिकारकांबाबत भूमिका

शाहू महाराजांच्यावर स्वराज्यद्रोहीपणाचा आरोप करणाऱ्या टिळकपंथीय नेत्यांचा मुख्य आक्षेप असा होता की, सशस्त्र क्रांतिकारकांच्याबाबतीत शाहूंनी ब्रिटिशांना सहकार्य केल्यामुळे त्यांचा नि:पात घडून आला. पण या दहशतवाद्यांच्या संदर्भामध्ये शाहूंनी अत्यंत विचारपूर्वक आपली भूमिका ठरवलेली होती असे दिसते. कोल्हापुरात 'शिवाजी क्लब' नावाची दहशतवादी संघटना होती. सुरुवातीला या संघटनेमध्ये सर्व जातीचे कार्यकर्ते होते. पण वेदोक्त प्रकरणानंतर कोल्हापूरमधल्या दहशतवाद्यांच्या अड्ड्यांमध्ये फक्त ब्राह्मण कार्यकर्त्यांचाच भरणा राहिला. कोल्हापूरमधल्या

दहशतवाद्यांना टिळकपंथीयांचे पूर्ण सहकार्य होते, पाठिंबा होता. त्यामुळे कोल्हापुरातल्या दहशतवाद्यांच्या चळवळीमध्ये ब्राह्मण्याचे गडद रंग मिसळले होते. ही चळवळ केवळ ब्रिटिशांच्या विरुद्धच होती असे नव्हे तर दहशतवाद्यांनी शाहू छत्रपतींनादेखील आपले शत्रू लेखले होते. शाहू महाराजांच्या कन्येच्या लग्नाच्यावेळी बॉम्बस्फोट घडवून आणण्याचा, शाहू महाराजांच्या दरबारामध्ये असणारे ब्रिटिश पॉलिटिकल एजंट फेरिस यांच्या हत्येचा प्रयत्न करण्यात आला.[१] इतकेच नव्हे तर हे दहशतवादी खुद्द शाहू छत्रपतींच्या जिवावरदेखील उठले होते. लोकमान्यांच्या आठवणी लिहिणारे स. वि. बापट यांची एक अप्रकाशित मुलाखत उपलब्ध आहे. त्या मुलाखतीमध्ये त्यांनी असे स्पष्ट म्हटलेले आहे की, लोकमान्य टिळकांना विरोध करतात म्हणून कोल्हापूरचे शाहू महाराज, नामदार गोखले, न्यायमूर्ती दावर या तिघांचा खून करण्याचा कट आम्ही केलेला होता. या ब्राह्मणी दहशतवाद्यांनी विशिष्ट हेतू मनाशी बाळगून पुण्याखालोखाल कोल्हापूर हे आपल्या हालचालीचे केंद्र बनवले होते. 'सदर्न मराठा कंट्री स्टेट्स' (Southern Maratha Country States) या नावाने ओळखली जाणारी दक्षिणेकडची जी संस्थाने होती, त्यांपैकी कोल्हापूर, मुधोळ, जत, फलटण, सावंतवाडी एवढीच संस्थाने मराठा संस्थानिकांची होती. उरलेली बहुतेक सर्व संस्थाने ब्राह्मण संस्थानिकांची होती. अशा परिस्थितीत दहशतवाद्यांनी आपल्या हालचालीचे केंद्र एखाद्या ब्राह्मणी संस्थानामध्ये का नाही तयार केले? त्यांनी हेतूत: ते कोल्हापुरात केले. दहशतवाद्यांचे असे केंद्र कोल्हापूरमध्ये असणे हे शाहू महाराजांच्यादृष्टीने धोकादायक होते. कारण त्यावेळी ब्रिटिशांची भारतातील सत्ता अप्रतिहत होती. एखादे संस्थान ते खालसा करत नसले तरी संस्थानाधिपतींवर कर्तव्यच्यूतीचा आरोप करून त्याला पदच्यूत केले जाण्याची शक्यता होती. अशा स्थितीत दहशतवाद्यांच्या कारवाया जर चालवून घेतल्या असत्या तर खुद्द शाहू छत्रपतींचेच अस्तित्व धोक्यात आले असते. इथे धोकादायक स्थिती निर्माण झाली असती; म्हणून 'आपल्या शत्रूचा शत्रू तो आपला मित्र' या न्यायाने दहशतवाद्यांचा नि:पात करण्यासाठी शाहू छत्रपतींनी ब्रिटिशांशी हातमिळवणी केली. संस्थानाधिपती या नात्याने आपल्या संस्थानामध्ये शांतता, कायदा- सुव्यवस्था राखणे, ही त्यांची नैतिक जबाबदारी होती. त्यांनी आपली नैतिक जबाबदारी पार पाडल्यामुळे क्रांतिकारकांच्या खटाटोपात व्यत्यय आला असेल तर त्यामुळे शाहू छत्रपती स्वराज्यद्रोही ठरू नयेत.

सशस्त्र क्रांतिकारकांनी देशाच्या स्वातंत्र्यासाठी केलेले उदात्त कार्य शाहू छत्रपतींना ज्ञात नव्हते, असे नाही. क्रांतिकारकांच्या उदात्त कार्यास शाहू महाराजांनी वरचेवर मदत केलेली होती. बंगालचे थोर देशभक्त बाबू अरविंद घोष यांच्यावर जेव्हा देशद्रोहाचा

खटला झाला, तेव्हा त्यांना शाहू छत्रपतींनी अप्रत्यक्षरित्या रु. ५,०००/- ची मदत पाठविली होती. बडोद्याचे खासेराव जाधव यांचे लहान बंधू कॅप्टन माधवराव यांच्या मार्फत शाहू महाराजांनी रु. ५,०००/- ची मदत बाबू अरविंद घोष यांच्या भगिनीकडे सुपूर्द करण्याची व्यवस्था केली होती.[१०] लोकमान्य टिळकांच्या हयातीमध्ये त्यांचे एक सहकारी काकासाहेब खाडीलकर हे जर्मन तंत्रज्ञाच्या मदतीने नेपाळमध्ये बंदुकीचा कारखाना काढण्याचे प्रयत्न करत होते. तेव्हा त्यासाठीसुद्धा शाहू छत्रपतींनी रु. ५,०००/- चे अर्थसाहाय्य दिले होते आणि हे अर्थसाहाय्य दिल्याचे टिळकांचे नातू जयंतराव टिळक यांनी १९७४ साली कोल्हापूरमध्ये केलेल्या भाषणात कबूल केले होते.[११] बेळगावचे गणपतराव जंबोटकर नावाचे एक कार्यकर्ते होते. त्यांचाही सशस्त्र चळवळीत सहभाग होता. 'केसरी'मध्ये दिलेल्या मुलाखतवजा स्फुट लेखात त्यांनी आपल्या आठवणी व निरीक्षणे यांची नोंद केली आहे. ते म्हणतात की, टिळकांच्या प्रेरणेने क्रांतिकारकांच्या हालचाली चालत होत्या. अशा हालचालींचे केंद्र असणाऱ्या गुप्त कार्यकर्त्यांच्या संघटनेला मदत म्हणून शाहू महाराज प्रतिवर्षी रु. ५००/- ची मदत देत असत. महाराज आपले लहान बंधू बापूसाहेब महाराज, त्यांचे विश्वासू सहकारी डी. ए. विचारे यांच्यामार्फत सच्च्या क्रांतिकारकांना, देशभक्तांना अशा प्रकारचे अर्थसाहाय्य देत असत.[१२] असे जर होते तर शाहू महाराजांच्या ब्रिटिशधार्जिणेपणाचे हे वादळ कशातून निर्माण झाले? असा प्रश्न निर्माण होतो.

शाहू महाराजांची ब्रिटिशनिष्ठा

शाहू महाराज ज्या काळात अधिपती झाले, त्या काळात म्हणजे १९व्या शतकाच्या शेवटच्या चरणात ब्रिटिशसत्ता हिंदुस्थानात अप्रतिहत झाली होती. 'सुप्रीम पॅरामाऊंट पॉवर (Supreme Paramount Power)' असे ब्रिटिश सत्तेचे स्वरूप व स्थान होते. लॉर्ड कॅनिंग पासून-लॉर्ड कर्झनपर्यंतच्या व्हॉइसरॉयांनी एत्तद्देशीय संस्थानिकांना धाकात ठेवलेले होते. १८५८ साली राणीच्या जाहीरनाम्यामध्ये असे अभिवचन दिलेले होते की, येथून पुढच्या काळात आम्ही प्रदेशविस्तार करणार नाही. तसेच संस्थाने खालसा केली जाणार नाहीत. तुम्हाला दत्तक घेता येईल. परंतु, अनेक सबबींवर संस्थानांच्या कारभारात हस्तक्षेप करण्याचा अधिकार ब्रिटिश अधिसत्तेने आपल्याकडे ठेवलेला होता. अंतर्गत कारभारामध्ये अंदाधुंदी, अकार्यक्षम राज्यकर्ता, दळणवळणाच्या सुविधांमध्ये सुधारणा करणे, युनिफॉर्म कॉयनेज (Uniform Coinage) सुरू करणे अशा एक ना अनेक सबबी पुढे करून संस्थानांच्या कारभारामध्ये ब्रिटिश राज्यकर्ते हस्तक्षेप करत असत. तो काळ असा होता की, सर्वांनाच राजनिष्ठा व्यक्त करावी लागत होती. राजनिष्ठा व्यक्त न करणे म्हणजे राजद्रोह मानले जात असे.

१८८५ साली स्थापन झालेल्या इंडियन नॅशनल काँग्रेसच्या प्रारंभीच्या काही अधिवेशनाच्या वेळी ब्रिटिशांचे 'युनियन जॅक' फडकवले जात होते. ब्रिटिशांचे राष्ट्रगीत म्हटले जात होते. आज आपणाला या गोष्टीचे आश्चर्य वाटते.

राजर्षी शाहू महाराजांनी ब्रिटिश राज्यकर्त्यांशी टोकाची, अवास्तव निष्ठा राखली असे म्हटले जाते, हे कितपत खरे आहे? याचा शोध घेणे गरजेचे आहे. खरे म्हणजे शाहू महाराज एकूण तीन वेळा महत्त्वाच्या शाही दरबाराला उपस्थित राहिले होते. १९०२ साली सातव्या एडवर्ड बादशहाच्या राज्यरोहण समारंभाला ते विलायतेला गेले होते. १९११ साली पंचम जॉर्ज बादशहाच्या राज्यरोहणानिमित्त झालेला दिल्ली दरबार आणि १९२१ सालच्या प्रिन्स ऑफ वेल्सच्या सन्मानार्थ झालेला पुणे दरबार व त्यावेळीच झालेला शिवस्मारकाचा पायाभरणी समारंभ याला शाहू महाराजांची उपस्थिती होती. शाही दरबारातील गैरहजेरी ही संस्थानाधिपतीची कर्तव्यच्यूती (dereliction of duty) समजण्यात येईल अशी व्हॉईसरॉय लॉर्ड कर्झनने (१८९८-१९०५) सर्व संस्थानाधिपतींना तंबी दिली होती, हेही लक्षात घेणे आवश्यक आहे.

शाहू महाराजांची ब्रिटिश सत्तेशी असणारी निष्ठा याबाबत प्रारंभापासून वादविवाद चालू आहेत. डॉ. रमेश जाधव आणि प्रा. य. दि. फडके या दोघांमधल्या मतभेदाच्या स्वरूपावरून त्यातले भिन्न दृष्टिकोन आपल्या लक्षात येतात. डॉ. रमेश जाधव यांनी 'लोकराजा शाहू छत्रपती' या आपल्या ग्रंथात प्रारंभीच असे म्हटलेले आहे की, शाहू महाराजांची ब्रिटिशसाम्राज्य सत्तेशी असणारी निष्ठा हे एक नाटक होते. तो एक देखावा होता, तो एक बहाणा होता असे त्यांचे मत आहे. तथापि प्रा. फडके यांना हे म्हणणे मान्य नाही. ते म्हणतात की, असे दर्शविणारा कागदोपत्री पुरावा आढळत नाही. इतिहासातील बऱ्याच गोष्टी अज्ञात राहण्याचे कारण म्हणजे कागदोपत्री पुरावे मिळत नाहीत. पण कागदोपत्री पुरावे, पोलिसदप्तरांमध्ये मिळणारी साधने हेच केवळ अस्सल पुरावे आहेत असे मानून चालत नाही. काही वेळा परिस्थितीजन्य पुरावे, नंतर उजेडात आलेली माहिती हीदेखील लक्षात घ्यावी लागते. प्रा. य. दि. फडके म्हणतात की, पोलिसदप्तरांमध्ये जे उल्लेख येतात त्यावरून सयाजीराव महाराज यांना ब्रिटिश आपले वैरी मानत होते, तसे शाहू महाराजांना मानत असल्याचे दिसत नाही. शाहू महाराजांना ते आपले 'प्यारे दोस्त' मानत होते. पण प्रबोधनकार ठाकरेंनी शाहू महाराजांचे फार चांगले वर्णन केलेले आहे. ते म्हणतात की, शाहू महाराज हे पट्टीचे राजकारणी, राजनीतिज्ञ होते. He was a diplomat.[१३] महर्षी विठ्ठल रामजी शिंदेंनी म्हटल्याप्रमाणे मराठ्यांचा गनिमी कावा हा छत्रपतींच्या हाडीमाशी खिळलेला होता आणि तो त्यांच्या वर्तनामध्ये दिसून येतो.[१४] संस्थानिक मांडलिक होते. मांडलिक

राजकर्त्यांच्यावर अनेक निर्बंध होते. ते निर्बंध सांभाळून त्यांना काम करावे लागत होते. ब्रिटिशांशी निष्ठेचे देखावे करावे लागत होते आणि वेळ निभावून न्यावी लागत होती. वस्तुत: शाहूमहाराजांच्या मनामध्ये खोलवर ब्रिटिशांच्याबद्दल एक द्वेषभावना होती. शाहूमहाराजांनी जेव्हा राज्यसूत्रे हाती घेतली, तेव्हा दरबारामध्ये ब्रिटिश अधिकाऱ्यांचे वर्चस्व होते. पण शाहू महाराजांनी कौशल्याने, अक्कल हुशारीने युरोपीय अधिकाऱ्यांची आपल्या दरबारातून हकालपट्टी घडवून आणली. पूर्वापार चालत आलेली एक प्रथा अशी होती की, ब्रिटिश पोलिटिकल एजंट कोल्हापूरला यायचा झाला तर त्याला रिसिव्ह करण्यासाठी छत्रपतींना रेल्वेस्टेशनवर जावे लागत होते. शाहू छत्रपतींनी निर्भयपणे ही प्रथा मोडली.[१५] शाहू महाराजांना ब्रिटिशांच्याबद्दल काय वाटत होते? याची माहिती आपणाला त्यांचे जवळचे सहकारी श्री. तोफखाने यांनी सांगितलेल्या एका आठवणीमधून मिळते. महाराज त्यांना म्हणाले होते, ‘‘आमच्या कोल्हापूरचे संस्थान म्हणजे पांडवपंचमी दिवशी लहान मुले मातीचे जसे गोपूर बांधतात व दुसऱ्या दिवशी ते जसे मोडूनही टाकतात, तशाच स्वरूपाचे. म्हणजे ब्रिटिशांच्या डोक्यात येईल तेव्हा अगदी विनासायास मोडून टाकता येणारे असेच त्यांच्याकडून (म्हणजे ब्रिटिश गव्हर्न्मेंटकडून) समजले जात असले पाहिजे, अशी अगदी मनाला जाळणारी शंका मला अहोरात्र भंडावून सोडत होती. कारण राजाराम महाराजांचा अंत त्यांनी वाटेत इटालीत घडवून आणला. शिवाजी महाराज अगदी स्वाभिमानी म्हणजे कोणाला न वाकणारे असल्याचे पाहून त्यांचा शेवट अगदी क्रूरपणे आणि हलकट साधनांनी करविला व आपल्यासाठी तशाच घातकी मार्गांची योजना करून ते गव्हर्न्मेंट कामाला लागले होते. विषप्रयोगाच्या आरोपात आपल्याला (म्हणजे खुद्द महाराजांना) गोवण्याची ब्रिटिश गव्हर्न्मेंटची इच्छा होती.’’[१६]

राष्ट्रवादाचा आशय व स्वरूप

महाराष्ट्रातील राष्ट्रीय चळवळीत तीन मुख्य प्रवाह दिसून येतात. लोकमान्य टिळक, नामदार गोखले, बॅ. विनायक दामोदर सावरकर हे तिघेजण त्या तीन प्रवाहांचे नेतृत्व करत होते. पण या तिघांनीदेखील जी राजकीय विचारधारा मांडली ती मध्यमवर्गीयांचीच राजकीय विचारधारा होती. हे तिघेही मध्यमवर्गीय होते. त्यांची विचारसरणी मध्यमवर्गीय होती. त्यांच्या विचारसरणीमध्ये मध्यमवर्गीयांच्याच आशाआकांक्षा प्रतिबिंबित झालेल्या होत्या. १९८०च्या दशकापासून ‘सबॉल्टर्न स्टडीज’ नावाच्या नवीन शाखेचा बराच प्रभाव निर्माण झाला आहे. गाढे संशोधक प्रोफेसर रणजित गुहा त्याचे अध्वर्यू आहेत. एकूणच भारतीय स्वातंत्र्य चळवळीची नव्याने चिकित्सा केली पाहिजे, असे मत या सबॉल्टर्न स्टडीजच्या अभ्यासकांनी प्रतिपादन

केलेले आहे. या अभ्यासकांच्या मते, भारतीय राष्ट्रवादाचा इतिहास आजपर्यंतच्या इतिहासकारांनी भारतीय अभिजन वर्गाची आध्यात्मिक चरित्रे (Spiritual Biography of Indian Elite) या स्वरूपात मांडला आहे.[१७]

हिंदी किंवा भारतीय राष्ट्रवादाची अशी व्याख्या का तयार झाली याची मीमांसा करणे गरजेचे आहे. प्रारंभीच्या काळात टिळकयुगाच्या अखेरपर्यंत मांडण्यात आलेली राष्ट्रवादाची संकल्पना अत्यंत संकुचित होती. ती फक्त राजकीय हक्कापुरती मर्यादित होती. स्वातंत्र्य चळवळीच्या विकासाबरोबर ज्या विविध विचारधारा निर्माण झाल्या त्यांच्यामुळे हिंदी राष्ट्रवादाचा आशय संपन्न होत गेला. हा आशय संपन्न करण्यामध्ये सर्वांत मोठे योगदान कुणाचे असेल तर ते समाजसुधारकांचे आहे. राजा राममोहन रॉय यांच्यापासून-राजर्षी शाहू छत्रपतींच्या पर्यंतच्या समाजसुधारकांचे योगदान महत्त्वाचे आहे. शाहू छत्रपतींनी राष्ट्रवादाच्या सामाजिक-राजकीय विचारसरणीला सामाजिक न्याय, सामाजिक समतेचे मूल्य यांची जोड देऊन राष्ट्रवादाची विचारसरणी, संकल्पना अधिक सर्वसमावेशक करण्याचा प्रयत्न केला. अर्थात, शाहू छत्रपतींच्या स्वप्नामधील राष्ट्रवादाची संकल्पना प्रत्यक्षात साकार झाली नाही. ती संकल्पना जर प्रत्यक्षात येऊ शकली असती तर पुढे भारतीय लोकशाही व्यवस्थेवर जातियवादी शक्तींचे अतिक्रमण होण्याची जी भीती निर्माण झाली, ती झाली नसती.

स्वातंत्र्य चळवळीचा आजपर्यंत जो इतिहास लिहिला गेला तो बहुतांशी प्रस्थापितांनी लिहिला. हिंदी राष्ट्रवादाचा जो संकुचित आशय होता, तो प्रमाणभूत मानून स्वातंत्र्य चळवळीचा बहुतेक इतिहास लिहिण्यात आल्यामुळे अगदी सुरुवातीपासून गॅझेटियर तयार करणाऱ्या लेखकांपर्यंत सर्व विद्वानांना शाहू महाराज ब्रिटिशधार्जिणे वाटले. राष्ट्रवादाची मुळची संकल्पना जरी व्यापक असली तरी टिळकयुगात हिंदी राष्ट्रवादाचा आशय फारच संकुचित होता. त्याला शाहू छत्रपती आणि सुधारकी परंपरेतील अन्य नेत्यांनी व्यापक स्वरूप देण्याचा प्रयत्न केला. येथे एक गोष्ट चटकन् लक्षात येते की, महात्मा जोतीबा फुले, डॉ. बाबासाहेब आंबेडकर, राजर्षी शाहू छत्रपती या तिघांनीही राजकीय स्वातंत्र्याच्या अगोदर सामाजिक सुधारणांचा आग्रह धरला, तो काही विशिष्ट हेतूंनी धरलेला होता. पुरोगामी सामाजिक परिवर्तन न होता राजकीय स्वातंत्र्य आले तर आपल्या देशामध्ये येऊ घातलेल्या लोकशाहीचे रूपांतर जातीबद्ध लोकशाहीमध्ये (Caste Democracy) होईल. लोकशाही व्यवस्थेवर जातियवादी शक्तीचे आक्रमण होईल, अशा प्रकारची भीती त्यांनी व्यक्त केली होती. ती भीती निराधार होती असे काही वाटत नाही.

(पूर्वप्रसिद्धी : पुरोगामी सत्यशोधक, त्रैमासिक, पुणे, मार्च-जून २००८).

संदर्भ आणि टिपा :

१) धनंजय कीर, राजर्षी शाहू छत्रपती, पॉप्युलर प्रकाशन, मुंबई, प्रथमावृत्ती, १९७९, पृष्ठ ४९३.

२) कृ. गो. सुर्यवंशी, राजर्षी शाहू राजा व माणूस, ठोकळ प्रकाशन, पुणे, प्रथमावृत्ती, १९८४, पृ. ५३८.

३) धनंजय कीर, उपरोक्त, पृ. ४९३.

४) प्रेमा कंटक, सत्याग्रही महाराष्ट्र, सुलभ राष्ट्रीय ग्रंथमाला, पुणे, प्रथमावृत्ती, ऑक्टोबर १९४०, पृ. ११६-१७.

५) धनंजय कीर, उपरोक्त, पृ. ४९८.

६) कृ. गो. सुर्यवंशी, उपरोक्त, पृ. ५४१.

७) कित्ता, पृ. ५४१-४२.

८) कृ. गो. सुर्यवंशी, उपरोक्त, पृ. ५५९.

९) धनंजय कीर, उपरोक्त, पृ. १९५.

१०) कित्ता, पृ. १९९.

११) पी. बी. साळुंखे (संपा.), राजर्षी शाहू गौरव ग्रंथ, महाराष्ट्र राज्य शिक्षण विभाग सचिवालय, मुंबई, बाळासाहेब बापूसाहेब महाराज, 'राजर्षी शाहू आणि क्रांतिकारक', २३ फेब्रुवारी १९७६, पृ. २०९; जयंतराव टिळक, राजर्षी शाहू व लोकमान्य टिळक, जन्मशताब्दीनिमित्ताचे व्याख्यान, पुढारी, कोल्हापूर, २ जुलै १९७४.

१२) कृ. गो. सुर्यवंशी, उपरोक्त, पृ. ५४७-४८.

१३) के. सी. ठाकरे, प्रबोधन (मासिक), मुंबई, १६ मे १९२२,पृ. २४८.

१४) पी. बी. साळुंखे, उपरोक्त, पृ. २५३.

१५) डॉ. आप्पासाहेब पवार (संपा.), राजर्षी शाहू छत्रपती पेपर्स, खंड १, शाहू संशोधन केंद्र, कोल्हापूर, १९७८, पत्र क्र. २४९, पृ. ३८६.

१६) वा. द. तोफखाने, राजर्षी श्रीशाहू छत्रपती यांचे अंतरंग, महाराष्ट्र ग्रंथ भांडार, कोल्हापूर, प्रथमावृत्ती, १९६३, पृ. १४.

१७) रणजीत गुहा, 'ऑन सम अस्पेक्ट्स ऑफ द हिस्टोरिओग्राफी ऑफ कलोनिअल इंडिया', रणजीत गुहा (संपा.), सबाल्टर्न स्टडीज, खंड १, ऑक्सफर्ड युनिव्हर्सिटी प्रेस, १९८२, पृ. २.

११

दक्षिणी संस्थानांच्या इतिहासाची पुनर्मांडणी

स्वातंत्र्यपूर्व काळात मुंबई प्रांताच्या मध्य आणि दक्षिण भागांत लहान-मोठी सतरा संस्थाने व एक लहान जहागीर होती. त्या दक्षिणी संस्थानी प्रदेशात ३१८२ खेडी असून त्यांचे क्षेत्रफळ १०९०२ चौरस मैल होते. बहुतेक दक्षिणी संस्थानांचे राज्यकर्ते मराठी असल्यामुळे तेथील कारभारही मराठी भाषेतून चालत असे. काही अपवाद वगळता संस्थानी प्रदेशांतील प्रजासुद्धा बहुसंख्येने मराठी भाषिक होती. भाषावर प्रांतरचनेच्या सूत्राप्रमाणे ज्या ऐतिहासिक प्रक्रियेतून आजचे आपले महाराष्ट्र राज्य निर्माण झाले त्यामध्ये दक्षिणी संस्थानांच्या प्रदेशांपैकी मराठी भाषिक बहुसंख्याक लोकांचा भौगोलिक संलग्नता असलेला भाग संयुक्त महाराष्ट्रात समाविष्ट होणे अपेक्षित होते. त्याप्रमाणे तो मराठी भाषिक मुलूख बऱ्याच प्रमाणात विद्यमान महाराष्ट्र राज्यात समाविष्ट झालेला आहे. कोल्हापूर किंवा करवीर संस्थान सोडून बाकीची सर्व दक्षिणी संस्थाने ८ मार्च १९४८ रोजी तत्कालीन मुंबई प्रांतात विलीन झाली. त्यानंतर १ मार्च १९४९ रोजी कोल्हापूर संस्थानाचेही मुंबई प्रांतात विलीनीकरण झाले. १९५६ साली कर्नाटक राज्य निर्माण झाले तेव्हा बेळगाव, कारवार, धारवाड आणि विजापूर या मुंबई प्रांतातील चार जिल्ह्यांचा त्यातील संस्थानी मुलखासह त्या राज्यात समावेश करण्यात आला. १९६० साली द्विभाषिक मुंबई राज्याचे विघटन होऊन १ मे १९६० रोजी विद्यमान महाराष्ट्र राज्याची निर्मिती झाली, तेव्हा दक्षिणी संस्थानांचा उर्वरित प्रदेश महाराष्ट्र राज्यात समाविष्ट झाला. विसाव्या शतकाच्या पूर्वार्धाअखेर दक्षिणी संस्थाने महाराष्ट्राच्या सांस्कृतिक जीवनाचा अविभाज्य घटक होती हे स्पष्ट आहे. त्यामुळे आधुनिक महाराष्ट्राच्या इतिहासात दक्षिणी संस्थानांचे स्थान वैशिष्ट्यपूर्ण आहे.

स्वातंत्र्योत्तर काळात भारतीय इतिहासाच्या आधुनिक कालखंडाविषयीच्या

इतिहासलेखनात ब्रिटिश भारत, त्यामधील स्वातंत्र्यसंग्राम यांच्यावर सर्व भर देण्यात आला आहे. भारतीय राष्ट्रीय चळवळीच्या वृत्तांतात ब्रिटिश भारतातील प्रमुख राज्यकर्ते, विख्यात प्रशासक आणि स्वातंत्र्य लढ्याचे नेते इत्यादींना फक्त स्थान देण्यात आले. त्यामुळे ब्रिटिश भारत व संस्थानी भारत यांच्यातील निकट संबंध, परस्परावलंबित्व या बाबींकडे दुर्लक्ष झाले. त्यामुळे आधुनिक भारताच्या इतिहासातून भारतीय उपखंडाचा बराच विस्तृत प्रदेश आणि तेथील लक्षावधींचा जनसमुदाय वगळला गेला. मात्र, अलीकडच्या काही दशकांत संशोधकांची संस्थानांच्या इतिहासातील अभिरुची वाढली आहे. त्यामुळे संस्थानांचा अभ्यास अधिक प्रमाणात होऊ लागला. हिंदी संस्थाने हा आता गंभीर ऐतिहासिक चिकित्सा करण्याच्या योग्यतेचा विषय असल्याचे मान्य होऊ लागले आहे. तथापि, संस्थानांचा अभ्यास अजूनही आधुनिक भारताच्या इतिहासलेखनापासून काहीसा तुटक, स्वतंत्र, दुय्यम आहे. हिंदी संस्थानांच्या इतिहासाचे लेखन तीन प्रमुख संकल्पनांशी निगडित आहे. त्या संकल्पनांचा आशय थोडक्यात पुढीलप्रमाणे :

१. संस्थानातील अप्रत्यक्ष राजवटीचे राजकारण (Politics of indirect rule), २. ब्रिटिश अधिसत्तेचा संस्थानातील समाजव्यवस्था व अर्थकारण यावरील प्रभाव; संस्थानांतर्गत सामाजिक, आर्थिक व राजकीय परिस्थिती, ३. संस्थानिकांनी परिस्थितीच्या मर्यादा ओळखून स्वीकारलेल्या किंवा परिस्थितीने त्यांच्यावर लादलेल्या भूमिका; त्यांच्या जनमानसातील प्रतिमा व कारकीर्द इत्यादी.

दक्षिणी संस्थानांसंबंधीचे लेखन-संशोधन :

दक्षिणी संस्थानांतील आधुनिक घडामोडींसंबंधीच्या लेखनाचा प्रारंभ विश्वनाथ अनंत पटवर्धन यांनी केला. त्यांचे वडील अ. वि. तथा वामनराव पटवर्धन हे दक्षिणी संस्थानातील प्रजापक्षीय चळवळीचे एक अध्वर्यू होते. संस्थानी प्रदेशातील प्रजापक्षीय चळवळीचे संघटन करून ती वाढविण्यात त्यांचा मोलाचा वाटा होता. १९३९ साली वामनराव पटवर्धन कालवश झाले. त्यांच्या प्रथम स्मृतिदिनानिमित्त विश्वनाथ पटवर्धन यांनी दक्षिणी संस्थानांतील प्रजापक्षीय चळवळींचा आढावा घेणाऱ्या लेखांचा संग्रह संपादित करून 'संस्थानातील लोकशाहीचा लढा' नावाचा ग्रंथ १९४० साली प्रकाशित केला. विश्वनाथ पटवर्धन हेही संस्थानी प्रदेशातील प्रजापक्षीय चळवळींशी शेवटपर्यंत निगडित होते. त्यांनी स्वत: 'दक्षिण महाराष्ट्रातील संस्थानांच्या विलीनीकरणाची कथा' हा ग्रंथ लिहून १९६६ साली प्रकाशित केला. दक्षिणी संस्थानांच्या इतिहासाभ्यासासाठी पटवर्धनांचे उपरोक्त दोन्ही ग्रंथ अत्यंत उपयुक्त आहेत.

कोल्हापूर हे दक्षिणी संस्थानातील प्रमुख संस्थान. प्रा. बा. प्र. मोडक,

स. मा. गर्गे, कर्नल मनोहर माळगावकर यांनी आपल्या ग्रंथांतून कोल्हापूर संस्थानच्या राजकीय इतिहासाची विस्तृत मांडणी केली आहे. त्यांपैकी कर्नल माळगावकर यांचा 'Chhatrapatis of Kolhapur' हा ग्रंथ स. मा. गर्गे यांच्या 'करवीर रियासत' ग्रंथाचे इंग्रजी रूपांतर असल्याचे आढळते. ब्रिज किशोर, डॉ. जयसिंगराव पवार, डॉ. शालिनीताई पाटील यांनी आपापल्या संशोधन ग्रंथांतून करवीर राज्य संस्थापिका महाराणी ताराबाई यांच्या कार्यकर्तृत्वाचे साधार विवेचन केले आहे.

काही पाश्चात्त्य संशोधकांनी हिंदी संस्थानांचा विशेषतः पश्चिम भारतातील संस्थानांचा व्यापक दृष्टिकोनातून सखोल अभ्यास करून ग्रंथलेखन केले आहे. बारबरा रॅम्युसक (Barbara Ramusak) यांचा ग्रंथ 'The Princes of India in the Twilight of Empire: Dissolution of a Patron Client System, 1914-1939' (Columbus: Ohio University Press, 1978) ; इयान कोपलॅन्ड यांचे दोन ग्रंथ 'The British Raj and the Indian Princes: Paramountcy in Western India, 1857-1930' (New Delhi:Orient Longman, 1982), 'The Princes of India and the Endgame of Empire, 1917-1947' (New York: Cambridge University Press, 1977) आणि मॅकलिऑड जे. यांचा ग्रंथ 'Sovereignty, Power, Control: Politics in the States of Western India, 1916-1947' (Leiden:Brill, 1999) हे त्यांपैकी काही महत्त्वाचे ग्रंथ आहेत. 'The Transfer of Power in India?' आणि 'Integration of the Indian States' हे दोन महत्त्वाचे ग्रंथ ज्येष्ठ सनदी अधिकारी व भारत सरकारचे संस्थानी खात्याचे सचिव व्ही. पी. मेनन यांनी लिहिले असून, त्यांपैकी दुसऱ्या ग्रंथात मराठी मुलखातील दक्षिणी संस्थानांच्या विलीनीकरणाबाबतचे विवेचन आले आहे. मात्र, त्यांच्या लेखनातील विवेचन व तपशील अपुरे व एकांगी असल्याची टीका समकालीन प्रजापक्षीय नेत्यांकडून करण्यात आली. इंदिरा रॉदरमंड या मुळच्या मराठी असलेल्या विदुषीने औंध संस्थानातील ग्रामराज्याच्या नावीन्यपूर्ण प्रयोगाचे परिश्रमपूर्वक संशोधन करून 'Aundh Experiment : A Gandhian Grass-roots Democracy' (Bombay: Somaiya, 1983) हा ग्रंथ सिद्ध केला आहे. त्या ग्रंथाला औंध संस्थानचे राजपुत्र व भारत सरकारचे माजी राजदूत बॅ. आप्पासाहेब पंत यांची विवेचक प्रस्तावना आहे. दक्षिणी संस्थानातील प्रजापक्षीय चळवळीचे आणखी एक अध्वर्यू प्रा. ग. र. अभ्यंकर यांची नात रंजना कौल यांनी 'G. R. Abhyankar : Popular Struggle in the Princely States, 1875-1935' हा पीएच.डी. पदवीसाठी लिहिलेला दक्षिणी संस्थानांच्या संबंधीचा प्रबंध ग्रंथरूपात प्रकाशित झाला आहे. शिवाजी विद्यापीठाने २००१ साली प्रकाशित केलेला 'Freedom Movement in Princely States of Maharashtra' हा त्याच विषयावर विद्यापीठात आयोजित करण्यात आलेल्या राष्ट्रीय

चर्चासत्रात सादर झालेल्या शोधनिबंधांचा संपादित ग्रंथ. दक्षिणी संस्थानांपैकी काही प्रमुख संस्थानांतील प्रजापक्षीय चळवळींचा विविधांगी वेध घेण्याचा प्रयत्न या ग्रंथात करण्यात आला असून विख्यात समाजशास्त्रज्ञ व शिवाजी विद्यापीठाचे माजी कुलगुरू प्रा. द. ना. धनागरे यांनी त्याला उद्बोधक प्रस्तावना लिहिली आहे. डॉ. अरुण भोसले, डॉ. अशोक चौसाळकर, डॉ. लक्ष्मीनारायण तारोडी यांनी प्रस्तुत ग्रंथाचे संपादन केले आहे.

अप्रकाशित संशोधन :

कोल्हापूर आणि इतर दक्षिणी संस्थानांच्या इतिहासाचा अभ्यास व संशोधन याला चालना, उत्तेजन देण्याच्या बाबतीत शिवाजी विद्यापीठाने उल्लेखनीय कामगिरी पार पाडली आहे. १९८० पासून या प्रकारच्या संशोधनाला गती प्राप्त झाली आहे. कोल्हापूरचे पुरोगामी छत्रपती व क्रांतिकारी समाजसुधारक राजर्षी शाहू छत्रपती महाराज, राजाराम छत्रपती महाराज यांच्या जीवनकार्याचा सखोल अभ्यास करण्यात आला आहे. तसेच राजर्षी शाहू छत्रपती महाराजांच्या भारतातील ब्रिटिश अधिसत्तेशी असलेल्या राजनैतिक संबंधांचाही संशोधनात्मक विशेष अभ्यास झालेला आहे. करवीर संस्थानचा इतिहास, संस्थानातील कृषिविकास, शैक्षणिक प्रगती, सहकारी चळवळ, सामाजिक चळवळ, करवीरचे जहागीरदार, कोल्हापूर जिल्ह्यातील स्वातंत्र्य चळवळ, चित्रपटसृष्टीचा विकास, राजकीय नेतृत्वाची कामगिरी अशा नानाविध विषयांवर इतिहास संशोधकांनी एम.फिल., पीएच.डी. पदवीसाठी शोधप्रबंध लिहिले आहेत. त्याचप्रमाणे औंध, अक्कलकोट, फलटण, भोर, जत, मुधोळ, सावंतवाडी, जमखंडी, सांगली, मिरज, कुरुंदवाड, रामदुर्ग, इ. अन्य दक्षिणी संस्थानांच्या इतिहासावरही शिवाजी विद्यापीठात विपुल संशोधन झाले आहे. पुणे विद्यापीठ आणि टिळक महाराष्ट्र विद्यापीठ, पुणे येथेही अलीकडे काही दक्षिणी संस्थानांच्या इतिहासाशी निगडित संशोधन प्रबंध झाले आहेत. मात्र, विद्यापीठस्तरावर झालेले संशोधनात्मक प्रबंध ग्रंथरूपाने प्रकाशित झाले नाहीत. त्या संशोधनाचा भर प्रामुख्याने १८५७ ते १९४८ या आधुनिक कालखंडावर असून त्यासाठी संबंधित संस्थानांच्या वार्षिक प्रशासकीय अहवालांचा आधार घेण्यात आलेला दिसतो. संशोधनासाठी दक्षिणी संस्थानांपैकी एका एका संस्थानांचा स्वतंत्र, सुटासुटा अभ्यास केल्यामुळे अशा अभ्यासातून संबंधित संस्थानांतील स्थितिगतीचे वास्तव दर्शन घडत नाही. त्यात तौलनिक दृष्टिकोनाचा अभाव जाणवतो. दक्षिणी संस्थानांची एकसारखी ऐतिहासिक पार्श्वभूमी, त्यांच्यातील विविध प्रकारचे परस्पर संबंध याकडेही दुर्लक्ष होते. त्यामुळे प्रत्येक संस्थानाचा कारभार आदर्श; प्रत्येक संस्थानाधिपती प्रजाहितदक्ष, पुरोगामी; प्रत्येक संस्थान स्वतंत्र भारतात स्वेच्छेने विलीन होणारे पहिले दक्षिणी संस्थान अशा प्रकारचे भाबडे निष्कर्ष निघू लागतात.

मराठी मुलखातील (Maratha Country) लहानमोठ्या संस्थानांच्या इतिहासासंबंधी झालेले संशोधन काही बाबतीत अपुरे वाटते. त्यातून त्या त्या संस्थानाचा प्रारंभापासून विलीनीकरणापर्यंतचा समग्र इतिहास पुढे येत नाही. विशेषत: जुन्या जहागीरदार संस्थानिकांच्या मराठ्यांच्या इतिहासकालातील कामगिरीचे, तसेच मराठी मुलखातील सरंजामशाहीचे साधार, विस्तृत विवेचन उपरोक्त लेखनात आढळत नाही. त्यासाठी जुन्या दप्तरांचा धांडोळा घेऊन फार्सी, मोडी अप्रकाशित संदर्भ साधनांचा सखोल अभ्यास करावा लागेल. त्याबाबतीत मात्र संशोधकांवर बऱ्याच मर्यादा पडतात असे दिसते.

पुनर्मांडणीचा दृष्टिकोन :

ऐतिहासिक पार्श्वभूमी, संस्थानांतील सामाजिक व सांस्कृतिक जीवन, राज्यकारभाराची यंत्रणा, ब्रिटिश अधिसत्तेशी असणारे संबंध इ. महत्त्वाच्या बाबतीत दक्षिणी संस्थानांत विलक्षण साम्य आढळते ही गोष्ट ध्यानात घेणे आवश्यक आहे. ब्रिटिश राज्यकर्त्यांनी कोल्हापूर व मराठी मुलखांतील इतर दक्षिणी संस्थाने यांच्या राजकीय अस्तित्वाचा एकत्र विचार करून १९३३ साली AGG & British Resident to Southern Maratha Country States या उच्चाधिकाऱ्याची नियुक्ती करून त्याचे कार्यालय कोल्हापूर येथे सुरू केले. स्वातंत्र्यप्राप्तीनंतर संस्थानांच्या विलीनीकरणाची प्रक्रिया पूर्ण झाल्यावर देशाच्या घटना समितीवर कोल्हापूरशिवाय अन्य दक्षिणी संस्थानांना एक प्रतिनिधी पाठविण्याची तरतूद करण्यात आली होती. त्यानुसार घटनासमितीवरील प्रतिनिधित्वासाठी औंधचे बॅ. आप्पासाहेब पंत व रामदुर्गचे अॅड. मुनवेळ्ळी यांच्यात चुरशीची निवडणूक होऊन त्यात पंतांचा अनपेक्षित पराभव झाला होता. त्याचप्रमाणे म. गांधींच्या हत्येनंतर महाराष्ट्रात उसळलेल्या दंगलींचा उपसर्ग कमीअधिक प्रमाणात सर्वच दक्षिणी संस्थानांना पोहोचला आणि तेथे कायदा-सुव्यवस्था राखण्याचा गंभीर प्रश्न निर्माण झाला. संस्थानांतील कायदा-सुव्यवस्थेची नाजूक परिस्थिती त्यांच्या विलीनीकरण प्रक्रियेस गती देण्यास कारणीभूत ठरली.

आधुनिक कालखंडात दक्षिणी संस्थानांतर्गत विविध स्थित्यंतरे घडून आली. त्यांचा एकत्रित अभ्यास केला तर त्याला तौलनिक परिमाण लाभेल व निष्कर्ष अधिक वास्तववादी असतील. सर्वच दक्षिणी संस्थानातील राजकीय जागृती, राजकीय नेतृत्व, प्रजापक्षीय चळवळ आणि घटनात्मक प्रगती यांची एकत्र चिकित्सा केली तर सर्व संस्थानांतील राजकीय घडामोडी, त्यांचे परस्पर संबंध व परस्परांवर झालेले परिणाम यांचे यथार्थ आकलन होईल. आर्थिक क्षेत्रात झालेले बदलसुद्धा एकापेक्षा अधिक दक्षिणी संस्थानांना व्यापणारे असल्याचे आढळते. बहुतेक सर्व दक्षिणी संस्थानांत शेतकऱ्यांच्या प्रश्नावर लढे झाले. शेतकऱ्यांच्या त्या चळवळींचा एकत्र अभ्यास होणे

गरजेचे आहे. त्यामुळे भारतातील शेतकऱ्यांच्या चळवळींच्या इतिहासात मोलाची भर पडेल. दक्षिणी संस्थानांतील सहकारी चळवळीचा विकास आणि आधुनिक कारखानदारीचा विकास या उल्लेखनीय बाबी आहेत. कोल्हापूरची शाहू मिल, सांगली-माधवनगरच्या कापड गिरण्या, इचलकरंजीचा वस्त्रोद्योग, किर्लोस्कर-ओगले यांचे कारखाने यांच्या निर्मितीला चालना देणाऱ्या संस्थानाधिपतींची विकासविषयक दूरदृष्टी नि:संशय महत्त्वाची होती. आधुनिक कारखानदारीची दक्षिणी संस्थानांतील निर्मिती आणि प्रगती यांचे काही श्रेय संबंधित संस्थानिकांना द्यावे लागेल.

महाराष्ट्राच्या शैक्षणिक व सांस्कृतिक विकासात दक्षिणी संस्थानांचे योगदान अत्यंत मोलाचे आहे. विसाव्या शतकाच्या प्रारंभापासून राजर्षी छत्रपती शाहू महाराजांच्या पुरोगामी धोरणांमुळे कोल्हापूर हे बहुजन समाजाच्या शैक्षणिक, सांस्कृतिक उत्थापनाचे महत्त्वाचे केंद्र बनले. सक्तीच्या प्राथमिक शिक्षणाचा कायदा, अठरापगड जातींच्या विद्यार्थ्यांसाठी असलेली वसतिगृहे, हायस्कूल, राजाराम कॉलेज, साइक्स लॉ कॉलेज, बी.टी.कॉलेज या सोयीसुविधांमुळे कोल्हापूर एक उत्तम शैक्षणिक केंद्र बनले होते. त्या पाठोपाठ औंध संस्थानच्या राजधानीत म्हणजे औंध येथे हायस्कूल व मोफत वसतिगृह होते. त्याचा लाभ घेतलेले अनेकजण भावी काळात आपल्या कर्तबगारीने महाराष्ट्राच्या सार्वजनिक जीवनात चमकले. बहुतेक सर्वच दक्षिणी संस्थानांच्या राजधान्यांत हायस्कूल्स आणि वाचनालये स्थापन करण्यात आली होती. त्यांनी आपापल्या परिसरातील शैक्षणिक प्रगतीला हातभार लावला. संस्थानी मुलखात परिस्थितीच्या गरजेतून सुरू झालेल्या अनेक मराठी वृत्तपत्रांनी चांगली कामगिरी बजावली. मराठी वृत्तपत्रांच्या इतिहासात त्याला योग्य स्थान मिळाले पाहिजे.

दक्षिणी संस्थानांच्या राज्यकर्त्यांच्या औदार्यामुळे संस्थानांत विविध कला, क्रीडा यांचा विकास होऊन महाराष्ट्राचे सांस्कृतिक जीवन संपन्न बनले. कोल्हापूर 'कलापूर' बनले. 'कुस्ती पंढरी' असा कोल्हापूरचा देशभर लौकिक झाला. सांगली मराठी नाटकांची पंढरी म्हणून ओळखली जाऊ लागली. संस्थानी राज्यकर्त्यांच्या कलाप्रेमामुळे संस्थानी प्रदेशात मराठी नाटके, शास्त्रीय संगीत, गायन, चित्रकला, चित्रपट सृष्टी इत्यादींची नेत्रदीपक प्रगती झाली. हा सर्व भाग महाराष्ट्राचा अभिमानास्पद सांस्कृतिक वारसा बनला आहे.

दक्षिणी संस्थानांच्या इतिहासाच्या पुनर्मांडणीने प्रजापरिषदांचे लढे, संस्थानांच्या विलीनीकरणाच्यावेळी झालेल्या काही हिंसक घटना यांसंबंधीच्या गैरसमजांचे निराकरण होईल. तसेच आधुनिक महाराष्ट्राच्या इतिहासाचा आशय समृद्ध होईल.

(पूर्वप्रसिद्धी : महाराष्ट्राचा इतिहास: मांडणी व पुनर्मांडणी (संपादक) डॉ. जयसिंगराव पवार, डॉ. भालबा विभूते, शिवाजी विद्यापीठ, २०११).

विभाग – २

नेतृत्व

१२

विस्मृतित गेलेले देशभक्त : दादासाहेब करंदीकर

रघुनाथ पांडुरंग ऊर्फ दादासाहेब करंदीकर (१८५७-१९३५) हे सातारचे प्रख्यात वकील होते. ते लोकमान्य बाळ गंगाधर टिळक यांचे स्नेही आणि निष्ठावंत सहकारी होते. टिळकांच्या जीवनातील भयंकर दिव्य असलेल्या ताई महाराज प्रकरणात टिळकांच्या वकिलीचे काम प्रामुख्याने दादासाहेब करंदीकरांनी शेवटपर्यंत धीमेपणाने व कौशल्याने पार पाडले होते. राष्ट्रीय स्वातंत्र्य चळवळीतील मुंबई इलाख्यातील एक प्रभावशाली नेता अशीही त्यांची ओळख होती. १८८७ पासून ते राष्ट्रीय सभेचे म्हणजे काँग्रेसचे निष्ठावान कार्यकर्ते होते. १८८७ पासून १९२९ पर्यंत ते नियमितपणे काँग्रेस अधिवेशनाला उपस्थित असत. मराठी भाषा व संस्कृती यांचे ते कट्टर अभिमानी होते. मराठी भाषेतील पत्रांच्या व दैनंदिनींच्या संग्रहासाठी प्रसिद्ध असलेले ते साहित्यिक होते. त्यांनी अखंडपणे बासष्ट वर्षांवर दैनंदिनी लिहिण्याचे व्रत चालवले. १९०५ साली साताऱ्यात भरलेल्या मराठी साहित्य संमेलनाचे अध्यक्षस्थान त्यांनी भूषविले होते. दादासाहेब करंदीकर यांच्या सार्वजनिक जीवनातील कार्यकर्तृत्वाला उजाळा देणे, हा प्रस्तुत लेखाचा उद्देश आहे.

पूर्वायुष्य :

दादासाहेबांचा जन्म २१ ऑगस्ट १८५७ रोजी पंढरपूर येथे खाडिलकर घराण्यात झाला. त्यांच्या वडिलांचे नाव गोविंदभट्ट अनंतभट्ट खाडिलकर होते. दादासाहेब पाच-सहा वर्षांचे असताना त्यांची मोठी बहीण सत्यभामाबाई करंदीकर यांच्याबरोबर साताऱ्यास राहावयास गेले. सत्यभामाबाईंचे पती पांडुरंग रघुनाथ करंदीकर सातारचे प्रसिद्ध वकील होते. त्यांना मूलबाळ नव्हते. त्यांनी दादासाहेबांना दि. १२ फेब्रुवारी १८६५ रोजी दत्तक घेतले. तेव्हापासून रघुनाथ गोविंद खाडिलकर हे रघुनाथ पांडुरंग करंदीकर या नावाने प्रसिद्ध झाले. त्यांचे वयाच्या १२व्या वर्षी पंढरपूरच्या गोंविद

विसाजी गोगटे यांच्या मुलीशी लग्न झाले होते. दादासाहेबांचे माध्यमिक शिक्षण सातारा व पुणे यथे झाले. ते १८७५मध्ये मॅट्रीकची परीक्षा पास झाले. त्यानंतर ते पंढरपूर येथे राहावयास गेले. उदरनिर्वाहासाठी त्यांनी बार्शीला वीस रुपये पगारावर बेलिफची नोकरी पत्करली. तेथील सबजज्ज लालशंकर उमियाशंकर यांच्या प्रेरणेने त्यांनी वकिलीचा अभ्यास सुरू केला आणि १८८०मध्ये ते वकिलीची परीक्षा उत्तीर्ण झाले. त्यानंतर त्यांनी बार्शीतील नोकरीचा राजीनामा दिला व वकिलीचा व्यवसाय सुरू करण्यासाठी ते सातारा येथे आले. त्यांच्या कुशाग्र बुद्धीमत्तेमुळे बेलिफचा वकील होण्याची किमया घडली. त्यांनी अल्पावधित साताऱच्या वकील वर्गात पहिला क्रमांक पटकावला व तो आयुष्याच्या अखेरपर्यंत टिकवून ठेवला.

सार्वजनिक कार्य :

दादासाहेबांचे वकिलीतील यश दिवसेंदिवस वाढतच राहिले. त्यामुळे सातारा भोवतालच्या जिल्ह्यांत त्यांच्या वकिली कौशल्याचा बोलबाला झाला होता. मुंबई हायकोर्टात त्यांनी कामे चालवून यश मिळवले होते आणि त्याचे सर्वत्र पडसाद उमटले होते. वकिली व्यवसायाबरोबरच त्यांनी सामाजिक कार्य व सार्वजनिक जीवनात सहभाग घेण्यास सुरुवात केली.

दादासाहेबांनी आपले पूर्वीचे गुरुजी व नंतरचे वकिली व्यवसायातील सहकारी, जिव्हाळ्याचे स्नेही श्री. बळवंतराव सहस्त्रबुद्धे यांच्या सहकार्याने 'सहस्त्रकर' नावाचा छापखाना काढला. सार्वजनिक कार्य करण्याचे एक साधन म्हणूनच हा छापखाना त्यांनी काढला होता. त्या छापखान्यात 'प्रकाश' हे साप्ताहिक छापले जात असे. त्याशिवाय ते 'भारतवर्ष' आणि 'विनोद' ही वाङ्‌मयाला वाहिलेली दोन मासिकेही चालवत होते.

इ.स. १८७०मध्ये स्थापना झालेल्या पुणे सार्वजनिक सभेची शाखा सातारा येथे होती. सार्वजनिक सभेच्या कामात ते सुरुवातीपासून सहभागी होत असत. १८८४मध्ये सातारा सार्वजनिक सभेचे ते एक सचिव बनले. १८८३-८४मध्ये त्यांनी शेतकऱ्यांच्या कर्ज निवारण (Farmers' Debt Relief Act) कायद्याच्या तरतुदींची शेतकरी बांधवांना सोप्या भाषेत माहिती देऊन त्यांचे प्रबोधन केले. त्याचप्रमाणे मॅजिस्ट्रेट ज्युरिस्डिक्शन बिलाच्या तरतुदीची सातारा येथे चर्चा घडवून आणून त्या चर्चेत ते स्वत: सहभागी झाले होते.

इ.स.१८८४मध्ये महाराष्ट्रात स्वदेशीची दुसरी लाट आली. त्या लाटेने दादासाहेब प्रभावित झाले. त्याकाळात ते विमा कंपनीच्या कामाचा प्रसार व विस्तार करण्याच्या कामात सहभागी झाले होते. त्यांनी १९०४मध्ये स्वदेशी वस्तुंचे प्रदर्शन भरवले होते.

स्वदेशीला उत्तेजन देण्यासाठी त्यांनी स्वदेशी वस्तू व कौशल्ये यांच्यासाठी बक्षिसे देण्याचा अभिनव उपक्रम सुरू केला. लोकांना स्वदेशीकडे आकर्षित करण्यासाठी त्यांनी नामवंत वक्त्यांची स्वदेशीसंबंधी अनेक ठिकाणी व्याख्याने ठेवली.

वकील असल्याने सातारा जिल्ह्यातील शेतकऱ्यांशी त्यांचा नित्य संपर्क होता. स्वदेशी चळवळीचे अंग म्हणून त्यांनी १९०४ साली शेतकरी परिषद स्थापन केली. शेतकऱ्यांची गाऱ्हाणी मांडणे, त्यांच्या हितसंबंधांचे रक्षण करणे यासाठी त्यांनी सतत प्रयत्न केले. १९०६,१९०७ व १९०८मध्ये त्यांच्या शेतकरी परिषदेने डोंगराळ जावळी तालुक्यातील शेतकऱ्यांचे पद्धतशीर सर्वेक्षण केले. सातारा येथे उद्योगाचा भक्कम पाया घालण्यासाठी १९०६मध्ये दादासाहेबांनी सातारा येथे औद्योगिक परिषदेची स्थापना करून सातारा-कराड पट्ट्यात लघु उद्योग व्यवसाय यांच्या वाढीला प्रोत्साहन दिले.

एकोणिसाव्या शतकाअखेरीस दुष्काळ, प्लेगची साथ यांसारख्या आपत्तींनी जनतेवर मोठे संकट ओढवले. या बिकट परिस्थितीत दादासाहेब आपत्ती निर्मूलन कार्यात पूर्ण व्यग्र होते. त्यांच्या या कामात त्यांना सरकारी प्रशासन यंत्रणेची सहानुभूती व सहकार्य मिळाले. दादासाहेबांच्या लोकोपयोगी कामामुळे सातारा जिल्ह्यातील जनतेचा त्यांच्या काँग्रेसकडे ओढा वाढला. सातारा येथील सार्वजनिक कार्यात दादासाहेबांचे प्रमुख सहकारी रामचंद्र गणेश ऊर्फ भाऊसाहेब सोमण, शंकर हरि ऊर्फ तात्यासाहेब साठे, शि.ब.आठवले, वकील, विमामहर्षी आण्णासाहेब चिरमुले, रावबहादूर द. ब. पारसनीस आणि ढोर समाजातील रामचंद्र शिंदे मास्तर इत्यादी होते.

काँग्रेसची उभारणी व विस्तार :

काँग्रेसच्या स्थापनेपासून अनेक दशके तिचे नेतृत्व वकील मंडळीच करत होती. 'Pleaders are the leaders' असे काँग्रेस संघटनेचे स्वरूप होते. दादासाहेब करंदीकर प्रारंभापासून जीवनाच्या अखेरपर्यंत काँग्रेसचे निष्ठावंत कार्यकर्ते, नेते होते. ते अनेक वर्षे (१८८७-१९२९) नियमितपणे काँग्रेस अधिवेशनाला उपस्थित असत. त्यांनी वेगवेगळे उपक्रम राबवून आणि आपल्या विधायक, लोकोपयोगी कामाने सातारा जिल्ह्यात काँग्रेस लोकप्रिय, प्रभावी बनवली. एकोणिसाव्या शतकाच्या अखेरीस सातारा जिल्हा काँग्रेसचा बालेकिल्ला बनला, याचे श्रेय प्रामुख्याने दादासाहेबांना द्यावे लागते.

वकिली व्यवसायातील उदंड यश, सार्वजनिक सभा आणि काँग्रेस संघटना यामधील पायाभूत सातत्यपूर्ण कार्य यामुळे दादासाहेबांची सार्वजनिक जीवनात उठावदार प्रतिमा तयार झाली. त्यांचे मौलिक कार्य, प्रामाणिकपणा, चारित्र्य यामुळे मुंबई इलाख्यातील मान्यवर राजकीय कार्यकर्ते, नेते असा दादासाहेबांचा लौकिक प्रस्थापित

झाला. त्यांचे काँग्रेसच्या महाराष्ट्रातील बहुतेक सर्व प्रमुख नेत्यांशी संबंध आले होते. न्या.म.गो. रानडे, न्या. के. टी.तेलंग, ना. गोखले, लो. टिळक या प्रत्येकाचा एक-एक पैलू दादांना आकर्षित करत होता. न्या. रानडे यांचे नैतिक अधिष्ठान, कायद्याचे ज्ञान व सामाजिक दृष्टीची त्यांच्यावर छाप पडत होती. न्या. तेलंग यांचा कायद्याचा पूर्णत: अभ्यास, त्यांची प्रभावी मांडणी, चिकित्सक दृष्टी यांचा दादांच्यावर फार मोठा पगडा होता. ना. गोखले यांच्याविषयी त्यांना अतिशय आदर वाटत असे. गोखले यांची अभ्यासू वृत्ती, ज्ञान संकलन करण्याची हातोटी, अर्थशास्त्र व संख्याशास्त्र यांच्या अभ्यासाने लाभणाऱ्या दृष्टीने समाजाची पाहणी करणे आणि त्यावर आधारलेला समाजविषयक अभ्यास या गोष्टी दादांना आकर्षित करत होत्या. टिळकांची प्रखर देशभक्ती व कार्यकर्तृत्व यामुळे करंदीकर प्रभावित होत असत. तथापि, कारकिर्दीतील बराच काळ दादासाहेब करंदीकर उदारमतवादी नेमस्त होते. लोकांच्या अडीअडचणींचे, गाऱ्हाण्यांचे निवारण होण्यासाठी ब्रिटिश सरकारशी सहकार्य करण्याच्या धोरणाचा त्यांनी पुरस्कार केला.

करंदीकर-लोकमान्य टिळक :

इ.स.१९१७ पर्यंत करंदीकर टिळक पंथीय नव्हते. मात्र, त्यांचे व्यक्तिश: टिळकांशी जिव्हाळ्याचे संबंध होते. टिळक-करंदीकर यांच्या स्वभावभेदामुळे दोघांच्या उक्ती, कृतीत कधीकधी मतभेद होत. करंदीकरांनी ते मतभेद कधी फार ताणले नाहीत. टिळकांची देशभक्ती व कार्यकर्तृत्व याबद्दल करंदीकरांना नेहमी आदर वाटत असे. त्यामुळे त्या दोघांत अखेरपर्यंत सख्य होते.

इ.स.१८९९ साली टिळकांनी प्रेष केल्यावरून (सांगितल्यावरून) करंदीकर कृष्णाजी आबाजी गुरुजी यांच्यावर काशी येथे चाललेल्या कोर्टाच्या कामासाठी साताऱ्याहून काशीला गेले होते. (Letters from England (1908) या पुस्तकाच्या 'प्रवास-पत्रसंग्रह अनुसंधान' या प्रस्तावनेत पृ.४ वर दादासाहेबांनी स्वत: 'प्रेष केल्यावरून' असा शब्दप्रयोग केला आहे.)

इ.स. १९०१ नंतर सतत तीन वर्षे टिळकांचे सत्त्व पाहणारा एक खटला 'ताई महाराज प्रकरण' नावाने महाराष्ट्रात गाजला. ताई महाराज प्रकरण हे टिळकांना जवळजवळ वीस वर्षे लढावे लागलेले कायदेशीर प्रकरण होते. ते टिळकांच्या जीवनातील एक भयंकर दिव्य होते. टिळकांच्यावर जेव्हा ताई महाराजांचा खटला सुरू झाला त्यावेळी टिळकांनी दादासाहेब करंदीकर यांनाच या खटल्यात आपला वकील म्हणून नेमले. टिळक-करंदीकरांचा सहवास या खटल्यातच वाढलेला दिसून येतो. पुण्यात बाबा महाराज नावाचे एक जहागीरदार टिळकांचे स्नेही होते. कॉलऱ्याच्या दुखण्याने

बाबा महाराज अत्यवस्थ असल्याने आणि दुखण्यातून ते उठण्याची आशा नसल्याने टिळकांनी त्यांचे मृत्यूपत्र करवून मित्राच्या निधनानंतर त्यांच्या इस्टेटीसाठी योग्य वारस निवडून त्याचे दत्तक विधान करण्याची जबाबदारी त्या इस्टेटीचा विश्वस्त म्हणून घेतली होती. मृत्यूपत्र झाल्याच्या दुसऱ्याच दिवशी बाबा महाराजांचे निधन झाले. त्यासमयी त्यांची तरुण पत्नी ताई महाराज गरोदर होत्या. ताई महाराज अल्पवयीन, अशिक्षित होत्या. यथावकाश ताई महाराजांना मुलगा झाला पण दीड-दोन महिन्यातच तो वारला. त्यामुळे दत्तकाचा प्रश्न निर्माण झाला. मृत्यूपत्रातील तरतुदीनुसार टिळकांनी बाबा महाराजांच्या इस्टेटीला योग्य वारस निवडून त्याचे दत्तक विधान शास्त्रानुसार पार पाडले होते. मात्र, पुढे या प्रकरणाला अनेक फाटे फुटले. टिळकांना बदनाम करण्याची व छळण्याची एक नामी संधी यादृष्टीने इंग्रजांनी ताई महाराज प्रकरणाकडे पाहिले. या प्रकरणात काही मतलबी लोक व इंग्रजी अधिकारी यांची हातमिळवणी होऊन टिळकांनी केलेले दत्तक विधान कोर्टाने रद्द केले. या प्रकरणात त्यांच्यावर दिवाणी आणि फौजदारी स्वरूपाचे खटले दाखल करण्यात आले. फौजदारी खटल्यात टिळकांच्या वकिलीचे काम हे दादासाहेब करंदीकरांनी संयमाने व आपले वकिली कौशल्य पणाला लावून पार पाडले. दिनांक ४ मार्च १९०४ रोजी हायकोर्टाच्या निकालानुसार टिळकांची निर्दोष मुक्तता झाली. त्यामुळे त्यांच्या चारित्र्यावरील कलंक पुसून निघाला. मात्र हितसंबंधीयांनी ज्या ताईमहाराजांचा वरकरणी कैवार घेऊन टिळकांच्यावर कोर्ट खटल्याचे कुभांड रचले होते त्या ताईमहाराजांचे खटल्याचा निकाल लागण्यापूर्वीच ३० सप्टेंबर १९०३ रोजी निधन झाले. या खटल्यामुळे एक व्यासंगी कायदेपंडित म्हणून करंदीकरांची प्रतिमा उजळून निघाली. त्यांच्यावर अभिनंदनाचा वर्षाव झाला. त्यासंदर्भातील श्री. नामदार अक्कलकोटकर यांच्या पुढील टेलीग्रामचा करंदीकर दैनंदिनीत उल्लेख आढळतो.

"Allow me to congratulate you upon your success in Mr. Tilak's case. It will be always looked upon a feather in your cap. You have honestly and sincerely laboured in the case and it has pleased Him to crown your efforts with success."

इ.स. १९०८मध्ये लोकमान्य टिळकांच्यावर दुसरा राजद्रोहाचा खटला झाला. ३० एप्रिल १९०८ रोजी मुझफ्फरपूर येथे झालेल्या बॉम्बस्फोटासंदर्भात केसरीच्या अग्रलेखांतून सरकारच्या धोरणावर कठोर टीका करण्यात आली होती. त्यांपैकी काही अग्रलेख स्वत: टिळकांनी लिहिलेले होते. या अग्रलेखांमुळे उद्‌भवलेल्या राजद्रोहाच्या खटल्यात टिळकांना न्यायालयाने सहा वर्षांची काळ्या पाण्याची शिक्षा ठोठावली. हायकोर्टाने प्रिव्ही कौन्सिलकडे दाद मागण्यास मंजुरी दिली नाही. दादासाहेब करंदीकर

व टिळकांचे भाचे धोंडोपत विव्दांस यांनी टिळकांची साबरमती जेलमध्ये भेट घेतली. त्या भेटीत टिळकांनी केसची कायद्याची बाजू करंदीकरांना समजावून दिली. टिळकांच्या प्रिव्ही कौन्सिलकडे करायच्या अपीलासाठी १९०८ ऑगस्टच्या मध्यास दादासाहेब खापर्डे प्रथम इंग्लंडला रवाना झाले. त्यांच्यामागून दादासाहेब करंदीकरही तिकडे गेले. त्या दोघांनी तेथे दीर्घ मुक्काम करून टिळकांचा खटला प्रिव्ही कौन्सिलपुढे चालवण्याची भक्कम पूर्वतयारी केली. मात्र, १९०८ डिसेंबरच्या मध्याला करंदीकर लंडनहून भारतात परतण्यास निघाले. मार्च १९०९मध्ये टिळकांचे अपील फेटाळले गेले. तथापि, लो. टिळकांनी एका पत्रात आपल्या मित्रांच्या कष्टाबद्दल आभार व कृतज्ञता व्यक्त केली आहे.

इ.स.१९१४मध्ये प्रांतिक राजकीय परिषद सातारा येथे भरली होती. त्या बैठकीत काँग्रेस अंतर्गत नेमस्त आणि जहाल या गटांत दिलजमाई घडवून आणण्यावर चर्चा झाली. काँग्रेसचे ज्येष्ठ आदरणीय नेते दादासाहेब करंदीकरांनी त्यात पुढाकार घेऊन महत्त्वाची भूमिका बजावली. त्यांनी डॉ. एच. एस. देव यांच्यासोबत जहाल-नेमस्त ऐक्याबाबत प्रथम गोखल्यांशी चर्चा केली. ना. गोखल्यांनी त्यांना 'Parties meeting under Congress recognition' हे तडजोडीच्या प्रश्नाच्या सोडवणुकीचे संभाव्य उत्तर असल्याचे सूचित केले. त्यानंतर दोन दिवसांनी करंदीकरांनी लो. टिळकांशी तडजोडीची योजना तयार करण्याच्या प्रयत्नांची चर्चा केली. त्यानंतर साताराच्या प्रांतिक परिषदेत काँग्रेसअंतर्गत जहाल-नेमस्त ऐक्यासंबंधी ठराव मंजूर करण्यात आले. सातारा प्रांतिक राजकीय परिषदेत जहाल-नेमस्त ऐक्याबाबत संमत झालेले ठराव १९१५च्या काँग्रेस अधिवेशनात मांडण्याचा दादासाहेब करंदीकरांनी प्रा. एच. जी. लिमये व डॉ. एच. एस. देव यांच्यापुढे प्रस्ताव ठेवला. त्याप्रमाणे काँग्रेसमधील जहाल-नेमस्त गटांत ऐक्य घडवून आणणारा ठराव काँग्रेस अधिवेशनात मंजूर होऊन १९१६च्या लखनौ अधिवेशनात काँग्रेसचे दोन्ही गट एकत्र आले. अशा प्रकारे काँग्रेसमधील जहाल-नेमस्त ऐक्याची अनुकूल पार्श्वभूमी साताराच्या प्रांतिक राजकीय परिषदेने तयार केली आणि त्यामध्ये दादासाहेब करंदीकरांची भूमिका महत्त्वपूर्ण होती.

इ.स.१९१६ साली जेव्हा लोकमान्य टिळकांनी स्थानीय राजकीय संस्थांच्या पुनरुत्थानाचे काम हाती घेतले आणि इंडियन होमरूल लीगच्या बांधणीचे प्रयत्न सुरू केले तेव्हा सातारा विभागाची जबाबदारी त्यांनी मोठ्या विश्वासाने दादासाहेब करंदीकर यांच्यावर टाकली होती. त्यांनी ती जबाबदारी समर्थपणे निभावली. १९१७ साली होमरूल चळवळीच्यावेळी दादासाहेब करंदीकर टिळकांच्या राजकारणाशी एकरूप

झाले. ते होमरूल लीगच्या कार्यकरिणीचे सभासदसुद्धा होते. त्यांनी होमरूल फंडाला रु. १०००/- ची मदत केली होती.

१७ सप्टेंबर १९१७ रोजी साताऱ्यात दादासाहेब करंदीकरांच्या षष्ठयब्दीपूर्तीनिमित्त जाहीर कार्यक्रमाचे आयोजन केले होते. त्या समारंभाला लोकमान्य टिळक प्रमुख पाहुणे म्हणून उपस्थित होते.

इ.स.१९१७मध्ये ॲनी बेझंट यांच्या अध्यक्षतेखाली भरलेल्या कोलकात्याच्या काँग्रेस अधिवेशनात महर्षी वि. रा. शिंदे यांनी श्री. नटेशन यांच्यामार्फत अस्पृश्यता निवारणासंबंधीचा ठराव मांडून पास करवून घेतला. त्यामुळे अस्पृश्यता निवारणाच्या प्रश्नाकडे संपूर्ण देशाचे लक्ष वेधण्यात आले. २३ मार्च १९१८ रोजी मुंबईत महाराजा सयाजीराव गायकवाड यांच्या अध्यक्षतेखाली अखिल भारतीय अस्पृश्यता निवारक संघाचे अधिवेशन भरले. त्यात देशातील शाळा, सार्वजनिक विहिरी, तलाव, दवाखाने, करमणुकीची ठिकाणे अस्पृश्यांना खुली करून देण्यासाठी प्रत्येकाने प्रयत्न करावे व त्याप्रमाणे स्वत: वागावे, असा ठराव मांडण्यात आला. त्यावेळी अस्पृश्यता निवारणाचा जाहीरनामा काढून त्यावर प्रमुख देशसेवकांच्या सहा घेण्यात आल्या. या अधिवेशनात लोकमान्य टिळकांनी अस्पृश्यतेच्या प्रथेचा निषेध करणारे भाषण केले. परंतु, अस्पृश्यता निवारणाच्या जाहीरनाम्यावर सही करण्याचे त्यांनी मला आमच्या अनुयायांची त्यासाठी संमती मिळत नाही, या सबबीखाली नाकारले. लोकमान्य टिळकांना त्या जाहीरनाम्यावर सही करण्यास आडकाठी करण्यात दादासाहेब खापर्डे व दादासाहेब करंदीकर प्रमुख असल्याचे बोलले जात होते. मात्र, अस्पृश्यता निवारणाच्या जाहीरनाम्यावर न.चिं.केळकर आणि दादासाहेब खापर्डे यांनी सह्या केल्याचा उल्लेख न. र. फाटककृत टिळक चरित्रात आढळतो. त्या अधिवेशनानंतर अल्पावधीतच लोणावळा येथे मुंबई प्रांतिक परिषद भरली होती. त्या परिषदेत लोकमान्य टिळकांच्या प्रभावामुळे अस्पृश्यतेचा निषेध करणारा ठराव एकमताने मंजूर करण्याची म. शिंदेंची अट स्वीकारण्यात आली होती. लोकमान्य टिळकांनी प्रभाव पाडून मतपरिवर्तन घडवून आणलेल्या त्यांच्या पुराणमतवादी सहकाऱ्यांत खापर्डे-करंदीकर असू शकतील.

व्हॅलेन्टाईन चिरोल यांच्या 'भारतीय असंतोषाचे जनक' असे लोकमान्य टिळकांचे वर्णन करणाऱ्या पुस्तकाबद्दल त्यांच्यावर अब्रुनुकसानीचा दावा ठोकून त्या खटल्यासाठी लोकमान्य टिळक १९ सप्टेंबर १९१८ रोजी विलायतेला गेले. त्यांच्याबरोबर कायद्याचे सल्लागार या नात्याने सातारचे दादासाहेब करंदीकर, एक हरकाम्या व एक सेवक असे तिघेजण होते. जानेवारी-फेब्रुवारी १९१९मध्ये अकरा दिवस हा खटला चालला. या खटल्यात टिळकांचे मुख्य वकील बॅ. जॉन सायमन होते. त्यांना खटला चालवताना

दादासाहेब करंदीकर साहाय्य करत होते. सायमन यांनी खटल्याचे काम अत्यंत अलिप्त, उदासीन राहून चालवले. परिणामत: खटल्याचा निकाल टिळकांच्या उलट जाऊन तीन लाखांच्या खर्चाचा बोजा त्यांच्या अंगावर पडला.

महात्मा गांधी युग :

लो. टिळकांच्या निधनानंतर भारतीय स्वातंत्र्य चळवळीचे नेतृत्व म. गांधींच्यांकडे आले. स्वातंत्र्य लढ्याचे धोरण व मार्ग यांच्यात मोठे बदल झाले. गांधीजींच्या नेतृत्वाखाली सुरू झालेल्या असहकार चळवळीच्या कार्यक्रमात कायदे कौन्सिलवर व त्याच्या निवडणुकीवर बहिष्काराचे एक कलम होते. दादासाहेब करंदीकर लो. टिळकांनी स्थापन केलेल्या 'लोकशाही स्वराज्य पक्षा'ची ध्येयधोरणे, कार्यक्रम यांनी प्रभावित झालेले होते. त्यामुळे त्यांना गांधीप्रणित कायदेमंडळावर बहिष्कार, कायदेभंग हे कार्यक्रम पचनी पडले नाहीत. वकिलांनी कायद्याची हिफाजत करावी, लोकांना कायदे समजावून देऊन त्यांचे प्रबोधन करावे, अशी करंदीकरांची धारणा होती. म. गांधी युगाच्या प्रारंभाच्या सुमारास सातारा शहर व जिल्ह्याच्या सार्वजनिक जीवनात बरेच बदल झाले होते. नवीन नेतृत्व प्रभाव गाजवू लागले होते. सातारा शहर नगरपालिकेचे राजकारण 'काकू' (काळे-कूपर) पक्षाच्या ताब्यात होते. सातारा जिल्ह्यात ब्राह्मणेतर पक्षाचे सामर्थ्य चांगलेच वाढले होते. रावबहादूर रा.रा.काळे, धनजीशा कूपर, भास्करराव जाधव या नेत्यांचा सार्वजनिक जीवनात प्रभाव निर्माण झाला होता. बदलत्या परिस्थितीमुळे १९२० नंतर सातारा जिल्ह्याच्या राजकारणातील दादासाहेब करंदीकर यांचे स्थान व महत्त्व याला हळूहळू ओहोटी लागली. स्वातंत्र्य चळवळीच्या मुख्य प्रवाहापासून ते बाजूला गेले. करंदीकरांची एकदा मुंबई कायदेमंडळावर निवड झाली होती (१९११) आणि एकदा ते मध्यवर्ती कायदे मंडळाच्या वरिष्ठ सभागृहात (Council of States) बिनविरोध निवडून गेले होते(१९२५). मात्र, कायदेमंडळ हे त्यांच्या कर्तृत्वाचे प्रमुख क्षेत्र बनले नाही.

दादासाहेब करंदीकरांचे म.गांधींशी जिव्हाळ्याचे संबंध होते. गांधींच्या विधायक कार्यक्रमांना त्यांचा सक्रिय पाठिंबा होता. १९२७ साली म. गांधी खादीच्या प्रचार दौऱ्यात सातारला आले होते, तेव्हा त्यांचा करंदीकरांच्या घरीच तीन दिवस मुक्काम होता. सातारा शहर आणि परिसरातील प्रमुख लोकांच्या गांधीजींच्या बरोबर गाठीभेटी दादासाहेबांनीच आयोजित केल्या होत्या. गांधीजींच्या दौऱ्याच्या शेवटी दादासाहेबांनी स्वत: खादी फंडाला रुपये एक हजारची देणगी दिली.

दादासाहेब करंदीकर मराठी भाषा, संस्कृती, मराठ्यांचा इतिहास यांचे अभिमानी होते. त्यांनी देश-विदेशात अनेक ठिकाणी भेटी देऊन ऐतिहासिक साधने आणि

दस्तऐवज गोळा करून आणले होते. १९१८ साली चिरोल केससाठी ते इंग्लंडला गेले तेव्हा त्यांनी छत्रपती प्रतापसिंह यांचा ब्रिटिश रेसिडेन्ट्स बरोबर झालेला पत्रव्यवहार नकलून भारतात आणला. तसेच मेणवळी येथील नाना फडणवीस यांचे दप्तर त्यांच्या वंशजांकडून मिळवून करंदीकरांनी ते द.ब.पारसनीस यांच्याकरवी 'भारतवर्ष' मासिकातून प्रसिद्ध करविले.

म. गांधी युगात झालेल्या असहकार चळवळ व सविनय कायदेभंगाचे आंदोलन या लढ्यात करंदीकर यांचा सहभाग नव्हता. तथापि, स्वातंत्र्य लढ्यात सहभागी झालेल्या देशभक्तांवर, सत्याग्रहींच्यावर ब्रिटिश सरकारने दाखल केलेल्या फौजदारी खटल्यांत सत्याग्रही आरोपींचा बचाव करण्याची कामगिरी दादासाहेबांनी समर्थपणे पार पाडली. त्याबाबतची वानगीदाखल दोन उदाहरणे सांगता येतील. १८ जुलै १९३० रोजी सातारा जिल्ह्याच्या शिराळा पेट्यातील बिळाशी येथे काँग्रेसच्या झेंड्याखाली जंगल सत्याग्रह झाला. या घटनेला जबाबदार म्हणून ब्रिटिश पोलिसांनी काही सत्याग्रहींना व शेतकऱ्यांना पकडून त्यांपैकी एकोणचाळीस जणांवर खटले दाखल केले. त्यांपैकी आठ सत्याग्रही आरोपींना वेगवेगळ्या स्वरूपाच्या शिक्षा सुनावण्यात आल्या. त्या शिक्षेविरुद्ध अपील करण्यात आले. आरोपीतर्फे साताराचे प्रख्यात वकील दादासाहेब करंदीकर यांनी मोफत वकिलपत्र घेऊन खटले चालवले. त्यांच्या वकिली चातुर्यामुळे त्या सत्याग्रहींवरील बंडाचा गंभीर आरोप रद्द होऊन बिळाशी केसमधील सर्व आरोपींना अन्य किरकोळ गुन्ह्यांसाठी सौम्य स्वरूपाच्या शिक्षा झाल्या. कुलाबा (हल्लीचा रायगड) जिल्ह्यात चिरनेर येथे जंगल सत्याग्रहात झालेल्या हिंसाचारात ज्या सत्याग्रहींना अटक केली होती त्यांच्या बचावाचे काम कन्हैयालाल मुन्शी, डॉ. बाबासाहेब आंबेडकर, बाळ गंगाधर खेर यांच्याबरोबर दादासाहेब करंदीकर यांनी केले होते. यातून करंदीकरांची हुशारी स्पष्ट होते.

दादासाहेब करंदीकर टिळकांचे स्नेही सहकारी होते. तसेच त्यांचे म. गांधी यांच्याशीही जिव्हाळ्याचे संबंध होते. एक निष्णात वकील म्हणून सार्वजनिक जीवनातील त्यांचे स्थान अबाधित होते. त्यामुळे गांधी युगात त्यांची फरपट झाली, उपेक्षा झाली असे वाटत नाही. तसेच स्थानिक स्वराज्य संस्था, कायदेमंडळ यामधील सत्तेचे, निवडणुकांचे राजकारण यामध्ये ते गुरफटलेले, गुंतून पडलेले आढळत नाहीत. १९२१मध्ये न.चिं.केळकर, वामनराव पटवर्धन, प्रा.ग.र.अभ्यंकर यांनी पुणे येथे दक्षिणी संस्थानातील प्रजापक्षीय चळवळ संघटित करण्यासाठी हितकारिणी सभेची स्थापन केली. औंध, फलटण, भोर संस्थाने सातारा जिल्ह्याच्या सीमेलगत असूनसुद्धा करंदीकरांना प्रजापक्षीय चळवळीत फारसे स्वारस्य वाटले नाही. सातारा जिल्ह्यात

ब्राह्मणेतर चळवळ काही काळ अत्यंत प्रभावी होती. या चळवळीचे आधारस्तंभ कोल्हापूरचे राजर्षी शाहू छत्रपती महाराज काही निमित्ताने एकदा अचानक करंदीकरांच्या घरी गेले होते. त्यावेळी करंदीकरांनी शाहू महाराजांचे यथोचित स्वागत केले होते. परंतु, त्यानंतर सातारा जिल्ह्यातील ब्राह्मणेतर पक्षीय नेते भास्करराव जाधव, धनजीशा कूपर, प्रबोधनकार ठाकरे, केशवराव विचारे, भाऊराव पाटील इत्यादी नेत्यांशी करंदीकरांचे काही राजकीय संबंध निर्माण झाल्याचे आढळत नाही. मात्र, कर्मवीर भाऊराव पाटील यांच्या समाज परिवर्तन, शिक्षण प्रसार अशा प्रकारच्या कार्यात रावबहादूर रा. रा. काळे व दादासाहेब करंदीकर यांची भाऊराव व त्यांची रयत शिक्षण संस्था यांना सहानुभूती असून ते आपल्याला मदत करतात असा उल्लेख स्वत: कर्मवीरांनी १९३३ सालच्या महाराजा सयाजीराव गायकवाड यांच्या सातारा येथील शाहू बोर्डिंग भेटीच्या प्रसंगी केलेल्या स्वागतपर भाषणात केला होता. सार्वजनिक जीवनातील त्यांच्या कार्याला संस्थात्मक स्वरूप लाभले नाही. वकिली कामासाठी नागपुरला गेले असताना तेथेच त्यांचे २४ एप्रिल १९३५ रोजी निधन झाले. त्यानंतर केसरीने आपल्या दीर्घ अग्रलेखातून दादासाहेबांना भावपूर्ण श्रद्धांजली वाहिली. त्यांच्या निधनाने सातारा जिल्ह्याचा पालक हरपल्याची लोकभावना अग्रलेखात व्यक्त करण्यात आली होती. दादासाहेब करंदीकर यांच्या निधनानंतर काळाच्या ओघात त्यांच्या स्मृती पुसट होत होत सरतेशेवटी पार पुसल्या गेल्या.

(पूर्वप्रसिद्धी : नवभारत, प्राज्ञपाठशाळामंडळ, वाई, ऑगस्ट २०२१)

संदर्भ :

१) करंदीकर र. पां., Letters from England (1908) विलायतेहून धाडलेली पत्रे, प्रकाशक करंदीकर, वि. र., सातरा, १९३५

२) करंदीकर, वि. र., संकलक, कै. रघुनाथ पांडुरंग ऊर्फ दादासाहेब करंदीकर यांची दैनंदिनी, सातारा, १९६२.

३) गोखले, पु. पां., जागृत सातारा, आवृत्ती दुसरी, सातारा, १९६६.

४) फाटक, न. र., लोकमान्य, मुंबई, १९७२.

५) घोंगडे, शिवानी, महाराजा सयाजीराव आणि कर्मवीर भाऊराव पाटील (ई-बुक), औरंगाबाद, २०२१.

१३

मुंबई प्रांताचे पहिले प्रधानमंत्री सर धनजीशा कूपर

बाळ गंगाधर तथा बाळासाहेब खेर मुंबई प्रांताचे पहिले प्रधानमंत्री (Premier) किंवा पंतप्रधान (Prime Minister) होते, अशी सर्वसामान्य समजूत असल्याचे आढळते. काँग्रेस सत्तेवर येण्याचे निश्चित झाल्यावर मुंबई प्रांताचे प्रधानमंत्री म्हणून १९३७ साली व १९४६ साली बाळासाहेब खेर यांची निवड करण्यात आली होती, हे खरेच आहे. परंतु, १९३५च्या कायद्यानुसार १९३७ सालच्या प्रारंभी देशभर प्रांतिक कायदेमंडळाच्या निवडणुका पार पडल्यानंतर उद्भवलेल्या राजकीय – घटनात्मक पेचप्रसंगामुळे मुंबई प्रांतात स्थापन करण्यात आलेल्या अल्पमतातील सरकारचे नेतृत्व सातारचे उद्योजक सर धनजीशा बोमनजी कूपर यांनी केले होते. ते अल्पमतातील सरकार केवळ ११० दिवस सत्तेत होते. त्यामुळे अपघाताने का होईना पण सर धनजीशा कूपर हे मुंबई प्रांताचे पहिले प्रधानमंत्री ठरले. धनजीशा कूपर यांचा राजकारणातील प्रवेश, त्यांच्या नेतृत्वाचा उदय व विकास, त्यांची राजकीय ध्येयधोरणे आणि त्यांचा सार्वजनिक जीवनातील प्रभाव इ. बाबींची सखोल चर्चा होणे गरजेचे आहे.

भारतात क्रमवार हप्त्यांनी प्रगतिशील जबाबदार शासनव्यवस्था निर्माण करणे हे ब्रिटिश साम्राज्य सत्तेचे अंतिम ध्येयधोरण असल्याचे ब्रिटिश सरकारचे भारतमंत्री लॉर्ड माँटेग्यू यांनी २० ऑगस्ट १९१७ रोजी इंग्लंडच्या पार्लमेंटमध्ये घोषित केले होते. त्या ध्येयधोरणाची अंमलबजावणी करण्याच्या उद्देशाने ब्रिटिश पार्लमेंटने १९३५ साली हिंदुस्थान सरकारचा १९३५चा कायदा (Government of India Act of 1935) मंजूर केला. १९३५च्या कायद्याने निर्माण झालेली प्रांतिक स्वायत्ततेची राजवट हे भारतातील घटनात्मक सुधारणेच्या इतिहासातील महत्त्वाचे पाऊल होते. १९३५च्या कायद्यानुसार १९३७च्या प्रारंभी भारतातील सर्व अकरा प्रांतांत झालेल्या कायदेमंडळाच्या

निवडणुकीत काँग्रेसला मुंबई, मद्रास, संयुक्त प्रांत, बिहार, ओडिशा व मध्यप्रांत या सहा प्रांतात बहुमत मिळाले. परंतु, प्रांतांच्या गव्हर्नरांकडून ते आपल्या विशेष अधिकारांचा वापर करणार नाहीत असे काँग्रेसला पाहिजे असलेले आश्वासन न मिळाल्याने काँग्रेसने त्या प्रांतात मंत्रिमंडळे बनविली नाहीत. त्यामुळे त्या सहा प्रांतात तेथील गव्हर्नरांनी काँग्रेसेतर सभासदांची अल्पमतांची सरकारे स्थापन केली. १ एप्रिल १९३७ पासून भारतातील सर्व प्रांतांत नवीन कायद्याची अंमलबजावणी सुरू झाली.

धनजीशा कूपर यांची निवड :

१९३७ सालच्या निवडणुकीच्या वेळी मुंबई प्रांतांच्या कायदेमंडळाची एकूण सभासद संख्या १७५ होती. त्यांपैकी ८४ जागा काँग्रेसने जिंकल्या होत्या. काही समविचारी सभासदांचा पाठिंबा मिळवून मुंबई प्रांतांत आपले मंत्रिमंडळ बनविणे काँग्रेसला सहज शक्य होते. परंतु, तात्त्विक मतभेदामुळे काँग्रेसने मंत्रिमंडळ बनविले नाही. प्राप्त परिस्थितीत १९३५च्या कायद्यातील तरतुदीची अंमलबजावणी करण्यासाठी मुंबई प्रांताचे तत्कालीन गव्हर्नर मिशेल ह्युबर्ट रॅडाल्फ नॅकबुल ब्रेबॉर्न (Mitchel Hubert Radolf Knatchbull Brabourne) यांनी मुंबई कायदेमंडळातील ब्राह्मणेतर पक्षाचे ज्येष्ठ सदस्य साताराचे धनजीशा बोमनजी कूपर यांच्या नेतृत्वाखाली चार सदस्यांचे मंत्रिमंडळ स्थापन केले. त्या मंत्रिमंडळाला कायदे मंडळात बहुमताचा पाठिंबा नव्हता. त्या मंत्रिमंडळात धनजीशा कूपर-प्रधानमंत्री, ब्राह्मणेतर पक्षाचे सिध्दाप्पा तोताप्पा कमळी-शिक्षण, बॅ. जम्नादास मेहता-अर्थ व महसूल व हुसेनअली एम. रहिमतुल्ला स्थानिक स्वराज्य, असे खाते वाटप करण्यात आले होते. सर धनजीशा कूपर यांच्या नेतृत्वाखालील अल्पमतातील हे संमिश्र मंत्रिमंडळ १ एप्रिल १९३७ ते १९ जुलै १९३७ या कालावधीत फक्त ११० दिवस सत्तेत होते. त्या काळात कूपर मंत्रिमंडळाने घेतलेला महत्त्वाचा निर्णय म्हणजे स्वातंत्र्यवीर वि.दा. सावरकरांची बिनशर्त मुक्तता. त्यानुसार सावरकरांच्यावरील रत्नागिरीला राहण्याचा निर्बंध काढून टाकला. तसेच त्यांना हिंदू महासभेच्या कामासाठी अजमेर, जयपूर, लाहोर येथे जाण्यास परवानगी दिली गेली. १९३७ सालातील देशातील राजकीय-घटनात्मक पेचप्रसंगातील मुंबई प्रांतांचे पहिले प्रधानमंत्री होण्याचा बहुमान साताराचे सुपुत्र ब्राह्मणेतर पक्षाचे नेते सर धनजीशा बोमनजी कूपर (१८७८-१९४७) यांना मिळाला.

धनजीशा यांचे पूर्वायुष्य व सामाजिक पार्श्वभूमी :

धनजीशा कूपर हे पारशी होते. पारशी समाज हा आपल्या देशातील एक अल्पसंख्य समाज असून त्याची लोकसंख्या घटत चालल्याचे आढळते. पश्चिम

भारतात पारशी समाज प्रामुख्याने शहरी भागात आढळतो. व्यापार, उद्योगधंदे या क्षेत्रात धडाडीने प्रगती करणारा समाज असा पारशी लोकांचा लौकिक आहे. १८४० ते १८५५ या काळात पारशी समाजातील पाश्चात्त्य शिक्षण घेतलेल्या नव्या पिढीतील तरुणांनी युरोपीय लोकांच्या चालीरिती, शिष्टाचार यांचा स्वीकार केला. इ.स. १८६५ पर्यंत पाश्चात्त्यांच्या चालीरिती पारशी लोकांच्या चांगल्या अंगवळणी पडल्या. मुळात लहान लहान बेटांचा समूह असणाऱ्या मुंबईचे आधुनिक महानगरात स्थित्यंतर होण्यात पारशी लोकांचे योगदान अत्यंत महत्त्वाचे आहे. तथापि, पारशी उद्योजकांनी मुंबई प्रांतांच्या आंतरभागात ग्रामीण भागात प्रवेश केल्याची उदाहरणे फारशी आढळत नाहीत.

१८४८ साली हिंदुस्थानचा गव्हर्नर जनरल लॉर्ड डलहौसीने मराठ्यांचे सातारा राज्य खालसा करून टाकले. त्यानंतर ब्रिटिशांनी सातारा येथे आपला मिलीटरी कॅम्प उभारला. त्या कॅम्पच्या नित्य गरजा पुऱ्या करण्यासाठी वस्तूंचा व सेवांचा पुरवठा करण्याची मिलीटरी कॉन्ट्रक्ट्स नियमितपणे मिळविणारी काही कुटुंबे साताऱ्याला येऊन स्थायिक झाली. अशा कुटुंबांपैकी कूपर कुटुंब असावे असे अनुमान करता येते.

धनजीशा कूपर यांचा जन्म २ जानेवारी १८७८ला झाला. त्यांचे वडील सातारा येथील शासकीय मद्य गोदामात सुतारकाम करणारे गरीब पारशी होते. धनजीशा कूपर यांचे शिक्षण मॅट्रीकपर्यंत झाले होते. ते व बाबासाहेब आंबेडकर साताऱ्याच्या गव्हर्न्मेंट हायस्कूलमध्ये (आताचे प्रतापसिंह हायस्कूल) सहाध्यायी होते. धनजीशा यांनी मॅट्रीक झाल्यानंतर १९०९ ते १९१२ पर्यंतच्या काळात नोकरीधंदा करून स्वकष्टाने थोडीफार कमाई केली. धनजीशा कूपर व त्यांचे मित्र दत्तात्रय भागवत या दोघांनी पद्मसी पेपर मिल मध्ये काही काळ नोकरी केली. या पद्मसीकडे महाराष्ट्रातील काही जिल्ह्यांची अबकारी कंत्राटे होती. त्यांचे दैनंदिन कामकाज पाहण्यासाठी पद्मसी याने १९०२ साली धनजीशा कूपर यांना सातारा जिल्ह्यासाठी नियुक्त केले आणि दत्तात्रय भागवत यांना सोलापूर जिल्ह्यात पाठवले. भागवत यांना ते काम फारसे आवडले नाही. कूपर यांच्याबाबतीत मात्र ते 'वरदान' ठरले. पद्मसीकडे नोकरी करत असताना त्यांनी अबकारी कॉन्ट्रॅक्ट व्यवसायातील खाचाखोचा, खोलउथळ जाणून घेतले. ते स्वतः स्वतंत्रपणे लहानसहान मिलीटरी कॉन्ट्रॅक्ट घेऊ लागले. प्रारंभी कूपर मिलीटरीला लहान तंबू, अन्नपदार्थ व मद्य यांचा कंत्राटी पद्धतीने पुरवठा करत होते. हळूहळू त्यांना मोठी मिलीटरी कॉन्ट्रॅक्टसही मिळू लागली. अल्पावधीत कूपर सातारा जिल्ह्यातील प्रमुख मद्य पुरवठा करणारे कंत्राटदार झाले. जिल्ह्यातील सर्व प्रमुख

गावात कूपर यांची दारूची दुकाने सुरू झाली. दारूच्या धंद्यातील बरकतीमुळे धनजीशा हे सातारा जिल्ह्यातील एक बडं प्रस्थ बनलं. नोकरीधंदा करून मिळवलेल्या धनसंपत्तीमुळे कूपर यांच्या आयुष्याला स्थैर्य लाभले व त्यांची समाजातील पतही वाढली.

सार्वजनिक जीवनात प्रवेश :

सातारा शहरातील एक विख्यात कायदेपंडित व उदारमतवादी नेते रावबहाद्दूर रावजी रामचंद्र काळे यांच्या आग्रहामुळे धनजीशा कूपर यांनी १९१२ साली सातारच्या सार्वजनिक जीवनात प्रवेश केला. रावबहाद्दूर काळे यांनीच त्यांना राजकारणाची दीक्षा दिली. तेव्हापासून धनजीशांनी स्वत:ला सार्वजनिक कार्याला जुंपून घेतले. त्यामुळे त्यांच्यारूपाने सातारा शहर, जिल्हा व मुंबई प्रांतांत आपल्या कर्तृत्वाचा ठसा उमटविणारे एक प्रभावी राजकीय नेतृत्व उभे राहिले. अल्पावधीत धनजीशा कूपर सातारा शहराचे नगराध्यक्ष, जिल्हा लोकल बोर्डाचे प्रेसिडेंट, कूपर इंजिनिअरिंग वर्क्सचे संस्थापक आणि नंतर मुंबई प्रांतांचे प्रधानमंत्री झाले.

सातारा शहर नगरपालिका :

धनजीशा कूपर १९२० पासून १९३५ पर्यंत सातारा नगरपालिकेचे सभासद होते. १९२३-२४ ते १९३१-३२ या काळात ते सातारचे नगराध्यक्ष होते. रा.ब.काळे व कूपर या दोघांनी मिळून सातारा शहराचे व नगरपालिकेचे राजकारण हाताळले. त्यामुळे त्यांचा 'आधुनिक सातारा शहराचे शिल्पकार' असा उल्लेख केला जातो. त्यांचे राजकारण काकूचे (काळे-कूपर) राजकारण म्हणून ओळखले जाते. सातारा नगरपालिकेचे अध्यक्ष असताना धनजीशा कूपर यांनी सातारा येथे सक्तीचे मोफत प्राथमिक शिक्षण सुरू केले. काळे-कूपर यांच्यामुळे सक्तीचं मोफत प्राथमिक शिक्षण देणारी सातारा नगरपलिका ही देशातील पहिली नगरपलिका ठरली. मात्र, कालांतराने गुरू-शिष्यात मतभेद झाले. परिणामतः सातारा नगराध्यक्षपदाच्या निवडणुकीत काळे-कूपर सरळ लढत झाली. त्यात कूपर पराभूत झाले. परंतु, त्याच सुमारास सर रस्तुम जहांगीर वकील यांच्या निधनाने मुंबई इलाख्याच्या कार्यकारी मंडळातील रिकाम्या झालेल्या जागेवर कूपर यांना संधी मिळाली व ते मुंबई इलाख्याचे मंत्री झाले. ब्रिटिश सरकारने त्यांना नाईटहूड (Knighthood) बहाल केले. त्यामुळे ते 'सर धनजीशा कूपर' झाले. त्यानंतर त्यांनी जेव्हा साताऱ्याला भेट दिली तेव्हा नगराध्यक्ष रावबहाद्दूर काळे यांच्या हस्ते त्यांना मानपत्र देण्यात आले.

सातारा शहराचे शिल्पकार या नात्याने धनजीशा कूपर यांनी सातारा जिमखाना,

रोटरी इंटरनॅशनलची सातारा शाखा आणि सातारा येथील अभिरक्षा गृह (रिमांड होम) या संस्थांच्या वाढीला, विकासाला चालना दिली.

ब्राह्मणेतरांचे राजकारण :

धनजीशा कूपर हे अत्यंत व्यवहारदक्ष, चाणाक्ष राजकारणी व चतुर मुत्सद्दी होते. सत्तेच्या माध्यमातून व ब्रिटिश राज्यकर्त्यांशी सलोखा राखून समाजकारण, कृषीविकास व औद्योगिकीकरण या तीन क्षेत्रात जमेल तेवढे काम करण्याची त्यांची दृष्टी होती. त्यामुळे त्यांनी अन्य पारशी लोकांप्रमाणे मुंबईत न राहता सातारा जिल्ह्याच्या ग्रामीण भागात काम करून महाराष्ट्रातील कृषिऔद्योगिक विकासाची मुहूर्तमेढ रोवली.

ग्रामीण महाराष्ट्रातील अडाणी, कष्टकरी बहुजन समाजात जागृती करण्याचे काम म. फुले यांनी सुरू केलेल्या सत्यशोधक चळवळीने सर्वप्रथम केले. परंतु म. जोतिबा फुले व सावित्रीबाई फुले यांच्या निधनानंतर सत्यशोधक चळवळ मृतप्राय झाली होती. मात्र, १९११ साली राजर्षी छत्रपती शाहू महाराजांच्या प्रेरणेने व पाठिंब्याने भास्करराव जाधव यांच्या पुढाकाराने पुणे येथे सत्यशोधक समाजाची एक परिषद भरली व त्यातून सत्यशोधक चळवळीचे पुनरुज्जीवन झाले. त्यानंतर दरवर्षी सत्यशोधकांच्या परिषदा भरू लागल्या. प्रारंभी सातारा जिल्ह्यात सत्यशोधक चळवळीचा मागमूसही नव्हता. परंतु, १९१८ सालापर्यंत सातारा जिल्हा सत्यशोधक चळवळीचा बालेकिल्ला बनला होता. धनजीशा कूपर सत्यशोधक चळवळीचे हितचिंतक व पाठीराखे होते. भाऊराव पाटील, केशवराव विचारे, प्रबोधनकार के. सी. ठाकरे इत्यादींच्या सहवासामुळे कूपर यांना सत्यशोधक समाजाच्या व चळवळीच्या विचारसरणीचा चांगला परिचय झाला होता. छ. शाहू महाराजांच्या निधनानंतर सातारा रोड पाडळी येथील सत्यशोधक जलशांना व कार्यकर्त्यांना धनजीशा कूपर यांनी उदार आश्रय दिला.

ब्रिटिश सरकारचे भारतमंत्री लॉर्ड माँटेग्यू यांनी २० ऑगस्ट १९१७ रोजी ब्रिटिश संसदेत हिंदुस्थानातील भावी घटनात्मक सुधारणांबाबतची महत्त्वपूर्ण घोषणा केली. महायुद्ध समाप्तीनंतर हिंदुस्थानला घटनात्मक सुधारणा व राजकीय हक्कांचा एक हप्ता देण्यात येईल असे या घोषणेत सुचित करण्यात आले होते. त्यामुळे देशातील विविध समाजघटकांत राजकीय जागृतीला चालना मिळाली. कोल्हापूरचे राजर्षी छत्रपती शाहू महाराज यांनी महाराष्ट्रातील खेडोपाडी विखुरलेल्या अडाणी, कष्टकरी बहुजन समाजाला येऊ घातलेल्या घटनात्मक सुधारणा, लोकशाही हक्क यांचा लाभ घेऊन राज्यकारभारात सहभागी होता यावे म्हणून त्यांच्यात राजकीय आकांक्षा निर्माण करण्याचे मौलिक कार्य केले. सत्यशोधक चळवळीला राजकीय वळण देण्यात आले.

शाहू महाराजांच्या प्रेरणेने १९२० साली ब्राह्मणेतर पक्षाची स्थापना करण्यात आली. सत्यशोधक समाजाची विचारसरणी, सत्यशोधक चळवळीचे संघटन व कार्यकर्त्यांचे जाळे यांच्या आधाराने ब्राह्मणेतर पक्ष झपाट्याने वाढला. सर्व सत्यशोधक ब्राह्मणेतर पक्षात सामील झाले. परंतु, ब्राह्मणेतर पक्षातील सर्व नेते, सभासद सत्यशोधक विचारसणीचे होते असे नव्हते. तत्कालीन राजकीय परिस्थितीचा अंदाज घेऊन धनजीशा कूपर ब्राह्मणेतर पक्षात दाखल झाले. अल्पावधीत सातारा जिल्ह्यातील ब्राह्मणेतर पक्षावर कूपर यांचे वर्चस्व प्रस्थापित झाले. मात्र, कालांतराने सातारा जिल्हा ब्राह्मणेतर पक्षाच्या नेत्यात मतभेद निर्माण होऊन पक्षात गटबाजी झाली. त्याच सुमारास कूपर यांचे रावबहाद्दूर काळे यांच्याशी मतभेद झाले. त्यामुळे धनजीशा कूपर यांनी जिल्ह्यातील आपले राजकीय नेतृत्व व वर्चस्व टिकवून ठेवण्यासाठी आणि प्रांतिक राजकारणातील स्वतःचे स्थान अबाधित राहण्यासाठी सातारा जिल्ह्यात स्वतःचा राजकीय गट बांधला. तो गट 'कूपर पार्टी' या नावाने ओळखला जात होता.

कूपर पार्टी :

कूपर पार्टीत प्रामुख्याने सावकार, जमीनदार, सरंजामदार अशा अभिजनांचा समावेश होता. कूपर यांच्या त्या गोतावळ्यात साताराचे सरदार रा. र. पंडितराव, कराडाचे सय्यद दादामिया जकाते, विट्याचे विठोबा पाटील, इस्लामपूरचे युसूफभाई मोमीन, सावकार, वाईचे पापामिया, रहिमतपूरचे चिमणराव माने, कोळे कराडचे रा. आण्णाप्पा कल्याणी, चोऱ्याचे काकासाहेब साळुंखे, पाडळीचे केशवराव विचारे, म्हसवडचे वशीवल्ला काझी इ.चा समावेश होता. कूपर पार्टीच्या राजकारणाचे स्वरूप सरंजामशाहीचे होते. कूपर पार्टीचा सातारा जिल्ह्याच्या राजकारणावर १९२० नंतर जवळजवळ दोन दशके मोठा प्रभाव होता. जिल्ह्यातील सर्व नगरपालिका, जिल्हा लोकल बोर्ड, स्कूल बोर्ड इ. संस्था दीर्घ काळ कूपर पार्टीच्या वर्चस्वाखाली होत्या.

धनजीशा कूपर यांनी ब्राह्मणेतर पक्षाचे व स्वतःचे राजकीय सामर्थ्य तसेच रावबहाद्दूर काळे यांच्या प्रागतिक पक्षाचे सहकार्य यांच्या जोरावर साताराचे नगराध्यक्ष, सातारा जिल्हा लोकल बोर्डचे प्रेसिडेंट, जिल्हा स्कूल बोर्डाचे चेअरमन, मुंबई प्रांतिक कायदेमंडळाचे सभासद, मंत्री, गव्हर्नरच्या कार्यकारी मंडळाचे सदस्य आणि सरतेशेवटी मुंबई प्रांताचे प्रधानमंत्री अशी राजकीय जीवनातील बहुतेक सर्व महत्त्वाची पदे भूषविली.

सातारा शहर व जिल्ह्याच्या राजकीय जीवनातील एखाद्या अनभिषिक्त राजासारखे स्थान असणाऱ्या धनजीशा कूपर यांना काही वेळा पराभव पत्करावा लागला. १९२६ च्या प्रांतिक कायदेमंडळाच्या निवडणुकीत भाऊराव पाटील व प्रबोधनकार के.सी. ठाकरे या ब्राह्मणेतर नेत्यांनी कूपर यांना उघड विरोध केल्यामुळे त्यांचा पराभव झाला.

एक वेळ सातारच्या नगराध्यक्ष पदाच्या चुरशीच्या निवडणुकीत कूपर हे रावबहाद्दूर काळे यांचेकडून केवळ एका मताने पराभूत झाले होते. सातारा जिल्हा स्कूलबोर्डाच्या चेअरमनच्या निवडणुकीत ब्राह्मणेतर पक्षाचे श्री. भाऊसाहेब कुदळे यांचेकडून धनजीशा कूपर पराभूत झाले होते.

कर्मवीर भाऊराव पाटील- कूपर मतभेद :

धनजीशा कूपर आणि भाऊराव पाटील हे दोघेही ब्राह्मणेतर पक्षाचे मान्यवर नेते होते. तथापि, बहुजन समाजाचे शिक्षण याला प्राधान्य देण्याच्या मुद्द्यावरून दोघात तीव्र मतभेद झाले. कर्मवीर भाऊराव पाटील यांची वैचारिक जडणघडण कोल्हापुरात शाहू छत्रपतींच्या काळात झाल्याने त्यांच्या क्रांतिकारी सामाजिक सुधारणा कार्यांमुळे भाऊराव अत्यंत प्रभावीत झाले होते. बहुजन समाजाचे शिक्षण हे त्यांनी आपले जीवित कार्य मानले होते. त्याला मदत व्हावी म्हणून त्यांनी काही काळ लक्ष्मणराव किर्लोस्कर यांच्या कंपनीचे विक्रेते म्हणून काम केले होते. परंतु, आपले उद्दिष्ट सफल होत नसल्याचे पाहून भाऊराव पाटील यांनी किर्लोस्करचा निरोप घेतला. त्यानंतर धनजीशा कूपर यांच्या मदतीने १९२२च्या सप्टेंबरमध्ये सातारारोड-पाडळी येथे भागीदारीत कूपर कारखान्याची सुरुवात करण्यात आली. कारखाना सुरू करतेवेळी नफ्यातील काही हिस्सा बहुजनसमाजाच्या शिक्षणासाठी खर्च करण्याचे कूपर यांनी भाऊरावांना आश्वासन दिले होते. परंतु, प्रत्यक्ष कारखान्याला नफा होऊ लागल्यावर कूपरशेटजींनी आपले आश्वासन पाळण्याचे नाकारले. त्याचा भाऊराव पाटील यांना भयंकर राग आला. त्यांनी कूपर कारखान्यातून बाहेर पडण्याचा निर्णय घेतला. कूपर कारखान्यात असतानाच भाऊराव पाटील यांची प्रबोधकार के. सी. ठाकरे यांच्याशी ओळख होऊन त्याचे प्रगाढ मैत्रीत रूपांतर झाले होते. बहुजन समाजाच्या शिक्षणाला चालना देण्यासाठी भाऊराव पाटील यांनी १९१९ साली काले (ता. कराड) येथे रयत शिक्षण संस्थेची स्थापना केली होती. १९२४ साली सातारा येथे छत्रपती शाहू बोर्डिंगची स्थापना करून त्यांनी रयत शिक्षण संस्थेच्या कामकाजाचे मुख्यालय सातारा येथे सुरू केले.

कूपर कारखान्यातून बाहेर पडल्यानंतर भाऊराव पाटील यांनी सातारा जिल्हा लोकल बोर्ड व सातारा नगरपालिका यांच्या राजकारणात कूपरशाहीला सतत विरोध केला. कूपर पार्टीला उघडपणे ठाम विरोध करून जिल्हा लोकल बोर्डात दोन वेळा बहुजन समाजाचा प्रेसिडेंट करण्यात भाऊराव पाटील यशस्वी झाले. तथापि, धनजीशा कूपर मुंबई प्रांताचे प्रधानमंत्री झाल्यानंतर वैयक्तिक राग-लोभ बाजूला ठेवून त्यांचा भव्य सत्कार भाऊराव पाटील यांनी धनिणीच्या बागेत केला. त्या समारंभात बोर्डिंगचा

एक विद्यार्थी लक्ष्मण विचारे यांच्या हस्ते प्रधानमंत्री सर कूपर यांना पुष्पहार घालण्यात आला होता.

मंत्रिपदाचा कार्यकाळ :

१९१९च्या माँटेग्यू-चेम्सफर्ड सुधारणा कायद्यानुसार हिंदुस्थानातील प्रांतिक सरकारच्या कारभारात अंशतः जबाबदारीचे तत्त्व स्वीकारण्यात आले. त्यासाठी प्रांतांच्या कारभारात व्दिदल राज्यपद्धतीचा (Dyarchy) स्वीकार करण्यात आला. व्दिदल राज्यपद्धतीचा घटनात्मक प्रयोग १९२१ ते १९३७ अशी सोळा वर्षे अंमलात आला. व्दिदल राज्यपद्धतीमध्ये प्रांतिक सरकारच्या कक्षेतील राज्यकारभाच्या खात्याचे राखीव व सोपीव असे दोन विभाग करण्यात आले होते. राखीव खात्याचा करभार गव्हर्नर व त्याचे कार्यकारी मंडळ यांनी पहावा. सोपीव खात्यांबाबत मात्र गव्हर्नर कायदेमंडळाच्या सदस्यांतून निवडलेल्या आणि कायदेमंडळाला जबाबदार असलेल्या मंत्र्यांच्या मदतीने राज्यकारभार पाहील असे ठरविण्यात आले होते. राज्यकारभारातील महत्त्वाची खाती उदा. महसूल, अर्थ राखीव होती. मात्र, स्थानिक स्वराज्यसंस्था, आरोग्य, शिक्षण इत्यादींसारखी कमी महत्त्वाची खाती सोपीव होती. प्रांतिक राज्यकारभारातील या पद्धतीला 'व्दिदल राज्यपद्धती' असे म्हटले जात होते.

धनजीशा कूपर १९२० ते १९४० अशी तब्बल २० वर्षे मुंबई प्रांतिक कायदेमंडळाचे सभासद होते. ते ब्राह्मणेतर पक्षाचे सभासद व नेते होते. १९३३-३४ साली त्यांना मुंबई प्रांतिक सरकारमध्ये स्थानिक स्वराज्य संस्था खात्याचे मंत्री होण्याची संधी मिळाली. त्यांनी प्रांतिक कायदेमंडळात मुंबई म्युनसिपल ॲक्ट अमेण्डमेंट, पाचगणी टाऊन प्लॅनिंग, पंचायत, ग्रामसुधार, पंढरपूर, नाशिक नगरपालिका निवडणुकांची नियमावली इत्यादी विषयांवरील चर्चेत सक्रिय सहभाग घेतल्याची विधीमंडळ इतिवृत्तांत नोंद आढळते. १९३५ ते १९३७ या काळात कूपर यांना मुंबई प्रांताच्या गव्हर्नरच्या कार्यकारी मंडळाचा सभासद या नात्याने अर्थ व महसूल या महत्त्वाच्या राखीव खात्यांचा कारभार पाहण्याची संधी मिळाली. धनजीशा कूपर यांनी १९३५-३६चा अर्थसंकल्प कायदे मंडळास सादर केला. त्या अर्थसंकल्पात दोन लाख रुपये तूट दाखवली होती. परंतु, त्या आर्थिक वर्षाच्या अखेरीस अंदाज पत्रकीय तूट सत्तावीस लाख रुपये झाल्याचे त्यांना कबूल करावे लागले. अंदाज पत्रकीय तूट एवढ्या मोठ्या प्रमाणात वाढण्याची दोन प्रमुख कारणे होती. त्यांपैकी पहिले कारण १९३१-१९३४ या काळात वसुलीत सूट दिल्यामुळे सरकारच्या जमीन महसुलात मोठी तूट आली होती. दुसरे कारण उद्योगधंद्यातील मंदीची लाट ओसरली असली तरी मंदी पूर्णपणे संपलेली नव्हती.

धनजीशा कूपर यांनी प्रांतिक सरकारमध्ये एकूण तीन वर्षे राखीव व सोपीव

अशा दोन्ही प्रकारच्या खात्यांचा कारभार कार्यक्षमतेने सांभाळला. १९३७ साली देशात निर्माण झालेल्या राजकीय-घटनात्मक पेचप्रसंगामुळे धनजीशा कूपर यांना मुंबई प्रांताचा पहिला प्रधानमंत्री होण्याची संधी लाभली आणि त्यांनी अल्पमतातील चार सदस्यीय संमिश्र मंत्रिमंडळाचे नेतृत्व करून ११० दिवस मुंबई प्रांताचा कारभार हाकला.

कूपर कारखाना :

१९२२ ते १९४४ या २२ वर्षांच्या कालखंडात धनजीशा कूपर यांनी एक उद्योजक म्हणून बजावलेली कामगिरी निःसंशय प्रशंसनीय आहे. लक्ष्मणराव किर्लोस्कर आणि शेठ वालचंद हिराचंद यांच्याशी असलेल्या जवळीकीमधून त्यांनी औद्योगिकीकरण सुरू केले. त्यामुळे पश्चिम महाराष्ट्रात कारखानदारी विकसित झाली आणि लोकांच्यासाठी रोजगाराच्या संधी उपलब्ध झाल्या. पहिल्या महायुद्धानंतर भारतीय उद्योगधंद्याच्या वाढीला प्रोत्साहन देण्याचे नवे धोरण ब्रिटिश सरकारने स्वीकारल्याची घोषणा करण्यात आली. सरकारने सर दोराबजी टाटा, सर फाझलभाई करीमभाई आणि सर आर.एन. मुखर्जी अशा हिंदी उद्योजकांचे एक कमिशन नियुक्त करून भारतीय उद्योगधंद्याच्या वाढीसाठी काय करणे आवश्यक आहे? याबाबतच्या सूचना मागवल्या. १९१८च्या सुमारास धनजीशा कूपर यांना त्या कमिशनचा अहवाल पहायला मिळाला. त्यांनी सर दोराबजी टाटा यांची कारखानदारी स्वतः पाहिली होती. त्यामुळे आपल्या देशात उपलब्ध असलेल्या साधसामग्रीचा उपयोग करून येथे औद्योगिकीकरण करण्याचा विचार त्यांच्या मनात बळावला.

सातारा रोड रेल्वे स्टेशनजवळ पाडळी गावात सुरू झालेल्या 'कूपर इंजिनिअरिंग वर्क्स' कारखान्याचे धनजीशा कूपर हेच जनक होते. १९२२ साली सप्टेंबर महिन्यात गणेश चतुर्थीच्या मुहूर्तावर हा कारखाना सुरू झाला. प्रारंभीचे त्याचे नाव 'सातारा इंडस्ट्रीयल वर्क्स' असे होते. सहा वर्षांनंतर ८ सप्टेंबर १९२८ रोजी कंपनीचे नाव बदलून 'कूपर इंजिनिअरिंग वर्क्स' असे नाव ठेवण्यात आले.

कूपरच्या या कारखान्यात प्रारंभी लोखंडी नांगर, ऊसाचे चरक, शेंगा फोडण्याचे यंत्र, मोटेची चाके, रहाट, तेलाचे घाणे, इ. शेतकऱ्यांना लागणाऱ्या औजारांची निर्मिती होत होती. १९३०च्या सुमारास हिंदुस्थानातील उद्योगक्षेत्रावर मंदीचे सावट पडू लागले होते. त्याच्यावर मात करण्यासाठी डिझेल इंजिनची निर्मिती करण्याचा धनजीशांनी निर्धार केला. १९३३ पासून कूपर कारखान्यात डिझेल इंजिनची निर्मिती करणारे पहिले भारतीय कारखानदार म्हणून धनजीशा कूपर यांचे नाव घेतले जाते. परंतु, भारतात डिझेल इंजिनची सर्वप्रथम निर्मिती करणारे किर्लोस्कर की कूपर याबाबत आजही मतभिन्नता असल्याचे आढळते. कूपर यांच्या कारखान्यात फार पूर्वी

ऑटोमोबाईल इंजिन तयार करण्यात आले होते. १९२६ साली महाबळेश्वर येथे मुंबई इलाख्याच्या गर्व्हनरच्या गाडीला कूपर कारखान्यात तयार झालेले ऑटोमोबाईल इंजिन बसवून धनजीशांनी त्याची यशस्वी चाचणी घेतली. तो एक आनंदाचा व अभिमानाचा क्षण होता. तेव्हापासून पश्चिम महाराष्ट्रात ऑटोमोबाईल युगाचा प्रारंभ झाला असे मानले जाते. धनजीशा कूपर यांचा प्रिमियर ऑटोमोबाईल निमिर्तीचा महत्त्वाकांक्षी प्रकल्प मुळात सातारा जिल्ह्यात साकारणार होता. परंतु, धनजीशांच्या एकुलत्या एक मुलाच्या अकाली निधनामुळे ह्या प्रकल्पाचे स्थलांतर करण्यात आले.

दुसऱ्या महायुद्धापूर्वी धनजीशा कूपर व वालचंद हिराचंद यांच्यात उद्योगधंद्याच्या वाढीसाठी एक करार करण्यात आला होता. त्यामुळे दुसऱ्या महायुद्ध काळात वालचंद शेठ यांच्या सहकार्याने कूपर कारखाना उर्जितावस्थेला आला. १९४०च्या दशकात कूपर कारखान्यात डिझेल इंजिन प्रमाणेच पॉवरलूम, साधेलूम व मशिनटूल्स तयार होऊ लागले. दुसऱ्या महायुद्ध काळात मशिनटूल्सच्या निर्मितीसाठी कूपर कारखान्याने अल्फ्रेड हर्बर्ट कंपनीबरोबर सहकार्य केले होते. अल्फ्रेड हर्बर्ट कंपनीच्या लेथमशीनप्रमाणे कूपर कारखान्यात लेथमशीन तयार करण्यात आले. परंतु, काही कारणाने कूपर कारखान्याने लेथमशीन व ड्रीलिंग मशीन यांची निर्मिती बंद केली. १९३०-४० या दशकात कूपर कारखान्यात भारतातील पहिल्या हाय प्रिसीजन शेपिंग मशिनची निर्मिती करण्यात आली. अल्पावधीत त्या शेपिंग मशिनने कमालीची लोकप्रियता मिळविली. कूपर कारखान्याने फाऊंड्री उद्योगातही स्वत:ची छाप पाडून त्यात उच्च दर्जा प्राप्त केला.

अखेरचे दिवस :

मुंबई राज्याच्या प्रधानमंत्री पदावरून पायउतार झाल्यानंतर सर धनजीशा कूपर यांच्या सार्वजनिक जीवनातील प्रभावाला ओहोटी लागली. कोणी कितीही धुरंधर राजकारणी असला तरी राजकारणातील त्यांचे वर्चस्व कायम टिकून राहत नाही. राजकारणातील प्रत्येकाची सद्दी ठरावीक काळच असते, असा इतिहासाचा दाखला आहे. यशवंतराव चव्हाणांच्या पुढाकाराने कॉंग्रेसने कूपर पार्टीचा पराभव करून सातारा जिल्ह्यातील सर्व सत्तास्थाने आपल्या वर्चस्वाखाली आणली. प्रांतिक कायदे मंडळाच्या १९३७च्या निवडणुकीनंतर मुंबई प्रांतातील ब्राह्मणेतर पक्ष नामशेष झाला. १९४४ साली धनजीशा कूपर यांच्या नरीमन या एकुलत्या एक मुलाचा अकाली अपघाती मृत्यू झाला. या धक्क्यातून सर कूपर कधीच सावरू शकले नाहीत. त्या घटनेनंतर ते सार्वजनिक जीवनातून जवळजवळ निवृत्त झाले होते. दिनांक २९ जुलै १९४७ रोजी मुंबई येथे ताजमहाल हॉटेलमध्ये सर धनजीशा कूपर यांचे निधन झाले.

धनजीशांचे राजकीय स्थान :

सर धनजीशा कूपर तीन दशकांपेक्षा अधिक काळ सार्वजनिक जीवनात वावरले. पद्मसीकडची नोकरी व दारू गुत्त्यांचा व्यवसाय यातून त्यांना प्रचंड धनसंपदा मिळाली. त्यामुळे त्यांची समाजात प्रतिष्ठा वाढली. कूपर हे तत्कालीन सातारा जिल्ह्यातील एक बडे प्रस्थ बनले. त्या आपल्या स्थानाच्या आधारे कूपरनी राजकीय जीवनात प्रवेश केला. राजकारणात यशस्वी डावपेच लढून स्वतःला महत्त्वाची सत्तास्थाने प्राप्त केली. त्यांनी दूरदृष्टीने आपल्या सत्तास्थानांचा उपयोग आपल्या व्यापारी हितसंबंधांचे संवर्धन आणि उद्योधंद्यांची वाढ यांच्यासाठी केला. ते तहहयात ब्रिटिश राजवटीचे निष्ठावान पाईक होते. आपला देश ब्रिटिश राजवटीच्या जोखडातून मुक्त होण्याच्या काही दिवस अगोदरच सर कूपर जग सोडून गेले. सर कूपर प्रधानमंत्री असताना आपले जिवलग मित्र व नामवंत शिक्षक कृ. भा. बाबर यांच्याशी केलेल्या संभाषणात त्यांनी आपल्या राजकारणाचे सूत्र पुढील शब्दांत स्पष्ट केले.

''मला सातारा जिल्ह्यातून फारसे काही मिळवायचे नाही. फक्त पुढारपण मिळवायचे आहे. या पुढारीपणामुळे सरकार दरबारी माझे जे वजन वाढत आहे, त्याचा मला अन्यत्र फायदा होतो आहे. कारखान्याचा माल खपवण्यास व इतरही व्यापारी उद्योग करण्यास मला त्याचा उपयोग होतो. मुंबई सरकार आणि मद्रास सरकार त्या दृष्टीने मला चांगली मदत करीत आहे. सातारा जिल्ह्यात वाढलेली माझी पत मला ही अशी उपयोगी पडते....'' (बाबर कृ. भा., एका शिक्षकाची कथा, पृ.१४२) सर धनजीशा कूपर यांचे ब्रिटिश धार्जिणे राजकीय धोरण आणि सातारा जिल्ह्यालगत औंध संस्थानच्या हद्दीत असलेले समकालीन उद्योजक किर्लोस्कर व ओगले यांचे राष्ट्रीय चळवळीला अनुकूल असलेले राजकीय धोरण यांच्यातील विरोधाभास सहज जाणवणारा आहे. कूपर यांच्या निधनानंतर त्यांचा कारखाना व अन्य व्यवसाय यांना अवकळा आली. मात्र, सर धनजीशा कूपर यांचे व्यक्तिमत्त्व बहुआयामी होते आणि त्यांचे कार्यकर्तृत्व अविस्मरणीय आहे याकडे दुर्लक्ष करता येणार नाही.

(पूर्वप्रसिद्धी : मा. प्राचार्य आर. डी. गायकवाड गौरव ग्रंथ : शोध इतिहासाचा भाग १ (संपादक) डॉ. अरुण भोसले व इतर, सातारा, २०१६).

संदर्भ :

१) गुजर, जयवंत, सहस्रकातील वेगळा पारशी सर धनजीशा कूपर, पुणे, २००३
२) फडके, य. दि. विसाव्या शतकातील महाराष्ट्र, खंड : ३ व ४, पुणे, १९९३

१४

क्रांतिसिंह नाना पाटील आणि सातारचे प्रतिसरकार

स्वातंत्र्य आंदोलनाच्या अंतिम पर्वात सातारा जिल्ह्यात क्रांतिसिंह नाना पाटलांचे स्थान एखाद्या अनभिषिक्त सम्राटासारखे होते. 'चले जाव'च्या चळवळीला त्या जिल्ह्यात व्यापक जनआंदोलनाचे स्वरूप देणारे ते कुशल सेनापती होते. १९४२च्या चळवळीच्या उत्तरार्धात नाना पाटलांच्या नावाने सातारा जिल्ह्यात प्रतिसरकारची द्वाही फिरविण्यात आली. सातार्‍याचे प्रतिसरकार म्हणजे क्रांतिसिंह नाना पाटील व नाना पाटील म्हणजेच सातारा जिल्ह्यातील प्रतिसरकार अशी तत्कालीन मराठी समाजाची धारणा होती. मुंबई प्रांताचे ब्रिटिश राज्यकर्ते आणि सातारा जिल्ह्यातील सनदी व पोलिसअधिकारी यांनी नाना पाटलांना पकडण्याचे सतत प्रयत्न केले. त्यांना पकडून देण्यासाठी किंवा पकडण्याच्या कामी मदत करण्यासाठी सरकारने पाच हजार रुपयांचे इनाम जाहीर केले होते. क्रांतिसिंहांना गिरफ्तार करणे व सातारा जिल्ह्याच्या दक्षिण भागातील नाना पाटीलप्रणित प्रतिसरकारच्या हालचालींचा बीमोड करणे यासाठी १९४५च्या सुमारास सातारा जिल्ह्यात, सिंध प्रांतातील हूर लोकांच्या उठावाचा यशस्वी बंदोबस्त करणार्‍या, मूर गिलबर्ट या अधिकार्‍याची अतिरिक्त पोलिसअधीक्षक म्हणून नियुक्ती करण्यात आली होती. गिलबर्टच्या नेतृत्वाखाली सशस्त्रपोलिसांनी व ब्रिटिश लष्कराने सातारा जिल्ह्यातील आपली कामगिरी फत्ते करण्यासाठी थैमान घातले. पण नाना पाटील त्यांच्या हाती पडले नाहीत. चळवळीचे स्फूर्तिदाते नाना पाटील यांना पकडून कैद केल्याशिवाय सातारा जिल्ह्यातील चळवळ संपुष्टात येणार नाही अशी राज्यकर्त्यांनी मनाशी पक्की खुणगाठ बांधली होती. 'चले जाव'च्या चळवळीत इतकी महत्त्वाची भूमिका ज्यांनी बजावली त्या नाना पाटलांच्या चळवळीतील स्थानाच्या आणि भूमिकेच्या मापनाविषयी अजूनही प्रश्न निर्माण केले जातात. नाना पाटील हाच चळवळीचा केंद्रबिंदू होता हे त्याचे एक मापन! तर त्यांचे स्थान व भूमिका दुय्यम

स्वरूपाची होती हे दुसरे मापन. यांपैकी पहिले मापन हे कसे यथायोग्य आहे व दुसरे मापन हे खरे तर त्यांच्या कार्याचे कसे चुकीचे मापन आहे, त्याचप्रमाणे हे चुकीचे मापन अभ्यासक व कार्यकर्ते यांच्याकडून का पुढे येते, या मुद्द्यांची चर्चा करण्याचा प्रयत्न प्रस्तुत लेखात केला आहे.

१९४२ पूर्वीचे कार्य :

सामान्य शेतकरी कुटुंबात जन्मलेले, व्हर्नाक्युलर फायनल पर्यंत शिक्षण झालेले नाना पाटील सुरुवातीपासून चळवळ्या पिंडाचे होते. खेडूत जनतेला प्रभावित करणाऱ्या अमोघ वक्तृत्वाची त्यांना देणगीच लाभली होती. तलाठ्याची नोकरी पत्करून त्यांनी आपल्या जीवनाची सुरुवात केली. त्यावेळी बहुजनसमाजात जागृती करणाऱ्या सत्यशोधक चळवळीचा सातारा जिल्हा बालेकिल्ला बनला होता. तरुण नाना पाटील सत्यशोधक चळवळीकडे ताबडतोब आकर्षिले गेले. अल्पावधीत त्यांनी स्वत:ला त्या चळवळीत झोकून दिले. ब्राह्मणेतर पक्षाचे उमेदवार भास्करराव जाधव यांच्या कौन्सिल निवडणूक प्रचारात नाना पाटलांनी बहुमोल कामगिरी केली. सत्यशोधक चळवळीच्या प्रचारकार्यातही नाना पाटलांनी आपल्या प्रभावी वक्तृत्वाने महत्त्वाची भूमिका बजावली. त्यामुळे त्यांची लोकप्रियता वाढली, जनमानसातील स्थान बळकट झाले व व्यापक जनसंपर्क प्रस्थापित झाला. सत्यशोधक चळवळीतील कार्यामुळेच नाना पाटलांच्या नेतृत्वाला सामाजिक पाया मिळाला व त्यांच्या भावी नेतृत्वाची पायाभरणी झाली.

१९३०च्या कायदेभंगाच्या चळवळीच्या वेळी महाराष्ट्रातील बहुजनसमाज महर्षी वि. रा. शिंदे, केशवराव जेधे, दिनकरराव जवळकर, भाऊराव पाटील, नाना पाटील, आत्माराम पाटील आदींच्या नेतृत्वाखाली स्वातंत्र्यचळवळीत सहभागी झाला. सत्यशोधक नाना पाटील राष्ट्रीय चळवळीचे निष्ठावान पाईक बनले. हे परिवर्तन दूरगामी परिणाम घडविणारे ठरले. स्वातंत्र्यचळवळीत प्रवेश केल्याबरोबर त्यांनी स्वत:च्या कल्पनेप्रमाणे गावोगावच्या चावडीवर 'गांधी महाराज की जय' अशी घोषणा करत तिरंगी झेंडा उभारण्याची अभिनव चळवळ हाती घेतली. आपल्या प्रभावी वक्तृत्वशैलीने खेडूत जनतेत राष्ट्रीय जागृती निर्माण करण्याचे कार्य केले. रेठरे धरण येथील गाजलेल्या जंगल सत्याग्रहात बापूसाहेब देशमुख यांच्याबरोबर प्रमुख नेते म्हणून त्यांनी भाग घेतला. सविनय कायदेभंग आंदोलनाच्या दुसऱ्या पर्वाच्या प्रारंभी सरकारने नाना पाटलांना दोन महिने डिटेन करून ठेवले व नंतर पॅरोलवर सोडले. परंतु, पॅरोल मोडल्याबद्दल त्यांना ६ महिने शिक्षा व १०० रु. दंड झाला. त्यानंतर त्यांना कायदेभंग केल्याबद्दल एक वर्ष सक्तमजुरीची शिक्षा ठोठावण्यात आली. १९३०च्या राष्ट्रीय

आंदोलनात नाना पाटलांना दीर्घ कारावास भोगावा लागला व त्याचबरोबर हालअपेष्टा, अतोनात कष्ट सोसावे लागले.

कायदेभंगाची चळवळ संपल्यावर बहुतेक सर्वजण आपापल्या संसार, प्रपंचाला लागले. परंतु, नाना पाटलांनी प्रपंचावर तुळशीपत्र ठेवून स्वतःला राष्ट्रकार्याला वाहून घेतले. शांतता काळात काँग्रेसच्या प्रौढ–साक्षर मोहिमेत प्रचारक बनून त्यांनी मोराळे गावी कार्य केले. स्वामी रामानंद भारतींची व नाना पाटलांची चांगली गट्टी जमल्यावर रामानंद महाराजांच्या दलितोद्धाराच्या कार्यात त्यांनी मनोभावे सहकार्य केले. दलितोद्धाराच्या चळवळीचा त्यांनी अव्याहत प्रचार केला. १९३७च्या निवडणुकीत काँग्रेस उमेदवार आत्माराम पाटील यांचा नाना पाटलांनी जिद्दीने प्रचार केला. १९३० ते ४० या दशकात राष्ट्रीय विचार, साक्षरता प्रसार, समाजसुधारणा, दलितोद्धार इत्यादींचा जनतेत प्रचार करून सातारा जिल्ह्यात नाना पाटलांनी अखंड जनजागरण केले. १९४०–४१ साली म. गांधींच्या नेतृत्वाखाली झालेल्या वैयक्तिक सत्याग्रह चळवळीत त्यांनी बहे व हणमंतवडिये येथे दोन सत्याग्रह करून शिक्षा भोगली. त्यानंतर यशवंतराव चव्हाणांच्या अध्यक्षतेखाली होणाऱ्या अर्जुनवाड दुष्काळ परिषदेचा कोल्हापूर संस्थानात प्रचार केल्याबद्दल त्यांना एक वर्ष कारावास व ५०० रु. दंड अशी शिक्षा झाली. १९४२च्या आंदोलनाची सुरुवात होण्यापूर्वीच क्रांतिसिंह नाना पाटील यांना आठ वेळा शिक्षा झाली होती. राष्ट्रीय चळवळीतील निःस्वार्थी कार्यामुळे व अखंड जनजागरणामुळे १९४२च्या चळवळीपूर्वीच सातारा जिल्ह्यातील स्वातंत्र्य चळवळीचे ते प्रतीक बनले होते.

'चले जाव' आंदोलनाची उठावणी

९ ऑगस्ट १९४२ला काँग्रेसच्या राष्ट्रीय नेत्यांची मुंबईत धरपकड झाली. त्याच दिवशी सातारा जिल्ह्यातील १३–१४ महत्त्वाच्या काँग्रेस नेत्यांना स्थानबद्ध करण्यात आले. नाना पाटील मात्र यातून सुटले. त्यांची त्या दिवशी विट्याला सभा होती. ती सभा आटोपून कुंडलला परतल्यावर, नाना पाटलांनी पोलिसांच्या हाती न सापडता 'चले जाव' चळवळीचा प्रचार करण्यासाठी सभा घ्याव्यात, असा निर्णय कार्यकर्त्यांच्या बैठकीत झाला. नाना पाटलांनी 'चले जाव' चळवळ व प्रतिसरकारच्या कार्याचे कुंडल हेच सुरुवातीपासून केंद्र बनविले. १९४२च्या आंदोलनाच्या पहिल्या दिवसापासून त्यांनी पोलिसांशी लपंडाव खेळण्याचे तंत्र अवलंबिले व ते शेवटपर्यंत पोलिसांच्या हाती लागले नाहीत. चळवळीच्या प्रचारासाठी तासगांव, वाळवा, खानापूर, कराड इ. तालुक्यातील बऱ्याच ठिकाणी त्यांच्या जाहीर सभा झाल्या. पलूस व देवराष्ट्रे येथील सभा विशेष गाजल्या. जनतेच्या निस्सीम प्रेमामुळे व सहकार्याने जाहीर

सभेत भाषण करणाऱ्या नाना पाटलांना पोलिस पकडू शकले नाहीत. ऑगस्ट-सप्टेंबर १९४२ मध्ये सातारा जिल्ह्यात तासगांव, इस्लामपूर, वडूज, विटा, कराड, पाटण येथील तालुका कचेऱ्यांवर काँग्रेसच्या आदेशानुसार मोर्चे निघाले. तासगाव, विटा, इस्लामपूर कचेऱ्यावरील उठावणीत, पूर्वतयारीत, नाना पाटलांचा सिंहाचा वाटा होता.

भूमिगत अवस्थेतील कार्य :

इस्लामपूर व वडूज येथील मोर्चावर गोळीबार होऊन बारा कार्यकर्ते मृत्युमुखी पडले. सरकार दडपशाही करून राष्ट्रीय चळवळ मोडून काढण्याचा प्रयत्न करू लागले. म्हणून कार्यकर्त्यांनी भूमिगत होऊन 'चले जाव'ची चळवळ पुढे चालविण्याचा निर्णय घेतला. सुरुवातीपासूनच पोलिसांचा नाना पाटलांच्यावर विशेष कटाक्ष असल्याने भूमिगत अवस्थेतील त्यांचा ठावठिकाणा त्यांचे सहकारी फारच गुप्त ठेवत असत. भूमिगत चळवळीच्या प्रारंभी नाना पाटील कुंडलमध्येच असत असे दिसते. तेथे असेपर्यंत त्यांच्या रक्षणाची सर्व जबाबदारी औंध असेंब्लीचे सभासद ना. बाबूराव पाटील यांच्यावर होती. या काळात क्रांतिसिंह कुंडलनजीकच्या कुंभारगाव येथील आप्पासाहेब लाडांच्या पानमळ्यात बराच काळ राहिले होते. येथेच ५ नोव्हेंबर १९४२ रोजी रात्री यशवंतराव चव्हाणांनी त्यांची भेट घेऊन त्यांच्याशी चळवळीच्या भावी वाटचालीबाबत चर्चा केली होती.[१] पोलिसी कारवाईचे कुंडलवर दडपण वाढल्यावर नाना पाटलांना सावळा धनगर, वडार यांच्या घरी प्रसंगोपात आश्रय घ्यावा लागला होता. भूमिगत अवस्थेत पोलिसांचा ससेमिरा चुकवण्यासाठी ते कुंडलशिवाय चिखलगोठण, आळते, कार्वे, मोराळे, पारे, चिंचणी, बलवडी, घोटी, खरसुंडी, आटपाडी इ. ठिकाणी काही काळ जाऊन राहिले होते. तथापि, तेथील त्यांचे मुक्काम अल्पसे असत व सुरक्षित वाटू लागले की ते परत कुंडलला येत असत. चिखलगोठणचे गंगाधरराव चिटणीस, पाऱ्याचे मिरजेकाका व सदाशिवराव पवार, घोटी खुर्दचे एकनाथराव साळुंखे, नरसेवाडीचे ठोकळे इ. नी भूमिगत क्रांतिसिंहाना आपापल्या ठिकाणी आश्रय दिला व त्यांच्या सुरक्षिततेची काळजी घेतली.[२] १९४५च्या सुमारास कविवर्य ग. दि. माडगूळकर 'युद्धाच्या सावल्या' या त्यांच्या ग्रामीण नाटकाच्या कुंडल येथील प्रयोगासाठी सपत्नीक गेले होते तेव्हा त्यांना नाना पाटील कुंडलमध्येच असल्याचे समजले.[३] वरील वृत्तांतावरून काही गोष्टी स्पष्ट होतात. नाना पाटलांचा भूमिगत चळवळीचे मुख्य केंद्र कुंडलशी सतत संपर्क होता. चळवळीच्या धामधुमीच्या काळात राजकीय शांतता व सुरक्षिततेसाठी ते औंध संस्थानातील खरसुंडी, आटपाडीसारख्या दूरवरच्या ठिकाणी दीर्घ काळ राहिले असतील असे वाटत नाही. त्यामुळे कुंडल या प्रतिसरकारच्या राजधानीतून भूमिगतांच्या ज्या हालचाली झाल्या त्यांच्याशी नाना पाटलांचा

सुरुवातीपासून–शेवटपर्यंत निकट संबंध होता असे दिसते. दीर्घ काळ भूमिगत राहून ते बऱ्याच विस्तृत प्रदेशात वावरत होते तरी पोलिस त्यांना पकडू शकले नाहीत. याला कारण जनतेचा या नेत्याला असलेला भक्कम आधार. चळवळीच्या केंद्रस्थानी असणाऱ्या नेतृत्वाच्या सुरक्षिततेसाठीच जनता आपल्या जिवाचा एवढा आटापिटा करते.

भूमिगत चळवळीला जेव्हा पोलिस, गुन्हेगार टोळ्या, ब्रिटिशधार्जिणे, गावगुंड यांच्याशी संघर्ष करण्याचा पवित्रा घ्यावा लागला तेव्हा शस्त्रास्त्रे, शस्त्रास्त्रखरेदीसाठी पैसा यांची गरज भासू लागली. या गरजेपोटी खासगी मालकीची व पोलिस ठाण्यातील शस्त्रे हस्तगत करणे, राजकीय स्वरूपाचे डाके (Political dacoity) घालून पैसा मिळविणे या मार्गांचा भूमिगतांनी अवलंब केला. अशा प्रकारच्या हालचालींत खुद्द नाना पाटील भाग घेत असत हे पुढील घटनेवरून दिसून येते. दि. २७ ऑक्टो. १९४३ रोजी नाना पाटलांनी भाले, कुऱ्हाडी, बंदुकीनी सज्ज अश्या सुमारे २०० लोकांसह सावळज पोलिस ठाण्यावर हल्ला केला. तेथील पोलिसांनी गावकऱ्यांच्या मदतीने हा हल्ला परतवून लावण्यात यश मिळविले. या हल्ल्यात नाना पाटलांच्या लोकांपैकी एकजण जखमी होऊन नंतर मरण पावला व इतर दोघेजण जखमी झाले.[४]

सातारा जिल्ह्यातील भूमिगत चळवळीतील घडामोडी व नाना पाटील यांच्यातील संबंध निकट होते. भूमिगतांच्या उपद्रवापाठीमागे नाना पाटलांचीच प्रेरणा असल्याचे मत मुंबई इलाख्याच्या गव्हर्नरच्या अहवालात नमूद केल्याचे पुढील दोन उताऱ्यांवरून स्पष्ट लक्षात येईल.

"There is a notorious Congressman in Satara District of the name of Nana Patil. It was he who tried to carryout raids against taluka treasuries and police outposts during the earlier days of the movement. It is believed that his gangs are responsible for some of the numerous dacoities that have taken place in the district. The police got remarkably little help from the people in tracing him or investing his crimes. On the 4th January a number of armed dacoites possibly connected with Nana Patil came to a village;.... The villagers, however, held them at bay, got help from neighbouring villages, and managed to drive them to the nearby hill..."[५]
हा अभिप्राय मुंबई इलाख्याच्या गव्हर्नरच्या जाने. १९४३च्या अहवालात व्यक्त केला आहे. नोव्हें. १९४३च्या अहवालात पुढील अभिप्राय व्यक्त झाला आहे–

'It is clear from the several incidents that have been reported during recent weeks from Satara that the district continues to be a focus of serious disturbances. It is known that a few gangs are still at large and such of them as have a political inspiration are working under the leadership of a local congressman who has remained underground since

August 1942, one Nana Patil. Large rewards have been offered for information leading to his arrest and that of his associates and the C.I.D. is working in strength in the district.'[६] वरील दोन्ही अभिप्रायांवरून भूमिगतांच्या हालचालींची प्रेरणा व त्यांचे नेते नाना पाटीलच होते याबद्दल शंका उरत नाही.

प्रतिसरकार

तालुका कचेऱ्यांवर मोर्चे, घातपाती कारवाया, गुन्हेगारांच्या टोळ्यांशी संघर्ष या अवस्थांमधून सातारा जिल्ह्यातील 'चले जाव आंदोलन' गेल्यानंतर अंतिम पर्वात भूमिगत कार्यकर्त्यांनी जिल्ह्यात प्रतिसरकार स्थापन केले. तेव्हा समाजातील सरकारधार्जिणे लोक, गावगुंड, गुन्हेगार व त्यांचे समाजातील साथीदार इत्यादींनी भूमिगत स्वातंत्र्यसैनिकांच्या चहाड्या करण्यास सुरुवात केली. काही गावगुंड गावातील लोकांवर अत्याचार करत, अनैतिक वागत. पण हे गावगुंड पोलिसी खबरे असल्यामुळे पोलिस त्यांना पाठिशी घालत. तेव्हा जनतेच्या सहकार्यावर, प्रेमाच्या बळावर चळवळ चालविणाऱ्या कार्यकर्त्यांनी जनतेच्या संरक्षणाचे आपले कर्तव्य पार पाडले. त्यांनी गुन्हेगारांना व गावगुंडांना पकडून त्यांना शिक्षा केल्या. अशा प्रकारे समाजकंटकांना गुन्हेगारांना शासन करणारे प्रतिसरकार सातारा जिल्ह्यात अस्तित्वात आले. यशवंतराव चव्हाण 'चले जाव' आंदोलनाचे जिल्ह्यातील पहिले डिक्टेटर होते. नंतरच्या काळात धन्वंतरी कासेगावकर वैद्य, नाथाजी लाड, किसन वीर हे जिल्ह्याचे डिक्टेटर झाले.

जिल्ह्याच्या ग्रामीण भागात प्रतिसरकारचे लवकर वर्चस्व प्रस्थापित झाले. खेड्यापाड्यांतील जनतेच्या प्राथमिक गरजा भागविण्याचा बराच यशस्वी प्रयत्न करून प्रतिसरकारने ग्रामराज्याचा प्रयोग जिल्ह्यात प्रत्यक्ष कार्यवाहीत आणला. सेवादल, तुफान सेना, न्यायमंडळ, मध्यवर्ती कार्यकारी मंडळ ही प्रतिसरकारची महत्त्वाची अंगे होती. प्रतिसरकारच्या न्यायमंडळांनी जमिनीचे वाद, चोरी, मारामारी, घरगुती भांडण इ.स्वरूपाचे कज्जे झटपट निवाडा देऊन मिटविले. समाजाविरुद्ध आणि स्वातंत्र्यचळवळीविरुद्ध असणाऱ्या गुन्हेगारांना पत्र्या मारण्याच्या व इतर प्रकारच्या शिक्षा फर्मावल्या व त्यांची अंमलबजावणी तुफान सैनिकदलांनी केली. न्यायमंडळांच्या कार्यक्षम कामकाजामुळे प्रतिसरकारचे अस्तित्व ब्रिटिश राज्यकर्त्यांना खुपू लागले.

प्रतिसरकारची स्थापना नाना पाटलांच्या नावाने झाली होती. जिल्ह्यातील स्वातंत्र्यप्रेमी जनता हे प्रतिसरकार क्रांतिसिंह नाना पाटलांचे आहे, या जाणिवेपोटी त्यांच्या विविध उपक्रमांना सहकार्य करत होती. भूमिगत कार्यकर्त्यांच्यात नाना पाटीलच प्रतिसरकारचे उद्‌गाते असल्याची भावना असल्याचे दिसते. प्रतिसरकारच्या मध्यवर्ती कार्यकारी मंडळात जेव्हा महत्त्वाचे निर्णय होत असत तेव्हा नाना पाटील त्या बैठकांना

हजर असत, असे नाथाजी लाड सांगतात.[७] यावरून प्रतिसरकार व नाना पाटील यांचे निकट संबंध स्पष्ट होतात.

कार्याचे समकालीन मूल्यमापन :

सातारा जिल्ह्यातील भूमिगत चळवळीचे नेते, प्रतिसरकारचे निर्माते व ग्रामस्वराज्याचे प्रणेते म्हणून क्रांतिसिंह नाना पाटील यांचे नाव सर्वतोमुखी झाले होते. जयप्रकाश नारायण, श्रीमती अरुणा असफअली, साने गुरुजी इ. राष्ट्रीय नेत्यांनी नाना पाटील व त्यांच्या भूमिगत सहकाऱ्यांच्या कार्याचा जाहीररीत्या गौरव केला होता. त्यांच्या या कार्यामुळे चळवळीच्या समाप्तीनंतर जुन्नर तालुका काँग्रेसच्या कार्यकर्त्यांच्या शिबिराला मार्गदर्शन करायला रावसाहेब पटवर्धन, काकासाहेब गाडगीळ यांच्याबरोबर नाना पाटील उपस्थित होते. तर १० ऑगस्ट १९४६च्या पश्चिम खानदेशातील एका जाहीर सभेत, ग्रामराज्याच्या स्थापनेसाठी सेवादल व शेतकरी संघाची उभारणी करण्यात कार्यकर्त्यांना उत्तमराव पाटील व नाना पाटील मदत करतील, असा विश्वास वक्त्यांनी व्यक्त केला होता.[८]

थोर विचारवंत व गांधीवादी नेते आचार्य शं. द. जावडेकर यांनी क्रांतिसिंह नाना पाटलांच्या कार्याचे मूल्यमापन करताना असे उद्गार काढले आहेत –

"गांधीयुगात सातारा जिल्ह्यात काँग्रेसची शक्ती वाढविण्याचे काम अनेक देशभक्तांनी केले; परंतु, नाना पाटील यांच्याइतकी छाप किंवा मोहिनी इतर कोणत्याही व्यक्तीला शेतकरीवर्गावर पाडता आलेली नाही.... या शेतकरी वर्गाला स्वातंत्र्याच्या क्रांतीची प्रेरणा देण्यास नाना पाटील कारण झालेले आहेत; यामुळे १९४२च्या क्रांतिकालातील आंदोलनात साताऱ्यात ज्या क्रांतीची ज्योत पेटली, तिचे बरेच श्रेय नाना पाटील यांच्याकडे जाते.... पण नानांनी राष्ट्रसभेच्या स्वातंत्र्यनिष्ठेला साजेल असेच आपले धोरण ठेवले आणि १९४२ साली विद्यार्थीवर्गातून जी नवी क्रांतिकारक पिढी साताऱ्यात पुढे आली तिला प्रेरणा देऊन साताऱ्यात एक प्रचंड क्रांतिज्योत पेटविली."[९]

टीकाकारांचे आक्षेप व त्यांचे निराकरण

यावरून सातारा जिल्ह्यातील 'चले जाव' चळवळीच्या केंद्रस्थानी नाना पाटील होते व त्यांनी चळवळीत महत्त्वाची भूमिका बजावली हे सिद्ध होते. तरीसुद्धा ते तसे नव्हते असे मुद्दे काहीजण उपस्थित करतात. त्याची येथे थोडक्यात शहानिशा अशी :

काही विद्वानांच्या मते, 'चले जाव' चळवळीच्या काळात नाना पाटील औंध संस्थानातच भूमिगत स्थितीत राहात होते; शिवाय ते शरीराने स्थूल असल्यामुळे

चळवळीत धावपळीच्या, धकाधकीच्या मामल्यात भाग घेऊ शकत नसत व त्यामुळे चळवळीत त्यांचा म्हणावा एवढा मोठा सहभाग नव्हता. धुळे खजिना लुटीच्या प्रकरणात असलेल्या क्रांतिसिंहांच्या एका कार्यकर्त्याने पत्राद्वारा दिलेल्या मुलाखतीच्या शेवटी नाना पाटलांसंबंधी खास उल्लेख पुढीलप्रमाणे केला आहे - 'तासगाव व इस्लामपूर आणि इतर किरकोळ एक-दोन ठिकाणी मोर्चा संघटित करण्याचे काम नाना पाटील यांनी इतरांबरोबर केले. पण त्यानंतर खुद्द नाना पाटलांनी स्वत: कोठे विशेष भाग घेतला नाही. त्यांच्या कामाच्या मानाने त्यांनी आपली कीर्ती अधिक वाढवून घेतली. ते फक्त भूमिगत होते. आप्पासाहेब पंत यांच्या आश्रयाने औंध, आटपाडी भागातच नाना पाटील पुष्कळ दिवस भूमिगत होते.'[१०]

स्वातंत्र्योत्तर काळात स्वातंत्र्यचळवळीच्या इतिहासाचे अवलोकन होऊ लागले तेव्हा नाना पाटलांचे चळवळीतील स्थान कमी करण्याचे पद्धतशीर प्रयत्न होऊ लागले. त्याला अनेक कारणे असल्याचे दिसते. स्वातंत्र्यप्राप्ती नंतर अल्पावधीत त्यांनी काँग्रेस पक्षाचा त्याग करून प्रथम शे. का. पक्षात व नंतर कम्युनिस्ट पक्षात प्रवेश केला. विरोधी पक्षातून ते संयुक्त महाराष्ट्र चळवळ, गोवामुक्ती आंदोलन, खंडकरी शेतकऱ्यांची चळवळ इ. लढ्यांचे नेतृत्व करू लागले व त्यांच्या त्यागी नेतृत्वामुळे लढ्यांना जनतेचा भरघोस पाठिंबा मिळू लागला. नाना पाटलांचे लढाऊ पवित्रे सत्ताधाऱ्यांना व प्रस्थापितांना केवळ अडचणीचेच नव्हे तर जाचक वाटू लागले. महाराष्ट्रात तर राहोच पण स्वत:च्या जिल्ह्यातसुद्धा नव्या नेतृत्वाची पकड बसण्यासाठी जुने नेतृत्व उखडले पाहिजे याची जाणीव झाली. क्रांतिसिंह नाना पाटलांची लढवय्ये स्वातंत्र्यसेनानी अशी असलेली तेजस्वी प्रतिमा नष्ट करण्याचे पद्धतशीर प्रयत्न सुरू झाले. तेव्हा सत्ताधाऱ्यांच्या आश्रित विद्वानांनी नाना पाटीलविरोधी हकाटी सुरू केली.

इतिहास नेहमी सत्ताधाऱ्यांच्या बाजूने लिहिला जातो, असा इतिहास-लेखनाबद्दल एक आक्षेप आहे. मध्ययुगात राजेरजवाड्यांची मर्जी संपादन करण्यासाठी राजावर स्तुतीपर लेखन करणारे दरबारी इतिहासकार, लेखक, विद्वान असत. अशा दरबारी इतिहासकारांचे आधुनिक अवतार आजही दिसतात. सत्ताधारी पक्ष व त्याचे सत्तास्थानी असलेले नेते यांच्या मेहरनजरा संपादन करण्यासाठी त्यांना अनुकूल ठरणारा इतिहास लिहू इच्छिणारे पक्षपाती संशोधक इतिहासलेखनशास्त्रात अधूनमधून आढळतात. त्यांच्या संशोधनकार्याचे बळी नाना पाटील ठरले नाहीत तरच नवल!

केवळ पोलिस रेकॉर्डच्या आधारे नाना पाटलांचे स्थान व कार्य यांची निश्चिती करण्याचा प्रयत्न दिशाभूल ठरू शकतो. पोलिसांच्या अहवालात, कागदपत्रांत नाना

पाटलांच्या भूमिगत हालचालींसंबंधी कमी प्रमाणात उल्लेख आहेत, हे खरे! पण अजिबात उल्लेखच नाहीत असे मात्र नव्हे. नाना पाटील चव्वेचाळीस महिने भूमिगत होते व त्यांच्या गुप्त कामगिरीची पोलिसांना क्वचितच माहिती मिळत होती. त्यामुळे पोलिस रेकॉर्डमध्ये त्यांच्या हालचालींसंबंधी तुरळक उल्लेख आढळतात. वस्तुतः त्यामुळे नाना पाटलांच्या कार्यकुशलतेची पावतीच मिळते. याच संदर्भात अभ्यासपद्धतीविषयीच एक प्रश्न मी उपस्थित करू इच्छितो. नाना पाटलांसारख्या सातारा जिल्ह्यातील स्वातंत्र्य चळवळीचा प्रेरणादायी आत्मा असणाऱ्या नेत्याची भूमिका समजावून घेत असताना त्यांचे एकूण चळवळीतील गुणात्मक स्थान (Qualitative Position) समजून घेणे आवश्यक ठरते. हे केवळ काही वरवर दिसणाऱ्या घटना किंवा नोंदी यावरून ठरविणे अशक्य आहे. अनुभवाधिष्ठित संशोधन पद्धतीचा (Empirical Research Methodology) वापर करून वरवर दिसणाऱ्या घटनांच्या मागे दडलेल्या आशयाचे व अर्थाचे आकलन होणे अशक्य आहे. प्रेरणेची भूमिका ही आत्मनिष्ठ असते व ती समग्र चळवळीच्या संदर्भातच जाणून घ्यावी लागते. अनुभवाधिष्ठित संशोधन पद्धतीच्या पुढे जाऊन भूमिगत चळवळ, प्रतिसरकारची कामगिरी व यांच्या प्रेरणा तपासल्या तरच नाना पाटील हे भूमिगतांच्या हालचालींचे केंद्र होते हे स्पष्टपणे लक्षात येईल.

क्रांतिसिंह नाना पाटील तत्त्वचिंतक, संघटक यापेक्षाही चळवळे (agitator) अधिक होते व ते तहहयात चळवळे नेते म्हणूनच राहिले. प्रत्यक्ष शेतकऱ्यांच्यातून निर्माण झालेले, राजकीय नेतृत्वाची एवढी उंची गाठणारे नाना पाटलांचे उदाहरण विरळेच म्हणावे लागेल. सातारा जिल्ह्यातील 'चले जाव' चळवळीचे ते प्रतीक होते, आत्मा होते. चळवळीतील आपल्या सहभागाविषयी स्वतः नाना पाटलांनी पुढीलप्रमाणे भाष्य केले होते –

'नाना पाटलानं चळवळीत काहीच केलं नाही आणि नाना पाटलाशिवाय काहीच झालं नाही.'

(पूर्वप्रसिद्धी : क्रांतिसिंह नाना पाटील (संपादक) डॉ. जयसिंगराव पवार, कोल्हापूर, १९८३)

संदर्भ आणि टिपा :

१) पाटील उत्तमराव, लाड अप्पासाहेब – क्रांतिवीर दे. भ. नाना पाटील, औंध, १९४७, पृ. ९१

२) चव्हाण रघुनाथराव - क्रांतिसिंहांचा अज्ञातवास, पुरोगामी विद्यार्थी युवक संघटना - क्रांतिसिंह स्मरणिका, डिसें. १९७८, पृ. ९, ११-१२
३) माडगूळकर ग. दि. - 'मी सिंह पाहिला होता', 'रविवार सकाळ', १२-१२-१९७६
४) Govt. of Bombay : Six Months of the Congress Movement, 9th August 1942 -10 Jan. 1943, New Delhi, 1943
R/3/1/356-370, 356 secret, India Office Library and Records, London.
The report of the fortnight, 11th oct. to 10th Nov. 1943.
५) Governor's Letters - Bombay, 1943. Confidential. From Home Department (Special) D. O. No. S. D. - 186 Bombay 19th Jan. 1943 to Secretary, Home Deptt. Govt. of India. I.O.L. & R., London.
६) Op. cit. - Confidential - Home Deptt. (Epl) D. O. No. S. D. 2822, Bombay, 16th Nov. 1943. I.O.L. & R. London.
७) नाथाजी लाड यांची मी घेतलेली मुलाखत.
८) Kunte B.G., (Executive Editor) - Congress Activities, 1942-46, Vol. IV (Collected from Maharashtra State Records), Bombay, 1977, pp. 183, 190.
९) जावडेकर, शं.द.-लाड, पाटीलकृत क्रांतिवीर नाना पाटील पुस्तकाची प्रस्तावना.
१०) Maharashtra Sub Committee to the Bombay State Committee for a History of Freedom Movement in India - Vol. III, pp. 38-39

१५

लोकसेवक मालोजीराजे नाईक निंबाळकर

शिवपूर्वकालीन महाराष्ट्रातील ऐतिहासिक जहागीरदार घराण्यांत फलटणच्या नाईक निंबाळकर घराण्याचे स्थान महत्त्वाचे होते. या घराण्याची राजकीय सत्ता जवळजवळ सातशे वर्षे अबाधित होती. चौऱ्याऐंशी गावांचे हे संस्थान आकाराने लहान असले तरी मानाने फार मोठे होते. मालोजीराजे नाईक निंबाळकर (१८९६-१९७८) हे फलटण संस्थानाचे शेवटचे अधिपती होते.

मालोजीराजे हे एक सुबुद्ध संस्थानिक, अत्यंत पुरोगामी विचारसरणीचे प्रजाहितदक्ष राजे, बहुजन उद्धारक लोकनेता, शिक्षण-कृषी-सहकार क्षेत्रांतील सुधारक आणि विद्वान, गुणी जनांचे चाहते होते. त्यांना संस्थानी राजवटीत आणि स्वातंत्र्योत्तर काळात राज्यकर्ता या नात्याने काम करण्याची संधी लाभली होती.

मालोजीराजे ऊर्फ नानासाहेब यांचा जन्म ११ सप्टेंबर १८९६ रोजी गणेश चतुर्थीला त्यांच्या आजोळी निंभोरे (ता. फलटण) गावी झाला. त्यांचे मूळ नाव 'नारायण' होते. त्यांच्या वडिलांचे नाव रघुनाथराव नाईक निंबाळकर होते, तर आईचे नाव सीतादेवी होते. फलटणचे संस्थानाधिपती मुधोजीराजे ऊर्फ बापूसाहेब महाराज यांनी १८ डिसेंबर १८९९ रोजी नारायण या अवघ्या ४ वर्षांच्या मुलास दत्तक घेतले आणि त्याचे नामकरण मालोजीराजे असे करण्यात आले. मुधोजीराजे मालोजीराजांचे दत्तक पिता आणि आनंदीबाई राणीसाहेब त्यांच्या दत्तक मातोश्री होत्या.

मालोजीराजे यांचे प्राथमिक शिक्षण फलटण येथे मुधोजी हायस्कूलचे तत्कालीन मुख्याध्यापक आणि संस्कृत तज्ज्ञ गोपाळ रघुनाथ भिडे यांच्याकडे सरकारी वाड्यातच झाले. त्यांचे माध्यमिक शिक्षण कोल्हापूरला कॅंडीसाहेबांच्या सरदार हायस्कूलमध्ये झाले. त्यानंतर त्यांना राजकोट येथील राजकुमार कॉलेजमध्ये ब्रिटिश अधिकाऱ्यांकडून प्रशासनाचे धडे मिळाले. मालोजीराजे यांचा विवाह १८ डिसेंबर १९१३ रोजी माळेगावचे

जहागीरदार राजे शंभुसिंह जाधवराव यांची तृतीय कन्या आबईसाहेब यांच्याशी झाला. लग्नानंतर मालोजी राजांच्या पत्नीचे नाव लक्ष्मीबाई ठेवण्यात आले. त्या दांपत्यास सरोजिनी ही एक कन्या आणि प्रतापसिंह, विजयसिंह, उदयसिंह व विक्रमसिंह हे चार पुत्र अशी पाच अपत्ये झाली. नोव्हेंबर १९१७मध्ये मालोजीराजांचा वयाच्या २१व्या वर्षी राज्याभिषेक होऊन फलटण संस्थानच्या राज्यकारभाराची सूत्रे दिवाळी, पाडव्याच्या दिवशी त्यांच्या हाती सोपविण्यात आली.

सुधारणा पर्व : कायम दुष्काळ प्रवण प्रदेशात फलटण संस्थान वसले असल्यामुळे संस्थानची प्रजा आणि राज्यकर्ते यांना नेहमी बिकट परिस्थितीला तोंड द्यावे लागत होते. मालोजीराजे यांनी आपल्या कारकिर्दीत संस्थानात विविधांगी सुधारणा राबवून आपल्या संस्थानची नेत्रदीपक प्रगती घडवून आणली. त्यांचा कारभार जातिनिरपेक्षपणे चालत असे. राज्यकारभारात भ्रष्टाचाराला थारा नव्हता. दुसऱ्या महायुद्धकाळात देशात भयंकर धान्य टंचाई निर्माण झाली असताना त्यांनी आपल्या संस्थानात एकही भूकबळी होऊ दिला नाही. त्यांनी आपल्या संस्थानात कायद्याने अस्पृश्यता नष्ट केली. आपल्या राजवाड्याशेजारी सर्व जाती-जमातींच्या मुलांसाठी एक वसतिगृह सुरू केले. अस्पृश्यांना मंदिर प्रवेश, पडदापद्धत बंद, सक्तीचे शिक्षण, आंतरजातीय विवाहाला मान्यता हे त्यांचे निर्णय तत्कालीन परिस्थितीत क्रांतिकारक होते.

मालोजीराजे यांनी आपल्या रयतेचे प्रश्न सोडविण्याचा सातत्याने प्रयत्न केला. त्यासाठी आपल्या संस्थानात त्यांनी सहकार चळवळीला प्रोत्साहन दिले. त्यामुळे संस्थानात सहकारी पतपेढ्या व सोसायट्या स्थापन करण्यात आल्या. १९१८ साली दि फलटण बँक लिमिटेडची स्थापना करण्यात आली, तसेच १८२६ साली 'श्री लक्ष्मी सेंट्रल कोऑपरेटिव्ह बँक' स्थापन केली. सहकारी संस्थांमुळे संस्थानातील शेतकरी, व्यावसायिक, उद्योजक यांना पतपुरवठा होऊ लागला.

दुष्काळी प्रदेशात शेतीला पाणी मिळवून देणे ही अतिशय जटिल समस्या असते. फलटण संस्थानातील या समस्येचे काही प्रमाणात निराकरण करण्यात मालोजीराजे यशस्वी ठरले. त्यांनी १९२५ पासून भाटघर धरणातील निरा उजव्या कालव्याचे पाणी फलटण संस्थानातील अनेक गावांना मिळवून दिले. त्यामुळे संस्थानातील एक चतुर्थांश शेतजमीन बागायती बनली. फलटण संस्थानात ऊस या नगदी पिकाचे उत्पादन होऊ लागले आणि ऊस शेतीचे क्षेत्र वाढले. १९३१ साली मालोजीराजेंनी पाडेगाव येथे ऊस संशोधन केंद्र सुरू केले. त्यानंतर त्यांनी श्रीमान शेठ मफतलाल व आपटे यांच्याशी वाटाघाटी करून व त्यांना सवलती देऊन, मदत करून १९३३ साली

आपल्या संस्थानात साखरवाडी येथे 'फलटण शुगर वर्क्स लि.' या नावाचा साखर कारखाना काढला.

मालोजीराजे कोल्हापुरात शिकत असताना त्यांनी कोल्हापूर संस्थानातील राजर्षी छत्रपती शाहू महाराजांचा पुरोगामी सुधारणांचा कारभार पाहिला होता. समाजपरिवर्तनाच्या प्रक्रियेतील शिक्षणाचे महत्त्व त्यांनी जाणले होते. त्यामुळे त्यांनी आपल्या संस्थानात १९१८ साली प्राथमिक शिक्षण सक्तीचा कायदा पास केला आणि त्याची फलटण नगरपालिका क्षेत्रात प्रायोगिक तत्त्वांवर अंमलबजावणी करण्याचा निर्णय घेतला. मालोजीराजेंनी स्त्रीशिक्षण प्रसारास चालना दिली व मुलींना शिक्षणासाठी विशेष सवलती दिल्या. त्यांनी महाराष्ट्रातील अनेक शाळा, महाविद्यालये, शिक्षण संस्था, संशोधन संस्था यांना उदार अंतःकरणाने देणग्या दिल्या. त्यामध्ये फर्ग्युसन कॉलेज, पुणे, विलींग्डन कॉलेज, सांगली, डेक्कन मराठा एज्युकेशन सोसायटी, भारत इतिहास संशोधक मंडळ, पुणे, भांडारकर प्राच्यविद्या संशोधन संस्था, पुणे, वारकरी शिक्षण संस्था, आळंदी, गोवर्धन संस्था, महाबळेश्वर, हिंगणे स्त्रीशिक्षण संस्था, पुणे. इत्यादींचा समावेश होता. कर्मवीर भाऊराव पाटील यांच्या रयत शिक्षण संस्थेला त्यांनी सातारा येथील आपला बंगला, साडे दहा एकर जमीन आणि रुपये ५०००/- ची देणगी देऊन त्यांच्या शिक्षण प्रसाराच्या कार्याला मदत केली. महर्षी धोंडो केशव कर्वे यांना फलटण संस्थान मार्फत तहहयात रुपये ६००/-चे वर्षासन सुरू केले होते. १९४१मध्ये बनारस विश्वविद्यालयाचे तत्कालीन कुलगुरू डॉ. सर्वपल्ली राधाकृष्णन् यांना त्यांच्या फलटण भेटीच्या वेळी मालोजीराजेंनी बनारस विश्वविद्यालयाच्या विकास कार्यासाठी दहा हजार रुपयांची देणगी दिली. मालोजीराजे विद्वानांचे व गुणीजनांचे चाहते होते. त्यांनी प्रसिद्ध बंगाली इतिहासकार व शिवचरित्रकार सर यदुनाथ सरकार, डॉ. राधाकृष्णन्, सर विश्वेश्वरय्या, डॉ. बाबासाहेब आंबेडकर, महर्षी कर्वे, न. चिं. केळकर इत्यादी ख्यातनाम व्यक्तींना फलटणला पाचारण केले होते. त्यामुळे त्यांना प्रत्यक्ष पाहण्याची व त्यांचे विचार ऐकण्याची संधी फलटणच्या जनतेला लाभली.

रायगड किल्ल्याच्या पायथ्याशी पाचाड गावी राजमाता जिजाबाई यांच्या भग्नावस्थेत असलेल्या समाधीचा मालोजीराजेंनी कर्तव्य भावनेने जीर्णोद्धार केला. पुणे येथील भारत इतिहास संशोधक मंडळाचे ते काही काळ अध्यक्ष होते.

राजकीय व घटनात्मक स्थित्यंतर : १९३१ ते १९३९ या कालावधीत मालोजीराजेंनी सातारा गट संस्थानिकांचा प्रतिनिधी या नात्याने नरेंद्र मंडळावर (चेंबर ऑफ प्रिन्सेस) काम केले. १९३३च्या मे महिन्यात लंडन येथे भरलेल्या तिसऱ्या गोलमेज परिषदेस उपस्थित राहण्याची संधी त्यांना मिळाली. देशातील राजकीय

बदलांची दिशा ओळखून पावले टाकण्याची दूरदृष्टी मालोजीराजांच्याकडे होती. संस्थानी राज्यकारभाराचे लोकशाहीकरण आणि संस्थानांचे अस्तित्व राखण्यासाठी लहान-लहान संस्थानांचा गट करून त्यांच्या संघराज्याची निर्मिती या दोन उद्दिष्टांची परिपूर्ति करण्याचे त्यांनी आटोकाट प्रयत्न केले.

१९२८ साली आपल्या ३२व्या जन्मदिनी मालोजीराजेंनी जबाबदार राज्यपद्धती हे आपल्या कारभाराचे अंतिम ध्येय असल्याचे जाहीर केले. त्याप्रमाणे १९२९च्या गणेश चतुर्थीला फलटण संस्थान कायदेमंडळाचे उद्‌घाटन करण्यात आले. त्याच वेळी माधव संभाजी अहिवळे या दलित समाजातील गृहस्थाची कायदेमंडळ सदस्य म्हणून नियुक्ती करण्यात आली. उद्‌घाटन समारंभानंतर कायदेमंडळ सदस्यांना राजेसाहेबांनी दिलेल्या मेजवानी प्रसंगी दलित समाजातील सभासदाला त्यांनी आपल्या शेजारी जेवावयास बसविले. डॉ. बाबासाहेब आंबेडकरांनी मालोजीराजेंची त्यासाठी प्रशंसा केली. दक्षिणी संस्थान लोकसभा पक्षाचे नेते वामनराव पटवर्धन, श्री. ग. वझे, अनंतराव साबडे, शंकरराव देव, वल्लभभाई पटेल, जवाहरलाल नेहरू, म. गांधी इत्यादींच्या सल्ल्याने व संमतीने आपल्या संस्थानात सुधारणा करण्याचे मालोजीराजेंचे धोरण होते. १९४२पर्यंत अनेक सवलती देऊन फलटण लोकसभा, लोकल बोर्ड, नगरपालिका या संस्थांमध्ये लोकनियुक्त सभासदांना अधिक प्रतिनिधित्व व अधिकार देण्यात आले. १९४२चा फलटण संस्थान कायदेमंडळाचा कायदा अत्यंत महत्त्वाचा होता. त्या कायद्याच्या तरतुदीनुसार संस्थानच्या कायदेमंडळातील अठरा सदस्यांपैकी बारा लोकनियुक्त व सहा दरबार नियुक्त राहणार होते. लोकनियुक्त बारा सदस्यांमधून दोन मंत्री नेमण्याची तरतूद होती. १९४२च्या कायद्याची फलटण संस्थानात संपूर्ण अंमलबजावणी करण्यात आली होती.

भारत स्वतंत्र झाल्यानंतर संस्थानांनी आपले अस्तित्व टिकवून ठेवण्यासाठी लहान संस्थानांचे गट बनवून त्याचे संघराज्य तयार करण्याचा खटाटोप केला. महाराष्ट्रातील आठ दक्षिणी संस्थानांचा गट बनवून त्यांचे संघराज्य स्थापन करण्याच्या कामी मालोजीराजेंनी पुढाकार घेतला होता. परंतु, जनमत संघराज्य स्थापनेच्या विरोधी असल्यामुळे दक्षिणी संस्थानांच्या संघराज्याचा प्रयोग अयशस्वी झाला. ८ मार्च १९४८ला कोल्हापूर वगळून बाकी सर्व दक्षिणी संस्थाने मुंबई प्रांतात विलीन करण्यात आली. फलटण संस्थान आपल्या खजिन्यातील पासष्ट लाख रुपये शिल्लक रक्कमेसह मुंबई प्रांतांत विलीन झाले. काळाबरोबर बदल करून मालोजीराजेंनी आपले राजपद सोडून लोकशाहीचा एक नम्र सेवक बनण्याचे ठरवले. डोक्यावरचा राजमुकुट बाजूला ठेवून त्यांनी शुभ्र गांधी टोपी परिधान केली.

विलीनीकरणानंतरची कामगिरी :

१९४९ साली अनपेक्षितपणे मालोजीराजेंचा बाळासाहेब खेर मंत्रिमंडळात मंत्री म्हणून समावेश झाला. मंत्रिपदाचा स्वीकार केल्यानंतर सहा महिन्यांनी ते काँग्रेस पक्षाचे सभासद झाले. १९४९-५२ या काळात ते सहकार खात्याचे मंत्री होते. त्यांनी शेतकऱ्यांना महाराष्ट्रात सहकारी साखर कारखाने काढण्यास प्रोत्साहन दिले. त्यामुळे महाराष्ट्रात अनेक ठिकाणी प्रारंभीचे सहकारी साखर कारखाने उभे राहिले. साखर कारखान्यांमुळे ऊस पिकवणारा शेतकरी कारखानदार झाला. यथावकाश महाराष्ट्र राज्य साखर निर्मितीत देशातील अग्रेसर राज्य झाले. १९५२च्या पहिल्या सार्वत्रिक निवडणुकीत मालोजीराजे फलटण मतदारसंघातून मुंबई प्रांतिक विधानसभेवर काँग्रेस पक्षाचे उमेदवार म्हणून निवडून आले. १९५२ ते १९५७ या काळात ते मोरारजी देसाई यांच्या मंत्रिमंडळात सार्वजनिक बांधकाम खात्याचे मंत्री होते. त्या काळात त्यांनी केलेल्या नानाविध कामांपैकी महाराष्ट्राला वरदान ठरलेल्या कोयना धरण प्रकल्पाचा आराखडा व कार्यारंभ आणि मुंबईतील मंत्रालयाची सहा मजली भव्य, प्रशस्त इमारत ही दोन कामे संस्मरणीय आहेत. १९५७च्या निवडणुकीत फलटण मतदारसंघातून मालोजीराजे पराभूत झाले. १ मे १९५७ ला त्यांची महाराष्ट्र प्रदेश काँग्रेसच्या अध्यक्षपदी निवड करण्यात आली. संयुक्त महाराष्ट्र आंदोलनामुळे त्यांना आव्हानात्मक परिस्थितीत प्रदेश काँग्रेसचे अध्यक्ष म्हणून काम करावे लागले. त्याकाळात काँग्रेस पक्षाच्या अस्तित्वासाठी, सत्तेसाठी व प्रतिष्ठेसाठी मालोजीराजे जिद्दीने लढले. अस्वस्थ वातावरणात त्यांनी पुढाकार घेऊन प्रतापगडावर छत्रपती शिवाजी महाराजांचा अश्वारूढ पुतळा उभारला आणि त्याचे अनावरण ३० नोव्हेंबर १९५७ रोजी पंतप्रधान जवाहरलाल नेहरूंच्या शुभ हस्ते करविले. तसेच त्यांनी आर्थिक जुळवाजुळव करून काँग्रेस पक्षाचे मुखपत्र म्हणून 'विशाल सह्याद्री' हे दैनिक सुरू केले. ३० मे १९५८ला त्या दैनिकाचा पहिला अंक प्रसिद्ध झाला. मालोजीराजे यांनी फलटण येथे तीन वर्षांत श्रीराम सहकारी साखर कारखान्याची उभारणी केली. त्याचा प्रथम गळीत हंगाम ३ ऑक्टोबर १९५७ रोजी देशाचे अर्थमंत्री मोरारजी देसाई यांच्या शुभहस्ते सुरू झाला. मालोजीराजेंनी स्थापन केलेल्या फलटण एज्युकेशन सोसायटीने जून १९५७मध्ये फलटणच्या मनमोहन राजवाड्यात मुधोजी कॉलेज सुरू केले. तसेच मे, १९७०मध्ये मालोजीराजे शेती विद्यालय फलटणला सुरू करण्यात आले.

पुढे काँग्रेस पक्षाच्या उच्चपदस्थ नेतृत्वाशी तीव्र मतभेद झाल्यामुळे १९६७ साली त्यांनी पक्ष सभासदत्वाचा त्याग केला. त्यानंतर ते राज्याच्या राजकारणात बाजूला पडले. त्यांचा प्रभाव ओसरला. १९६९ला अखिल भारतीय काँग्रेस पक्षात

फूट पडल्यानंतर ते महाराष्ट्र प्रदेश संघटना काँग्रेसचे अध्यक्ष झाले. चार पक्षांच्या विलीनीकरणातून निर्माण झालेल्या जनता पक्षाचे १९७८मध्ये ते अल्पकाळ महाराष्ट्र प्रदेश अध्यक्ष होते. १९७७–७८मध्ये प्रकृती अस्वास्थ्यामुळे औषधोपचारासाठी मालोजीराजांचा पुणे येथील आपल्या 'माणिक व्हिला' बंगल्यात मुक्काम होता. २७ डिसेंबर १९७७ रोजी पंतप्रधान मोरारजी देसाई पुण्यातील त्यांचा जाहीर सभेचा कार्यक्रम आटोपल्यानंतर मालोजीराजेंना भेटण्यासाठी त्यांच्या 'माणिक व्हिला' बंगल्यात गेले होते. दोन जुन्या मित्रांची ती हृद्य भेट होती. १४ मे १९७८ रोजी मालोजीराजेंचे वृद्धापकाळाने पुणे येथे निधन झाले.

८ जानेवारी १९८३ रोजी मालोजीराजे यांच्या फलटणमधील पूर्णाकृती पुतळ्याचे अनावरण महाराष्ट्राचे तत्कालीन मुख्यमंत्री बॅ. बाबासाहेब भोसले यांच्या शुभहस्ते करण्यात आले. त्या अनावरण समारंभाचे अध्यक्ष काँग्रेसचे ज्येष्ठ नेते मा. यशवंतराव चव्हाण होते. आपल्या अध्यक्षीय भाषणात ते म्हणाले, ''मालोजीराजे हे फलटणचे स्फूर्तीस्थान! त्यांच्याच प्रेरणेने फलटणला श्रीराम सहकारी साखर कारखाना व महाराष्ट्राच्या ग्रामीण भागातील पहिले महाविद्यालय निघाले. आज फलटणचा जो विकास झालेला आहे तो केवळ त्यांच्यामुळे झालेला आहे हे मी सांगण्याची गरज नाही.''

(पूर्वप्रसिद्धी : परिवर्तनाचा मुराळी, गारगोटी, जि. कोल्हापूर, जुलै, २०२१)

संदर्भ :

१) दोशी मा. म., कानेटकर शं. के., कोळेकर वा. मो. (संपादक) नामदार मालोजीराजे सत्कार अंक, फेब्रुवारी १९५७.

२) नाईक निंबाळकर, श्रीमंत विजयसिंह तथा शिवाजीराजे (संपादक) रयतसेवक श्रीमंत मालोजीराजे, फलटण १९९७.

३) देशमुख, प्राचार्य विश्वासराव, मालोजीराजे, फलटण २०१५.

१६

राष्ट्रीय मनोवृत्तीचे सनदी अधिकारी–हमीद अली

हिंदुस्थानातील ब्रिटिश साम्राज्यसत्तेविरुद्धच्या १८५७च्या सशस्त्र उठावाचा बीमोड झाल्यानंतर येथील राज्यकारभारावर ब्रिटिश पार्लमेंटचे नियंत्रण प्रस्थापित झाले. हिंदुस्थानातील राज्यकारभार ब्रिटिश राजपदाच्या नावाने हाकण्यात येऊ लागला. व्हिक्टोरिया राणीने १८५८ साली प्रस्तृत केलेल्या जाहीरनाम्यातील अभिवचनांमुळे हिंदी जनमानस बरेचसे निश्चिंत झाले. उठावानंतरच्या काळात हिंदुस्थानच्या ब्रिटिश राज्यकर्त्यांनी हिंदु आणि मुसलमान समाजांबद्दल भिन्न धोरण अवलंबले. सामाजिक व शैक्षणिक क्षेत्रात प्रगत असलेला हिंदु समाज राजनिष्ठ आहे, तर ब्रिटिश राजवट, इंग्रजी शिक्षण यापासून हेतुत: दूर राहिलेला मुसलमान समाज ब्रिटिशांचा शत्रू आहे, असे ब्रिटिश राज्यकर्त्यांचे निदान होते. त्यामुळे उठावानंतरच्या दोन दशकांत हिंदुस्थानातील ब्रिटिश राज्यकर्ते आणि मुसलमान प्रजाजन यांच्यातील संबंध संशय आणि तणाव यांनी ग्रस्त होते. दोहोंच्यात प्रचंड अविश्वासाचे वातावरण होते. मात्र, हिंदी मुसलमान समाजात प्रबोधनाचे पर्व सुरू करणारे प्रागतिक मुस्लीम सुधारक सर सय्यद अहमद (१८१७–१८९८) यांच्या प्रयत्नाने १८७० सालापासून हिंदुस्थानातील ब्रिटिश राज्यकर्ते आणि मुसलमान प्रजाजन यांच्यातील संबंधात आमूलाग्र बदल होऊ लागला. सय्यद अहमद यांनी आपल्या मुसलमान बांधवांना इंग्रजी भाषा शिका, पाश्चात्त्य आधुनिक ज्ञानाचे महत्त्व ओळखून त्याचा स्वीकार करा आणि ब्रिटिश सरकारशी सहकार्य करा अशी शिकवण दिली. ब्रिटिश राजवटीशी एकनिष्ठ राहण्यातच मुस्लीम समाजाचे हित आहे असेही त्यांनी आपल्या धर्मबांधवांना समजाविले. त्याचवेळी त्यांनी ब्रिटिश राज्यकर्त्यांना मुस्लीम समाजाच्या राजनिष्ठेची ग्वाही दिली आणि मुस्लीम समाजाबद्दलचा दूषित दृष्टिकोन बदलण्याचे आवाहन केले. त्यामुळे ब्रिटिश–मुस्लीम संबंधात नवे पर्व सुरू झाले. सय्यद अहमद खान यांनी मागासलेल्या मुसलमान

समाजात आधुनिक पाश्चात्त्य शिक्षणाचा प्रसार करण्यासाठी ऑल इंडिया मुस्लीम एज्युकेशनल कॉन्फरन्स आणि अँग्लो-ओरिएन्टल स्कूल, अलिगड यांची स्थापना केली. त्या स्कुलचे अल्पावधित अलिगड महाविद्यालयात रूपांतर झाले. अलिगड हे देशातील मुस्लीम पुनरुत्थानाचे महत्त्वाचे केंद्र बनले. सय्यद अहमद सुरुवातीला राष्ट्रीय मनोवृत्तीचे होते. 'हिंदु व मुसलमान समाज हे भारत मातेचे दोन सुंदर डोळे आहेत. त्यामुळे दोहोंपैकी एकाला जरी इजा झाली तरी भारत माता विद्रुप होईल' हे त्यांचे उद्गार महत्त्वाचे होते. मात्र, एकोणिसाव्या शतकाच्या अखेरच्या दशकात अलिगडच्या कॉलेजचे युरोपिय प्राचार्य आणि काही कट्टर साम्राज्यवादी सनदी अधिकारी यांनी हिंदु बहुसंख्याकांच्या वर्चस्वाची काल्पनिक भीती निर्माण करून मुस्लीम नेत्यांच्या मनात फुटीरतेच्या विचारांचे विष पेरले. परिणामत: हिंदुस्थानातील नवजात मुस्लीम राष्ट्रवादाला मुस्लीम फुटीरतावादाचे ओंगळ रूप आले, मुस्लीम समाज मोठ्या प्रमाणात देशातील मुख्य राष्ट्रीय प्रवाहातून बाजूला जाऊ लागला.

१८८५ साली हिंदी राष्ट्रीय सभा (इंडियन नॅशनल काँग्रेस) स्थापन झाली. ती हिंदी राष्ट्रवादाचे मूर्त स्वरूप तसेच हिंदी राष्ट्रीय एकात्मतेचे प्रतीक होते. राष्ट्रीय सभेत सुरुवातीपासून बऱ्याच सुशिक्षित मुसलमानांनी भाग घेण्यास सुरुवात केली होती. राष्ट्रीय सभेच्या मुंबई येथील पहिल्या अधिवेशनाला एक, कोलकाता येथील दुसऱ्या अधिवेशनाला तेहतीस, मद्रास येथील तिसऱ्या अधिवेशनाला एक्याऐंशी आणि अलाहाबादच्या चौथ्या अधिवेशनाला दोनशे एकवीस मुसलमान प्रतिनिधी उपस्थित होते. बद्रुद्दीन तय्यबजी आणि रहिमतुल्ला सयानी हे मुसलमान पुढारी अनुक्रमे १८८७ आणि १८९६च्या राष्ट्रीय सभा अधिवेशनाचे अध्यक्ष होते. प्रा.हिरेन मुखर्जी यांनी आपल्या 'इंडिया स्ट्रगल्स फॉर फ्रीडम' या ग्रंथात मुंबई येथील मुसलमान हिंदुस्थानातील त्यांच्या समाजापेक्षा अधिक धनिक आणि प्रगत विचारांचे होते. राष्ट्रीय सभेचे अध्यक्षपद भूषविलेले हे दोन्ही मुसलमान पुढारी मुंबईचेच रहिवासी होते असा अभिप्राय व्यक्त केला आहे.

सतराव्या शतकाच्या उत्तरार्धापासून मुंबई इंग्रजांचे व्यापार केंद्र आणि आधुनिक पाश्चात्त्य संस्कृतीचे केंद्र म्हणून विकसित होत होते. अठराव्या, एकोणिसाव्या शतकांत मुंबईची नेत्रदीपक प्रगती होत गेली. व्यापार, उद्योगधंदे, आधुनिक पाश्चात्त्य शिक्षण, इंग्रजी भाषेवर प्रभुत्व अशा माध्यमातून काही मुसलमान कुटुंबे मुंबईत नावारूपाला आली. तय्यबजी कुटुंब हे त्यांपैकी एक होते. तय्यबजी कुटुंब मुस्लीम समाजातील उच्चविद्याविभूषित व प्रतिष्ठित कुटुंब होते. या कुटुंबाचे भाग्यविधाता मुल्ला तय्यबअली भाई मियाँ हे गुजरातमधील सुलैमान बोहरा समाजातील स्थलांतरित अरबी समाजापैकी

होते. ते बडोद्याचे संस्थानिक गायकवाड यांच्या पदरी कार्यरत होते. ते सेवक असले तरी उच्चपदस्थ व घरंदाज श्रीमंत होते. त्यांनी आपली सातही मुले त्याकाळात शिक्षणासाठी इंग्लंडला पाठविली होती. बद्रुद्दीन, कमरूद्दीन, शमसुद्दीन हे तय्यबअलीचे तीन सुपुत्र चांगले नावारूपाला आले होते. बद्रुद्दीन तय्यबजी (१८४४-१९०६) हे गुजरात मधील पहिले बॅरिस्टर व मुंबई उच्चन्यायालयाचे न्यायमूर्ती आणि भारतीय राष्ट्रीय काँग्रेसचे तिसरे आणि पहिले मुस्लीम अध्यक्ष होते. मुंबई उच्च न्यायालयात वकिली करणारे पहिले भारतीय बॅरिस्टर असाही त्यांचा उल्लेख केला जातो. बद्रुद्दीननी आपले ज्येष्ठ बंधू कमरूद्दीन यांचेकडून वकील होण्याची प्रेरणा घेतली होती. कमरूद्दीन तय्यबजी हे इंग्लड व वेल्शमध्ये वकिली करण्याची मान्यता असलेले पहिले भारतीय सॉलिसिटर होते. शमसुद्दीन तय्यबजी हेही बडोदा संस्थानच्या सेवेत होते. विसाव्या शतकाच्या पूर्वार्धात मुंबईतील मुसलमान समाजातील बॅ.महंमद अली जीना, मौलाना महंमद अली, मौलाना शौकत अली या राजकीय नेत्यांचा राष्ट्रीय चळवळ आणि राजकीय व घटनात्मक घडामोडींवर उल्लेखनीय प्रभाव होता. बॅ. एस. सी. छगला मुंबई उच्च न्यायालयातील वकील, न्यायाधीश व मुख्य न्यायाधीश म्हणून ख्यातनाम होते.

नागरी प्रशासनिक सेवा :

कुशाग्र बुद्धीच्या, इंग्रजी भाषेवर प्रभुत्व असणाऱ्या, महात्त्वाकांक्षी, तडफदार, सधन कुटुंबातील तरुणांना इंग्लडला जाऊन अत्यंत कठीण समजली जाणारी आय.सी.एस. (Indian Civil Services-ICS) परीक्षा उत्तीर्ण होऊन हिंदी नागरी प्रशासनिक सेवेत रुजू होण्याचे स्वप्न खुणावत होते. पहिल्या महायुद्धाच्या समाप्तीपर्यंत आय.सी.एस.ची परीक्षा फक्त इंग्लंडमध्ये होत असे. हिंदुस्थानातील मुसलमान समाजात आधुनिक पाश्चात्त्य शिक्षणाचा प्रसारच उशिरा झाल्यामुळे आय.सी.एस. परीक्षा उत्तीर्ण होणाऱ्या मुस्लीम तरुणांची संख्या अत्यल्प असणार हे उघडच आहे. ब्रिटिश राजवटीत किती हिंदी आय.सी.एस. अधिकारी आपल्या राष्ट्रीय भावनेशी इमान राखून आपले कर्तव्य बजावत होते याबाबतचा अंदाज बांधणेही अवघड आहे. १९०२ साली हिंदी नागरी प्रशासनिक सेवेत दाखल झालेले मुंबईचे हमीद अली (१८८०-१९६५) हे परकीय सरकारच्या सेवेत असतानाही आपल्या राष्ट्रीयत्वाच्या भावनांची जाणीव असणारे, राष्ट्रीय मनोवृत्तीचे कर्तव्यदक्ष अधिकारी होते. त्यांना त्यांच्या राष्ट्रीय दृष्टिकोनाची किंमतही मोजावी लागली. अशा अपवादात्मक सनदी अधिकाऱ्याच्या समग्र कार्यकर्तृत्वाचा अभ्यास करण्यासाठी अगदी तुटपुंजी संदर्भसाधने उपलब्ध आहेत. त्यांच्या एका भावाच्या आत्मवृत्तात आढळणारे संदर्भ, त्यांचे एक नातेवाईक प्रख्यात

साम्यवादी इतिहासकार अलिगडचे प्रा.इरफान हबीब यांनी इ-मेलव्दारा पाठवलेले हमीद अली व त्यांच्या पत्नी शरिफा यांच्या संबंधींच्या आठवणींचे संक्षिप्त टिपण आणि समाजसुधारक कर्मवीर भाऊराव पाटील यांच्या चरित्र ग्रंथात आढळणारे सातारचे कलेक्टर हमीद अलींचे रयत शिक्षण संस्थेशी आलेले संबंध या विषयीचे संदर्भ एवढीच साधनसामग्री अभ्यासासाठी उपलब्ध आहे.

हमीद अली यांचा जन्म १८८०मध्ये मुंबई येथे एका घरंदाज कुटुंबात झाला. त्यांच्या वडिलांचे नाव मोईझुद्दीन अब्दुल अली, तर आईचे नाव झीनथ होते. त्यांच्या कुटुंबाला तगडेपणा व दीर्घायुष्याचा वारसा लाभला होता. त्यांचे आजोबा अब्दुल अली यांना ११४ वर्षे, चुलत्याला १०३ वर्षे व आत्याला १०० वर्षे आयुष्य लाभले होते. हमीद अलींना चार भाऊ व पाच बहिणी होत्या. त्यांचे सर्वांत मोठे बंधू नवाब हशम यार जंग निजामाच्या हायकोर्टाच्या न्यायाधीश पदावरून निवृत्त झाले होते. प्रख्यात पक्षी वैज्ञानिक पद्मविभूषण डॉ. सलीम अली हे त्यांचे सर्वांत लहान बंधू होते. 'The Fall of a Sparrow' हे त्यांचे आत्मचरित्र प्रसिद्ध आहे. हमीद अली लहानपणापासून अत्यंत हुशार होते. शाळेत शिकत असताना त्यांचा वर्गात नेहमी प्रथम क्रमांक असायचा. मॅट्रिक झाल्यानंतर उच्च शिक्षणासाठी ते इंग्लंडला केम्ब्रिज विद्यापीठात गेले. तेथे त्यांनी कठोर परिश्रम घेऊन विद्याभ्यास केला आणि अतिशय कठीण समजली जाणारी आय.सी.एस. (Indian Civil Services-ICS) ची परीक्षा ते उत्तीर्ण झाले. आय.सी.एस. होऊन मायदेशी परत येताना बोटीवर नुकताच आय.सी.एस. झालेला व नोकरीसाठी भारतात येत असलेला सर माल्कम डार्लिंग हा ब्रिटिश तरुण त्यांचा सहप्रवासी होता. त्याने आपल्या साडेतीन वर्षांच्या हिंदुस्थानातील वास्तव्यात आपल्या आईला व मित्रांना लिहिलेली पत्रे आणि दैनंदिनीची पाने कालांतराने पुस्तकरूपाने प्रकाशित झाली. त्यामध्ये त्यांनी हमीद अलींच्या बद्दलचे आपले निरीक्षण मांडले आहे. त्यांच्या मते, हमीद अलींचे इंग्रजी, फ्रेंच, जर्मन साहित्यांचे विपुल वाचन असून त्यांनी वाचलेल्या साहित्याबद्दलची त्यांची मते स्पष्ट व ठाम आहेत. त्यांना चांगली विनोदबुद्धी आहे. त्यांचा वर्ण काळा असल्यामुळे बहुधा इतरांपासून अलिप्त राहण्याचा त्यांचा स्वभाव असावा. त्या प्रवासात बोटीच्या डेकवर बहुतेक वेळा हमीद अली व माल्कम डार्लिंग एकत्र असत.

हमीद अली १९०२ साली हिंदी नागरी प्रशासनिक सेवेत दाखल झाले आणि १९३६ साली सातारा किंवा नैनिताल येथून कलेक्टर पदावरून सेवानिवृत्त झाले असावेत असे दिसते. १९१५ ते १९३५-३६ या कालावधित त्यांनी कलेक्टर म्हणून मुंबई इलाख्यात काम केल्याचा उल्लेख आढळतो. तथापि, त्याकाळात त्यांनी कलेक्टर

म्हणून कोणकोणत्या जिल्ह्यांत काम केले त्याचे तपशील उपलब्ध नाहीत. त्यांनी लारखाना (सिंध) आलिबाग, सातारा येथे कलेक्टर म्हणून काम केल्याचे आढळते. १९०८मध्ये बडोदा येथील म. गांधींचे अनुयायी आणि बडोदा संस्थानातील नामवंत वकील तसेच उच्च न्यायालयाचे मुख्य न्यायाधीश आब्बास शमसुद्दीन तय्यबजी यांची कन्या शरिफा यांच्याशी त्यांचा विवाह झाला. शरिफाही उच्च विद्याविभूषित होत्या. आब्बास तय्यबजी यांची दुसरी कन्या सोहिला अलिगडचे डॉ. महंमद हबीब यांची पत्नी आणि प्रख्यात साम्यवादी इतिहासकार प्रा.डॉ.इरफान हबीब यांची आई होत.

डॉ. सलीम अलींची निरीक्षणे :

प्रख्यात पक्षी वैज्ञानिक सलीम अली (१८९६-१९८७) यांनी हमीदभाई आपले आवडते बंधू होते असे सांगून त्यांच्या संबंधीच्या काही महत्त्वाच्या आठवणी आपल्या आत्मवृत्तात सांगितल्या आहेत. सलीम अली मुंबईत शाळेत शिकत असताना त्यांना तीव्र डोकेदुखीचा बरेच दिवस त्रास होत होता. डॉक्टरांचे औषधोपचार निरुपयोगी ठरले. डोकेदुखीचे निदान होत नव्हते. त्यामुळे डॉक्टरनी शाळेतून सहा महिन्यांची सुट्टी घेऊन हवापालटासाठी त्यांना मुंबई बाहेर पाठवण्याची शिफारस केली. त्यावेळी हमीद-शरिफा यांनी सलीम अलींना आपल्याकडे नेण्याची तयारी दर्शवली. ते १९१० साल होते. त्यावेळी हमीद अली सिंध प्रांतात हैदराबाद येथे भूमी अभिलेख अधीक्षक व भूमी सर्वेक्षक प्रशिक्षण विद्यालय प्रमुख म्हणून कार्यरत होते. हैदराबाद शहराच्या सीमेवर त्यांचे 'जेकब कॅसल' नावाचे दगडी बांधकामाचे आकर्षक निवासस्थान होते. हमीद अलींना शिकारीचा छंद होता. एके दिवशी पहाटेच्या वेळी हमीद अली आपले बंधू सलीम यांना बरोबर घेऊन तितर (कवडा) पक्षाच्या शिकारीसाठी बाहेर पडले. ते दोघे टांग्यातून हैदराबादबाहेर काही मैल अंतरावर असलेल्या जंगलात शिकारीला आले. त्यावेळी अवतीभोवती काळोख होता, आकाशात चांदण्या चमकत होत्या, हॅलेचा धुमकेतू प्रकाशमान होता. तेव्हा सलीम अलींच्या मनात असा विचार येऊन गेला की, हा धुमकेतू शहात्तर वर्षांनी पुन्हा उगवेल तेव्हा १९८६मध्ये आपण कोणी जिवंत असू का? सिंध हैदराबादमध्ये असताना सलीम अलींना हमीदभाईंच्या बरोबर त्यांच्या कार्यालयीन कामकाजाच्या दौऱ्यांतही फिरण्याची भरपूर संधी मिळाली. शिकारीच्या मोहिमा आणि कार्यालयीन कामकाजाचे दौरे सलीम अलींच्यासाठी शैक्षणिक सहली होत्या. त्या अनुभवातून त्यांना अनेक नवीन गोष्टी शिकता आल्या. हमीद अलींच्या शिकारीच्या छंदामुळे जंगलाचे विश्व, प्राणी-पक्षी जीवन, निसर्गाचा इतिहास या अभ्यास क्षेत्रात सलीम अलींचे पदार्पण झाले, त्याबद्दलची आवड जोपासली गेली, वाढत गेली. हमीद अलींचे मार्गदर्शन, प्रोत्साहन आणि पाठिंबा यामुळे आपण

निसर्ग अभ्यासक झाल्याचे डॉ. सलीम अलींनी नमूद केले आहे. बऱ्याच कालावधीनंतर सलीम अलींनी त्रावणकोरची पक्षी निरीक्षण मोहीम केली आणि त्यासंबंधीचा त्यांचा लेख बॉम्बे नॅचरल हिस्ट्री सोसायटीच्या नियतकालीकात प्रसिद्ध झाला. त्यावेळी हमीद अली सातारा येथे कलेक्टर होते. त्यांनी आपल्या बंधूंचा तो लेख सवडीने वाचून त्या अभ्यासपूर्ण लेखाबद्दल पत्र पाठवून त्यांचे अभिनंदन केले.

१९१७ साली हमीद अली गुजरातमध्ये पंचमहाल जिल्ह्यात साहाय्यक जिल्हाधिकारी आणि जिल्हा न्यायदंडाधिकारी म्हणून काम करत होते. सलीम अली त्यावेळी ब्रह्मदेशातून अल्पकाळ सुट्टी घेऊन हमीदभाईंकडे आले होते. त्याकाळात म.गांधींचा गुजरातमध्ये प्रभाव वाढत होता. सर्वत्र अहिंसात्मक सत्याग्रह, असहकार या गोष्टींचा प्रचार चालू होता. त्या वातावरणात एका खेड्यातील पाटलावर सरकारबद्दल अप्रीती फैलावणे, सरकारशी एकनिष्ठ नसणे अशा आरोपावरून खटला दाखल करण्यात आला होता. तो खटला हमीद अली यांच्यापुढे चालला. त्या खटल्यात म. गांधी पाटलाच्या बाजूने साक्ष देण्यासाठी आले होते. बाहेर वातावरण प्रक्षुब्ध होते. हमीद अलींनी शांतपणे, मनाचा तोल आणि न्यायबुद्धी राखून, आपल्या मनातील राष्ट्रीयवृत्ती प्रकट न होऊ देता खटल्याचे कामकाज चालवले. आरोपी निर्दोष ठरला. खटल्याचे कामकाज संपल्यानंतर हमीद अलींनी म.गांधींना चहासाठी आपल्याबरोबर निवासस्थानी नेले होते. एका आमराईत प्रशस्त तंबूत हमीद अलींचे तात्पुरते निवासस्थान होते. ते कोर्टाच्या तंबू पासून जवळ होते. चहापान प्रसंगी गांधीजींचा प्रांजळपणा, त्यांचे पारदर्शी व्यक्तिमत्त्व, विनम्र साधेपणा, विनोदबुद्धी इत्यादी त्यांच्या गुणविशेषांची प्रचिती आली. तथापि, हे चहापान प्रकरण ब्रिटिश सरकारच्या वरिष्ठ अधिकाऱ्यांना खचितच रुचले नसेल.

१९३० साली दांडी येथील मिठाच्या सत्याग्रहाने देशभर सविनय कायदेभंगाची व्यापक चळवळ सुरू झाली. मान्सुनचा पाऊस सुरू होताच मिठाच्या सत्याग्रहाची चळवळ ओसरली आणि त्याची जागा जंगल सत्याग्रहाने घेतली. शेतकरी समुदायाच्या सहभागाने महाराष्ट्रात जंगल सत्याग्रहाचे लढे तीव्र झाले. कोकण पट्टीत कुलाबा (हल्लीचा रायगड) जिल्ह्यात चिरनेरचा जंगल सत्याग्रह दीर्घ काळ चालला. त्या सत्त्याग्रहात कुणबी व आगरी शेतकऱ्यांचा सहभाग मोठ्या प्रमाणात होता. त्यावेळी कुलाबा जिल्ह्यात हमीद अली कलेक्टर तर पोलिस अधीक्षक युरोपिअन होता. बळाचा वापर करून आंदोलकांना जबर दहशत बसवण्यास तो उतावीळ होता. अशा स्थितीत आदिवासी जनसमूह जंगल सत्याग्रह करणार असल्याची बातमी आली. त्याबाबत कलेक्टर आणि पोलिस अधीक्षक यांच्यात गंभीर चर्चा झाली. हमीद

अलींनी बिनतोड युक्तिवाद केले आणि परिस्थिती कौशल्याने हाताळावी, अटळ झाले तर किमान बळाचा वापर करा असा पोलिस प्रमुखांना सल्ला दिला. चर्चा संपतानाचे कलेक्टर हमीद अली यांचे parting words: No firing on any account! असे होते.

डॉ. सलीम अली हमीदभाईंच्या नोकरीच्या ठिकाणी गेले होते आणि त्यांच्या दौऱ्यांतही सहभागी झाले होते. त्यामुळे त्यांना हमीद अलींचे लोकाभिमुख प्रशासन, त्यांची लोकप्रियता आणि लोकांना त्यांच्याबद्दल असणारे प्रेम, वाटणारा आदर याची प्रचिती आली होती. हमीद अलींच्या सेवानिवृत्ती नंतर काही वर्षांनी त्यांनी काम केलेल्या ठिकाणी पक्षी निरीक्षण मोहिमांसाठी डॉ.सलीम अली गेले तेव्हा ते हमीद अलींचे भाऊ असल्याचे समजताच तेथील यजमान मंडळींनी त्यांचे हृद्य स्वागत करून गळा भेटी घेतल्या, शाही आदरातिथ्य करून त्यांना सर्व सोयीसुविधा विशेषत: वाहतूक साधने इत्यादींची मदत केली.

श्वशुर व पत्नी यांच्या भूमिका :

हमीद अलींचे सासरे आब्बास तय्यबजी बॅरिस्टर होते. शिक्षणासाठी त्यांचे इंग्लडमध्ये अकरावर्षे वास्तव्य होते. ते ब्रिटिश परंपरेचे चाहते व प्रशंसक होते. त्यांची वेषभूषा पाश्चात्त्य पद्धतीची असे. एक नामांकित वकील व न्यायमूर्ती म्हणून त्यांनी मोठा लौकिक संपादन केला होता. ते बडोदा संस्थान उच्च न्यायालयाचे मुख्य न्यायाधीश बनले होते. १९१३ साली बडोदा संस्थानच्या न्यायीक सेवेतून निवृत्त झाल्यानंतर ते म.गांधींच्या संपर्कात, सहवासात आले आणि त्यांच्यात अंतर्बाह्य, आमूलाग्र बदल झाला. ते नखशिखांत खादीधारी बनले. जालीयनवाला बाग हत्याकांडाच्या चौकशी समितीचे अध्यक्ष म्हणून काम करताना ब्रिटिश साम्राज्यसत्तेच्या स्वरूपाच्या झालेल्या दर्शनाने त्यांच्या मानसिकतेत लक्षणीय बदल झाला. त्यांची ब्रिटिश राजनिष्ठा लोप पावली. ते राष्ट्रीय विचारसरणीचे कट्टर पुरस्कर्ते बनले. म.गांधींच्या सत्याग्रह, असहकार, सविनय कायदेभंग या विचारसरणीचा त्यांनी पुरस्कार केला. रेल्वेच्या तिसऱ्या वर्गाने प्रवास, धर्मशाळा, आश्रम येथे मुक्काम, बाकावर–जमिनीवर झोपणे या गोष्टींचा त्यांनी स्वीकार केला. त्यांनी आपल्याकडील विदेशी वस्तुंची होळी केली होती. त्यांनी गांधीजींचे सच्चे अनुयायी बनून राष्ट्रीय स्वातंत्र्य आंदोलनात धडाडीने सहभागी होऊन उतारवयात कारावासही भोगला. म. गांधींनी त्यांचा उल्लेख 'ग्रँड ओल्ड मॅन ऑफ गुजरात' असा केला आहे. १९३६ साली त्यांचे मसुरी येथे निधन झाले.

गांधी युगात गुजरातमध्ये राष्ट्रीय आंदोलनातील नेते आब्बास तय्यबजी आणि

कायदा व सुव्यवस्था यांची जबाबदारी सांभाळणारे एखाद्या जिल्ह्याचे कलेक्टर हमीद अली हे सासरे-जावई आमने-सामने येऊन बिकट प्रसंग ओढवण्याची शक्यता होती. परंतु ती टाळण्यासाठी आब्बास तय्यबजी यांनी हमीद अलींच्या कार्यक्षेत्रात आंदोलनात सहभागी होऊ नये असा सल्ला हमीद अलींनी आपल्या सासऱ्यांना दिला. हमीद अलींच्या कार्यक्षेत्रात आब्बास तय्यबजींनी आंदोलन केले तर त्यांना अटक करण्याशिवाय कोणताही पर्याय आपल्यापुढे असणार नाही हे हमीद अलींनी स्पष्ट केले. आब्बास तय्यबजींनी जावयाच्या सल्ल्याने पालन केले. मात्र, स्वातंत्र्य आंदोलनाच्या कार्यात कधी आब्बास तय्यबजींना पैशांची अडचण उद्भवली तर मात्र हमीद अली गुप्तपणे त्यांना आपल्या स्वतःच्या पैशांतून आर्थिक मदत करत असत.

हमीद अली यांच्या पत्नी शरिफा स्त्री स्वातंत्र्य, स्त्रियांचे शिक्षण, स्त्री-पुरुष समानता या बाबत आग्रही होत्या. त्या हट्टी व एककल्ली होत्या. आपली राष्ट्रीय मनोवृत्ती न लपवता स्वदेशी चळवळीत त्या आक्रमकपणे काम करत असत. काँग्रेसशी संलग्न असणाऱ्या 'ऑल इंडिया वुमेन्स कॉन्फरन्स'च्या स्थापनेपासून त्याच्या कामात शरिफा सक्रिय होत्या. १९४०-४१मध्ये त्या संघटनेच्या शरिफा अध्यक्ष होत्या. आपल्या पतीला मदत करण्यासाठी त्या समाजातील दुर्बल घटकातील स्त्रियांच्या उन्नतीसाठी सातत्याने प्रयत्न करत असत. सातारा येथे असताना त्यांनी कर्मवीर भाऊराव पाटील यांना 'आण्णा तुम्ही फक्त मुलांच्या शिक्षणाकडे लक्ष देता पण मुलींच्या शिक्षणासाठी काहीच करत नाही. तुम्ही ही कमतरता दूर केली नाही तर मी कधीही तुमचे तोंड पाहणार नाही.' असे खडे बोल ऐकवले होते. ती कमतरता भरून काढण्यासाठी रयत शिक्षण संस्थेने जून १९४२मध्ये जिजामाता अध्यापिका विद्यालय सुरू केले. मुलींचे शिक्षण, ग्रामीण महिलांची उन्नती यांसाठी त्या आग्रही होत्या. त्या सामाजिक कार्यात नेहमी आघाडीवर व आक्रमक होत्या. महिला सबलीकरणासाठी शरिफा यांनी बजावलेल्या कामगिरीची नोंद घेऊन ब्रिटिश सरकारने त्यांना 'कैसर-इ-हिन्द' किताबाने गौरवले होते.

हमीद अली यांनी स्वातंत्र्य आंदोलनाच्या काळात विशेषतः गांधी युगात मुंबई इलाख्यातील विविध जिल्ह्यांत दीर्घ काळ कलेक्टर म्हणून कार्यक्षम व निष्कलंक कारभार केला. परंतु, त्यांचे सासरे व पत्नी यांच्या राष्ट्रीय मनोवृत्ती व स्वातंत्र्य चळवळीतील सहभागामुळे, तसेच त्यांच्या स्वतःच्या लोकप्रियतेमुळे व त्यांची स्वतःची पुरेशी न लपलेली राष्ट्रीय मनोवृत्ती आणि दृष्टिकोन यामुळे ब्रिटिश सरकार त्यांच्या राजनिष्ठेबद्दल साशंक होते. परिणामतः त्यांना पदोन्नती न मिळता कलेक्टर पदावरूनच सेवानिवृत्त व्हावे लागले.

रयत शिक्षण संस्थेशी ऋणानुबंध :

थोर समाजसुधारक कर्मवीर पद्मभूषण डॉ.भाऊराव पाटील (१८८७-१९५९) यांनी महाराष्ट्राच्या ग्रामीण भागात विखुरलेल्या अडाणी, कष्टकरी जनतेत शिक्षणप्रसार करण्यासाठी १९१९ साली रयत शिक्षण संस्थेची स्थापना केली होती. १९२४ साली त्यांनी सातारा शहरात बोर्डिंग सुरू करून रयत शिक्षण संस्थेचे सातारला स्थलांतर केले. १९२७मध्ये राष्ट्रपिता म. गांधींच्या शुभहस्ते त्या बोर्डिंगचे 'छत्रपती शाहू बोर्डिंग' असे नामकरण करण्यात आले. त्या बोर्डिंगमध्ये विविध जाती, धर्माची मुले कसलाही भेदभाव न मानता एकत्र राहात, स्वत: स्वयंपाक करून एकत्र भोजन करत आणि स्वावलंबनातून शिक्षण घेत असत.

हमीद अली १९३३-३६ या कालावधित साताराचे कलेक्टर होते. ते पुरोगामी दृष्टीचे व सुधारणावादी होते. साताऱ्यात आल्यानंतर त्यांना समाजसुधारक कर्मवीर भाऊराव पाटील, त्यांचे छत्रपती शाहू बोर्डिंग व शैक्षणिक कार्य यांची माहिती झाली. जातीपाती, धर्म इत्यादी भेदांच्या पलीकडे जाऊन सर्व जातीधर्मांच्या मुलांसाठी एकत्र राहण्या-जेवणाची सोय असलेल्या भाऊरावांच्या शाहू बोर्डिंगच्या कामाने ते फार प्रभावित झाले. अशा समाजपरिवर्तनाच्या कामाला आपणही हातभार लावावा अशी इच्छा हमीद अलींच्या मनात निर्माण झाली. भाऊराव पाटील आपल्या रयत शिक्षण संस्था आणि शाहू बोर्डिंग बाबतच्या कामानिमित्त वरचेवर कलेक्टर ऑफिसमध्ये जात-येत असत. त्यातून त्यांचा परस्पर परिचय झाला आणि परिचयाचे स्नेहात रूपांतर झाले. कलेक्टरसाहेबांची सुविद्य पत्नी शरिफा अली या भाऊराव पाटलांच्या जातीनिरपेक्ष कार्याच्या चाहत्या बनल्या होत्या.

ग्रामसुधारणेच्या निमित्ताने कलेक्टर हमीद अलीसाहेब यांनी काढलेल्या सातारा जिल्ह्याच्या दौऱ्यात भाऊराव पाटील यांना त्यांनी आपल्याबरोबर जिल्हाभर फिरवले. भाऊरावांच्या प्रभावी वक्तृत्वामुळे ग्रामसुधारणा कार्यक्रमाबद्दल व्यापक जनजागृती होऊन जनतेचा त्यामधील सहभाग वाढत गेला. या कार्यक्रमामुळे आणि प्रवासातील, दौऱ्यातील चर्चेमुळे त्या दोघांचे संबंध दृढ झाले. भाऊरावांनी ग्रामीण भागात प्राथमिक शिक्षण प्रसारासाठी शाळा सुरू करण्यापूर्वी त्या शाळा चालवण्यासाठी प्रशिक्षित, ध्येयवादी शिक्षक निर्माण करणे आवश्यक आहे असे सांगून त्यासाठी एक प्रशिक्षण विद्यालय सुरू करण्याचा आपला मनोदय व्यक्त केला. कलेक्टर हमीद अलींनी त्याला तात्काळ अनुकूल प्रतिसाद दिला. तथापि, १९१९ साली स्थापन झालेल्या रयत शिक्षण संस्थेचे १९२४मध्ये शाहू बोर्डिंगच्या स्थापनेबरोबरच सातारा येथे स्थलांतर झाले होते. मात्र, १९३५ पर्यंत संस्थेची 'नोंदणी कायदा १८६० (२१)' अन्वये

सरकार दरबारी रितसर नोंदणी झालेली नव्हती, ही बाब हमीद अली यांच्या ध्यानात आली. शासनाच्या दृष्टीने रयत शिक्षण संस्था ही अधिकृत नोंदणीकृत संस्था नव्हती. संस्थेला भविष्यकाळात कार्यविस्तारासाठी, नवीन शाखा काढण्यासाठी, शासनाकडून अनुदान, मदत, सहकार्य मिळण्यासाठी संस्थेची कायदेशीर नोंदणी होणे गरजेचे असल्याची बाब हमीद अली यांनी कर्मवीर भाऊराव पाटील यांच्या लक्षात आणून दिली. संस्थेच्या रजिस्ट्रेशनसाठी हमीद अली व साताररचे प्रसिद्ध वकील, प्रागतिक विचारांचे सामाजिक कार्यकर्ते रा. रा. काळे यांनी बहुमोल सहकार्य केले. रा. रा. काळे यांनी सर्वांच्या सहकार्याने रयत शिक्षण संस्थेची घटना व नियमावली तयार केली. त्यानंतर २१ एप्रिल १९३५ रोजी संस्थेची पहिली सभा झाली. त्या सभेत पुढील ठराव करण्यात आले- १) सभेत संस्थेसाठी तयार केलेली घटना व नियमावली वाचून दाखवण्यात आली ती एकमताने संमत करण्यात आली. २) १८६०च्या २१व्या कायद्यान्वये संस्थेचे सरकारकडे रजिस्ट्रेशन करण्याचे ठरले. ३) संस्थेची पुढील सभा जून १९३५मध्ये भरणार होती. या सभेतच कलेक्टर हमीद अली यांनी संस्थेचे अध्यक्षपद स्वीकारावे हा प्रस्ताव मंजूर करण्यात आला. कर्मवीर भाऊराव आण्णांच्या कार्याला हातभार लावावा व रयत शिक्षण संस्थेची पहिली शाखा सुरू व्हावी यासाठी हमीद अलींनी मनोभावे मदत केली. ०६ मे १९३५ रोजी सकाळी ७.३० वाजता धनिणीच्या बागेत ब्रिटिश सम्राट पंचम जॉर्ज यांच्या राज्यरोहणाच्या रौप्यमहोत्सवानिमित्त त्यांच्या सन्मानार्थ हमीद अली यांच्या अध्यक्षतेखाली सामुदायिक प्रार्थनेचे आयोजन केले होते. त्याला विविध जातीधर्मांचे पुढारी, चार-पाचशे प्रतिष्ठित लोक हजर होते. याप्रसंगी रावबहादूर रा. रा. काळे यांनी संस्थेच्या नियोजित अध्यापक विद्यालयाच्या प्राथमिक खर्चासाठी रुपये १०००/- देणगी जाहीर केली. हमीद अली यांनी आपल्या भाषणात पुढील उद्‌गार काढले, ''रयत शिक्षण संस्थेचे उद्‌घाटन करताना मला आनंद होत आहे. ही शिक्षण संस्था अत्यंत उपयुक्त कार्य करू इच्छिते. या संस्थेच्या संस्थापकांनी विनंती केल्याप्रमाणे जून १९३५ पासून मी तिचे अध्यक्षपद स्वीकारीत आहे.'' यावेळी हमीद अली यांनी 'टीचर्स ट्रेनिंग इन्स्टिट्यूट' सुरू होत असल्याचेही जाहीर केले. त्यानुसार Silver Jubilee Rural Training College या नावाने रयत शिक्षण संस्थेचे ट्रेनिंग कॉलेज सुरू झाले. संस्थेची तीच पहिली शाखा होती. १६ जून १९३५ रोजी रयत शिक्षण संस्थेची सर्वसाधारण सभा धनिणीच्या बागेत भरली. नोंदणी झाल्यानंतरची संस्थेची ती पहिली सभा. त्या सभेत मा. हमीद अली यांची तीन वर्षांसाठी रयत शिक्षण संस्थेचे अध्यक्ष म्हणून निवड करण्यात आली. परंतु, त्यांना सरकारी आदेशानुसार पहिल्याच वर्षी अध्यक्षपद सोडावे लागले.

त्यांनी त्या संदर्भात रयत शिक्षण संस्थेच्या सचिवास दिनांक ५ ऑक्टोबर १९३५ रोजी पुढीलप्रमाणे पत्र पाठविले.

To,
The Secreatary,
Rayat Shikshan Sanstha, Satara

Sub. - Regarding the Presidentship of Rayat shikshan Sanstha, Satara

Sir,

I have the honour to inform you that the govt. does not consider it desirable that the collector should accept Presidentship of the Rayat Shikshan Sanstha. In the circumstances, I regret I shall not be able to continue as President of the sanstha. Steps may, therefore, kindly be taken at a very early date to fill up the vacancy created by my withdrawal.

Your obedient servant,
Sd/-
Hamid A. Ali
Collector of Satara,
5 October 1935

त्यांच्या जागी रावबहाद्दूर रा. रा. काळे यांची संस्थाअध्यक्ष म्हणून निवड करण्यात आली.

भाऊराव पाटील यांचे शैक्षणिक कार्य वाढावे, बहरावे, चांगले नावारूपाला यावे. बोर्डिंग स्वरूपात असलेली रयत शिक्षण संस्था एक नामांकित शिक्षण संस्था स्वरूपात विकसित व्हावी असे हमीद अली व श्रीमती शरिफा या दांपत्याला वाटत होते. हमीद अली कर्मवीर आण्णांच्या कामाने फार प्रभावित झाले होते. त्यांच्या विधायक कामाच्या क्रांतिकारी सुप्त क्षमता त्यांना जाणवल्या होत्या. शासकीय कामासाठी सातारला येणाऱ्या महत्त्वाच्या व्यक्तींना ते आग्रहाने शाहू बोर्डिंगचा जाती-धर्म निरपेक्ष, मानवतावादी, स्वावलंबी शिक्षणाचा व सहजीवनाचा प्रयोग दाखवायला आणत. हा प्रयोग पाहिला नाही तर तुमची सातारा भेट वाया गेल्यासारखे होईल, असे ते पाहुण्यांना सांगत.

बोर्डिंगचे ज्येष्ठ विद्यार्थी बा. म. ठोके यांच्याकडील नोंदीनुसार त्यांनी आपल्या सातारा येथील कार्यकाळात शाहू बोर्डिंगला तेहतीस वेळा भेटी दिल्या. हमीद आली

व त्यांच्या पत्नी बोर्डिंगला कधी कधी अकस्मात भेट देत असत. त्यांना अपत्य नव्हते. त्यांना बोर्डिंगच्या मुलांचा सहवास आनंददायी वाटत असे. कधी कधी ते आण्णांच्या गैरहजेरीत पण येऊन जात असत. मुलांच्या झोपड्यात जाऊन त्यांच्या पत्र्याच्या पेट्या उघडून दाखवायला सांगत व कोणाच्या पेटीत विडी-काडी दडवून ठेवलीय का ते पहात. मुले व्यसनाधिन नाहीत याचा त्यांना आनंद व अभिमान वाटे. धनिणीच्या बागेत दोन, पायऱ्या नसलेल्या तुडुंब भरलेल्या, मोठ्या विहिरी होत्या. कधी कधी ते बोर्डिंगच्या मुलांना विहिरीभोवती बोलावून त्यांच्या पोहण्याच्या नैपुण्याची परीक्षा घेत. विहिरीत टाकलेले नाणे बुड्या मारून शोधून काढण्याची आव्हानात्मक कामगिरी मुले करून दाखवत. कधी कधी ते पती-पत्नी बोर्डिंगचा मुलांबरोबर सारवलेल्या जमिनीवर मांडी घालून बसत व मुलांनी बनवलेल्या साध्या अन्न-पदार्थांचा आवडीने आस्वाद घेत. त्या पदार्थांची रुचकर, दर्जेदार भोजन अशी प्रशंसाही करत.

भविष्यकाळात रयत शिक्षण संस्था मोठी होण्यासाठी, संस्थेच्या कार्याला स्थैर्य आणि सातत्य लाभण्यासाठी संस्थेला स्वतःची हक्काची जागा असणे आवश्यक असल्याचे कलेक्टर हमीद अली यांना तीव्रतेने वाटत होते. त्यांचा सातारा येथील कलेक्टरपदाचा कार्यकाल संपत आला होता. आपण सातारा सोडण्यापूर्वी रयत शिक्षण संस्थेला साताऱ्यात सुयोग्य शासकीय जमीन उपलब्ध करून देण्याचा त्यांचा निर्धार होता. त्याप्रमाणे त्यांनी कागदपत्रांचे सर्व सोपस्कर पार पाडून कलेक्टरच्या अधिकारात चार भिंतींच्या पायथ्यालगतची सर्व सरकारी जमीन रयत शिक्षण संस्थेला दिली. त्यामुळे हमीद अली यांना एक फार मोठी जबाबदारी पार पाडल्याचे समाधान वाटले. त्या जागेवर उभारलेले रयतेचे शिक्षण संकुल व कर्मवीर भाऊराव पाटील यांचे भव्य समाधीस्थळ यामुळे हा परिसर महाराष्ट्राचे आगळेवेगळे ज्ञानतीर्थ बनला आहे.

रयत शिक्षण संस्थेच्या पहिल्या त्रैवार्षिक अहवालाच्या (१९३५-३८) प्रस्तावनेत (Foreword) संस्थेचे १९३५ मधील पहिले अध्यक्ष हमीद अली, ICS म्हणतात. "What I saw was, to me, a source of inspiration and absorbing interest and I am thankful for this opportunity to publically express my feeling about one of my India's most splendid activities.

The great banyan tree under which the Chhatrapati Shahu Boarding house has its life, is indeed an appropriate symbol of the work done by Karmveer Bhaurao Patil and his colleagues. And who can see that banyan tree and see Bhaurao without feeling that they are not merely alike but identical, the same burly, flowing figure, the indomitable will to spread for giving more and ever more truly religious shade to all corners ? May their shade ever increase!"…..

"Here one sees the foundation being laid of the education that India needs. The education of villagers by trained teachers who settle down in rural areas in preference to towns and who look on the advancement of these rural areas as their mission."

१९३६ साली हमीद अली यांची सातारहून नैनितालला बदली झाली आणि अल्पावधीत ते नियत वयोमानाप्रमाणे शासकीय सेवेतून निवृत्त होऊन मसुरी येथे स्थायिक झाले. तथापि, हमीद अली आणि शरिफा या दाम्पत्याने रयत शिक्षण संस्थेबरोबरचे आपले ऋणानुबंध आयुष्याच्या अखेरपर्यंत जपले होते. १९६५मध्ये हमीद अलींचे तर १९७१मध्ये शरिफा यांचे मसुरी येथे वार्धक्याने निधन झाले.

मसुरीतील दिवस :

मसुरीत सुंदर निसर्ग परिसरात त्यांनी एक प्रशस्त बंगला खरेदी केला होता. 'साऊथवुड' असे त्याचे नाव होते. मसुरी-डेहराडूनच्या साहित्यिक, कलावंत, बुद्धिवंत उच्चभ्रूंच्या वर्तुळात हमीद अलींचा चांगला वावर होता. त्यांचे व्यक्तिमत्त्व बहुआयामी होते. ते भाषा कोविद होते. त्यांना इंग्लिश, फ्रेंच, जर्मन, अरबी, फार्सी, उर्दू, हिंदी, सिंधी, पख्तु, मराठी, गुजराथी अशा विविध भाषा बोलता येत होत्या. सेवानिवृत्ती नंतरच्या काळात त्यांनी त्यांच्या प्रखर राष्ट्रीय भावना खुलेपणाने व्यक्त केल्या. हमीद अली-शरिफा दोघेही काँग्रेसचे कट्टर चाहते होते. त्यांचा मुस्लीम लीगच्या संकुचित राजकारणाला ठाम विरोध होता. त्यांचा साम्यवाद्यांनाही विरोध होता. तथापि, तेवढ्यावरून त्यांचे साम्यवादी इतिहासकार प्रा.इरफान हबीब यांच्याबद्दलचे ममत्व थोडेसुद्धा कमी झाले नाही. देशाच्या फाळणीमुळे अनेक ठिकाणी जातीय दंगली भडकल्या. १९४७-४८मध्ये मसुरीतही जातीय दंगल झाली. त्या दंगलीत अनेक मुसलमानांची हत्या झाली. मुळात धार्मिक वृत्तीचे नसूनही त्या हत्याकांडाने हमीद अली हादरून गेले. तशा भयंकर स्थितीत सुरक्षित ठिकाणी जाण्यासाठी त्यांच्या अनेक मित्रांची जवळपास निवासस्थाने होती. परंतु, ते धैर्याने मसुरीतच राहिले आणि त्यांनी आपल्या बंगल्यात अनेक निर्वासितांना आश्रय दिला होता. देशाच्या राष्ट्रीय नेतृत्वावर विशेषत: जवाहरलाल नेहरूंच्या नेतृत्वावर असणाऱ्या विश्वासामुळे त्यांना ते धैर्य प्राप्त झाले असावे.

हमीद-शरिफा यांना अपत्य नव्हते. मात्र, त्यांच्या वृत्तीत औदार्य होते. ते गरीब होतकरू मुलांना शिक्षणासाठी आपल्या मासिक वेतनातून मदत करत असत. त्यांनी अनेक गरजू, निराधार, वयोवृद्ध नातेवाईक, गुणी लोकांना मदत केली होती. साताराचे एक शिक्षक व सामाजिक कार्यकर्ते क्षीरसागर गुरुजी यांनी उच्च शिक्षणासाठी

अमेरिकेला जात असलेल्या आपल्या मुलांच्या खर्चासाठी पैशांची जुळवाजुळव चालू असून त्या कामी सहकार्य करण्याचे हमीद अलींना पत्राद्वारे आवाहन केले होते. हमीदभाईंनी त्यांना तात्काळ १०००/- रुपये पाठविले होते. तेव्हा तांदूळ, गहू, चार रुपये मण मिळत असे. क्षीरसागर यांच्या मुलाने ५० वर्षांनंतर गुजरात मधील कोणत्यातरी विद्यापीठाचे कुलसचिव म्हणून निवृत्त झाल्यावर कर्तव्यबुद्धीने ती रक्कम योग्य ठिकाणी परत केली. हमीद-शरिफा यांच्याकडे सखुबाई नावाची मराठी बाई अनेक वर्षे घरकाम करत होती. तरुण वयात वैधव्य आल्यानंतर निराधार झालेल्या बाईला त्यांनी आपल्या कुटुंबात सामावून घेतले आणि कुटुंबाच्या सदस्याप्रमाणे मानाने वागवले. आपल्यानंतर तिच्या उपजीविकेची व्यवस्था करून ठेवली होती. सखुबाई बहुतेक सातारा जिल्ह्यातील असावी. हमीदभाई व शरिफा बेगम यांच्या निधनानंतर ती मसुरी सोडून आपल्या गावी आली. त्यानंतर तिचा हबीब कुटुंबाशी काही काळ पत्रव्यवहार चालत होता. नंतर मात्र तो पत्रव्यवहार अचानक थांबला.

हमीद अली व शरिफा हे दोघेही अत्यंत सुसंस्कृत होते. त्यांच्याकडे जगभरातून जमवलेली पुस्तके, चित्रे, तैलचित्रे, हस्तकलांचे विविध नमुने यांचा मोठा संग्रह होता. त्यांनी आपला ग्रंथसंग्रह अलिगड विद्यापीठाला दिला. अलिगड विद्यापीठाने आपल्या ग्रंथालयातील त्या ग्रंथसंग्रहाच्या विभागास हमीद अलींचे नाव दिले आहे. हमीद अलींनी आपला मौल्यवान चित्रसंग्रह अलाहाबादच्या वस्तुसंग्रहालयास दिला. हमीद-शरिफा यांनी इच्छापत्र करून आपला प्रशस्त 'साऊथवुड' बंगला भारत सरकारला दान केला. सरकारी अधिकाऱ्यांना त्याचा 'हॉलिडे होम' सारखा वापर करता येतो.

हमीद अली सेवानिवृत्त झाले तेव्हा ते देशातील सर्वांत ज्येष्ठ आय.सी.एस. अधिकारी होते. ते कार्यक्षम, ज्ञानी, सुसंस्कृत अधिकारी होते. त्यांची संपूर्ण कारकीर्द निष्कलंक होती. तरीसुद्धा परकीय ब्रिटिश सरकारने त्यांच्या राष्ट्रीय मनोवृत्तीमुळे केवळ त्यांना कलेक्टरच्यावरची पदोन्नती दिली नाही हे त्यांच्या राष्ट्रीय मनोवृत्तीचे प्रमाणपत्र मानण्यास प्रत्यवाय नसावे.

(पूर्वप्रसिद्धी : समाज प्रबोधन पत्रिका, जुलै - सप्टेंबर २०२०)

संदर्भ :

१) सलीम अली : द फॉल ऑफ अ स्पॅरो, ऑक्सफोर्ड युनिव्हर्सिटी प्रेस, १९८५
२) बॅ. पी. जी. पाटील : द बाऊन्टीफुल बनियन, बायोग्राफी ऑफ कर्मवीर भाऊराव पाटील, व्हॉलूम्स् १-४, मॅकमिलन इंडिया, २००२

३) प्राचार्य विजयराव नलवडे : रयत शिक्षण संस्थेतील प्रारंभीचे रयत शिलेदार, सातारा २०१४

४) दशरथ पारेकर, डॉ. नंदा पारेकर : आब्बास तय्यबजी : मीठाच्या सत्याग्रहातील बिनीचा शिलेदार, प्रबोधन प्रकाशन ज्योती, इचलकरंजी, फेब्रुवारी, २०१९

१७

कुशल प्रशासक व इतिहास संशोधक : डॉ. आप्पासाहेब पवार

आधुनिक कोल्हापूरच्या जडणघडणीत आणि त्याबरोबरच महाराष्ट्राचे सामाजिक, सांस्कृतिक जीवन समृद्ध करण्यात मोलाची कामगिरी बजावणाऱ्या करवीरच्या कर्तबगार सुपुत्रांत डॉ. आप्पासाहेब गणपतराव पवार यांची गणना होते.

विसाव्या शतकातील महाराष्ट्रातील एक थोर शिक्षणतज्ज्ञ, मुरब्बी प्रशासक, मराठ्यांच्या इतिहासाचे साक्षेपी संशोधक, राजाराम कॉलेजचे भूतपूर्व प्राचार्य, मुंबई राज्याच्या माध्यमिक शालांत परीक्षा मंडळाचे चेअरमन, महाराष्ट्र राज्याचे पहिले शिक्षण संचालक आणि शिवाजी विद्यापीठाचे शिल्पकार या नात्याने डॉ. आप्पासाहेब पवार सुपरिचित आहेत. त्यांना मराठी, कानडी, गुजराथी, इंग्रजी, फ्रेंच इ. अनेक भाषा चांगल्या अवगत होत्या. तसेच ते मोडी लिपीचेही चांगले जाणकार होते. त्यांचे वक्तृत्व अत्यंत प्रभावी होते. त्यांच्या वागण्या-बोलण्यातून त्यांच्या समृद्ध व्यक्तिमत्त्वाची इतरांच्यावर सहज छाप पडत असे.

डॉ. आप्पासाहेब पवार यांचा जन्म ५ मे १९०६ रोजी कुरूंदवाड संस्थानातील मुचंडी या बेळगावपासून जवळ असलेल्या एका लहान खेडेगावात मराठा शेतकरी कुटुंबात झाला.

आप्पासाहेबांचे वडील गणपतराव हे अत्यंत हुशार व महत्त्वाकांक्षी होते. त्यांनी कुरूंदवाड संस्थानची वकिलीची सनद मिळविली होती. वकिली व्यवसायासाठी गणपतरावांनी मुचंडीहून बेळगावजवळच्या वडगावला १९१२ साली सहकुटुंब स्थलांतर केले. तेथे आप्पासाहेबांच्या शिक्षणाचा श्रीगणेशा झाला. त्यांचे सर्व प्राथमिक शिक्षण वडगावला झाले. बेळगाव-वडगावच्यामध्ये असणारे बाजारपेठेचे गाव शहापूर येथे त्यांनी आपले माध्यमिक शिक्षण पूर्ण केले. १९२४ साली मॅट्रीकची परीक्षा उच्च श्रेणीत उत्तीर्ण होऊन उच्च शिक्षणासाठी ते कोल्हापूरच्या विख्यात राजाराम कॉलेजमध्ये

दाखल झाले. त्यावेळी योगायागाने डॉ. बाळकृष्ण हे थोर इतिहास संशोधक आणि शिक्षणतज्ज्ञ राजाराम कॉलेजचे प्राचार्य होते. हुशारी, अभ्यासूवृत्ती, नियमितपणा इ. गुणांमुळे आप्पासाहेब डॉ. बाळकृष्णांचे आवडते विद्यार्थी बनले. डॉ. बाळकृष्णांचे प्रभावी वक्तृत्व, विद्वता आणि अभ्यासूवृत्ती या गोष्टींचा तरुण आप्पासाहेबांच्यावर फार प्रभाव पडला. त्यामुळेच त्यांनी बी.ए. साठी इतिहास, अर्थशास्त्र व राज्यशास्त्र विषयांची निवड केली. १९२८ साली त्यांनी मुंबई विद्यापीठाची बी.ए. ची पदवी उच्च श्रेणीत संपादन केल्याने त्यांना पुढील शिक्षणासाठी कोल्हापूर संस्थानची फेलोशिप आणि मुंबई प्रांतिक सरकारची स्कॉलरशिप मिळाली. त्यावेळी मुंबई विद्यापीठाच्या एम.ए. आणि एलएल.बी. या दोन पदव्या एकाच वेळी घेता येत असल्यामुळे आप्पासाहेबांनी एम.ए. आणि एलएल.बी. अभ्यासक्रमांना प्रवेश घेतला. ते १९३० साली इतिहास व अर्थशास्त्र विषयांत एम.ए. आणि १९३१ साली एलएल.बी. झाले. पारतंत्र्याच्या काळात हुशार, होतकरू भारतीय तरुणांचे ICS किंवा बॅरिस्टर होण्यासाठी किंवा डॉक्टरेट मिळविण्यासाठी विलायतेला जाण्याचे स्वप्न असायचे. कुशाग्र बुद्धिमत्ता, प्रखर ध्येयवाद, आत्मविश्वास, कष्टाळूवृत्ती हे गुण अंगी असल्यामुळे आप्पासाहेबांनी इतिहास विषयातील डॉक्टरेट मिळविण्यासाठी इंग्लंडला जाण्याचा निर्धार केला. परदेशातील उच्च शिक्षणासाठी त्यांना कोल्हापूरचे छत्रपती राजाराम महाराज आणि बडोद्याचे सयाजीराव गायकवाड महाराज यांनी आर्थिक मदत केली. ऑगस्ट १९३१मध्ये आप्पासाहेब इंग्लंडला रवाना झाले. त्यांनी लंडन युनिव्हर्सिटीच्या School of Oriental and African Studiesमध्ये पीएच.डी. साठी नावनोंदणी केली. अवघ्या तीन वर्षांत त्यांनी प्राध्यापक बार्नेट यांच्या मार्गदर्शनाखाली The Reign Of Shahu Chhatrapati, 1708-1749 हा सातारच्या छत्रपती शाहू महाराजांच्या कारकिर्दीचा सखोल अभ्यास करणारा प्रबंध पूर्ण करून लंडन विद्यापीठाला सादर केला. त्यांचा प्रबंध मान्य होऊन १९३४ साली त्यांना लंडन विद्यापीठाची पीएच.डी. पदवी मिळाली. डॉक्टरेटचे त्यांचे स्वप्न साकार झाले. इंग्लंडला जाण्यापूर्वी आप्पासाहेबांनी मुंबई विद्यापीठाची कायद्याची पदवी घेतलेली असल्यामुळे त्यांना इंग्लंडमधील आपल्या वास्तव्यात बार-ॲट लॉ चा अभ्यासक्रम पूर्ण करण्याची उत्कंठा लागली. त्यांच्या मार्गात अनेक अडचणी होत्या. परंतु, त्यातून मार्ग काढत आप्पासाहेब १९३५ साली बॅरिस्टर झाले. उच्च विद्याविभूषित होऊन ऑगस्ट १९३५मध्ये ते मायदेशी परतले. त्यावेळी त्यांचे कोल्हापुरात उत्स्फूर्त जंगी स्वागत झाले.

डॉ. आप्पासाहेब पवार १५ नोव्हेंबर १९३५ रोजी कोल्हापूरच्या राजाराम कॉलेजमध्ये इतिहास आणि अर्थशास्त्राचे प्राध्यापक म्हणून रुजू झाले. त्यावेळी या

कॉलेजमध्ये एकापेक्षा एक नामवंत प्राध्यापक होते. अशा विख्यात कॉलेजमध्ये डॉ.पवारांनी आपल्या शैक्षणिक कामाची सुरुवात केली आणि आपल्या भावी शैक्षणिक व संशोधनात्मक कार्याची मजबूत पायाभरणी केली. त्यांचे अध्यापन अत्यंत प्रभावी आणि शिस्तबद्ध होते. त्यांनी आपल्या सर्व शैक्षणिक कार्यक्रमांचा आणि विविध उपक्रमांचा विद्यार्थी हा केंद्रबिंदू मानून वाटचाल केली. ते विद्यार्थ्यांचे प्रेरक मार्गदर्शक होते.

डॉ. आप्पासाहेब पवार जसे तळमळीने अध्यापन करत तसेच तळमळीने सतत अध्ययन करत असत. राजाराम कॉलेजमध्ये काम करत असतानाच त्यांनी करवीरच्या इतिहासाच्या साधनांचा शोध घेतला आणि संकलन केले. तसेच सुट्टीत डॉ. पवारांनी सोंडूर, तंजावर, मद्रास इ. ठिकाणी संशोधन दौरे करून तेथील साधनसामुग्रीचे संकलन व अभ्यास केला. नंतरच्या काळात त्यांनी मराठ्यांच्या इतिहासामध्ये केलेल्या मौलिक संशोधनाची ही पायाभरणी होती.

डॉ. पवार इतिहासविषयक वादविवाद, ग्रंथ परीक्षण किंवा एखाद्या प्रश्नाबद्दलचे आपले मत लोकांसमोर मांडण्यासाठी स्थानिक वृत्तपत्रे, नियतकालिके यातून विपुल लेखन करीत असत. अशा लेखनामुळे त्यांच्या अभ्यासूवृत्तीचा आणि व्यासंगाचा लोकांना परिचय झाला. जनमानसात त्यांची चांगली प्रतिमा तयार झाली. लेखन आणि व्याख्याने यांच्या माध्यमातून डॉ. आप्पासाहेब पवार यांनी कोल्हापूरच्या सार्वजनिक आणि सांस्कृतिक जीवनात स्वतःचा वेगळा ठसा उमटविला होता. तत्कालीन कोल्हापुरात शिवजयंती उत्सव, आर्य समाजाचा वर्धापन दिन किंवा एखाद्या नामवंत विद्वानाचे व्याख्यान अशा कार्यक्रमांची सांगता आप्पासाहेब पवार यांच्या समारोपाने होण्याचा प्रघात पडला होता.

डॉ. आप्पासाहेब पवार एक अत्यंत यशस्वी प्राचार्य व उत्तम प्रशासक ठरले. कॉलेजच्या प्राचार्यांच्या अंगी विद्वतेबरोबरच महत्त्वाचे नेतृत्व गुण असावे लागतात. डॉ. पवारांच्या अंगी सर्व नेतृत्वगुण विपुल होते. त्यांच्या व्यक्तिमत्त्वात प्रशासकाचा कणखरपणा आणि चातुर्य यांचे उत्तम मिश्रण होते. १९४५ साली बॅ. बाळासाहेब खर्डेकर यांच्या राजीनाम्यानंतर थोड्याशा अस्थिर वातावरणात डॉ. आप्पासाहेब पवार यांनी राजाराम कॉलेजच्या प्राचार्यपदाची जबाबदारी स्वीकारली आणि आव्हानात्मक परिस्थितीत कॉलेजचा कारभार यशस्वीपणे हाकला. विद्यार्थ्यांना शिस्त लावण्याची त्यांच्यावर येऊन पडलेली जबाबदारी त्यांनी कौशल्याने पार पाडली. त्यांची विद्वत्ता, अध्यापन कौशल्य, जनमानसातील उठावदार प्रतिमा यामुळे विद्यार्थी विश्वात अल्पावधीत त्यांना अनुकुलता निर्माण झाली. राजाराम कॉलेजचे प्राचार्य

म्हणून डॉ. पवारांनी कॉलेजच्या समस्यांकडे लक्ष देऊन त्यांच्या निराकरणास प्राधान्य दिले. तसेच कॉलेजच्या पायाभूत सुविधांचा विकास आणि विस्तार करण्याकडे त्यांनी लक्ष पुरविले. त्यांच्या कारकिर्दीत कॉलेजच्या विद्यार्थी संख्येत लक्षणीय वाढ झाली. वाढत्या विद्यार्थी संख्येला कॉलेजची इमारत अपुरी, गैरसोयीची वाटू लागली. त्यावर उपाय म्हणून डॉ. पवारांनी शहराबाहेर राजाराम कॉलेजची नवीन इमारत बनविण्याचा प्रस्ताव १९४८ साली दरबारला सादर केला. त्याला अनुकूल प्रतिसाद मिळाला. तत्पूर्वी १९४६ साली त्यांनी राजाराम कॉलेजचा इतिहास लिहिण्याचा आणि प्रकाशित करण्याचा प्रस्ताव दरबारला सादर करून त्याचा पाठपुरावा केला होता. तथापि, संस्थानाच्या विलीनीकरणामुळे ते दोन्ही प्रस्ताव अंमलात येऊ शकले नाहीत. डॉ. पवारांच्या कार्यकालात राजाराम कॉलेजच्या विज्ञान शाखेला मुंबई विद्यापीठाचे कायम संलग्नीकरण मिळाले. कॉलेजमध्ये नवीन पुरातत्त्व शास्त्र विभाग सुरू झाला आणि भविष्यकाळात तो राजाराम कॉलेजचे भूषण बनला. प्राचार्य डॉ. पवार यांनी राजाराम कॉलेजच्या ग्रंथालय विकासावर भर दिला, कॉलेजचे नियतकालिक ‘राजारामियन’चे अंक अधिक दर्जेदार बनविण्याचा प्रयत्न केला, कॉलेजमधील हुशार, गुणी विद्यार्थी आणि खेळाडू यांना तत्परतेने मदत उपलब्ध करून दिली. मुंबई विद्यापीठाच्या परीक्षांमधील उत्तम निकालाची कॉलेजची परंपरा अबाधित राखली. त्यांनी राजाराम कॉलेजमध्ये सर्व सोयींनीयुक्त अभ्यासिका (Reading Room) आणि Mentor System या दोन अभिनव योजना राबविल्या.

कोल्हापूर संस्थानाचे विलीनीकरण झाल्यानंतर १९४९ साली डॉ. आप्पासाहेब पवार यांची उत्तर गुजरातच्या मेहसाणा जिल्ह्यातील एम.एन. कॉलेज, विसनगर या नवीन कॉलेजचे प्राचार्य म्हणून बदली झाली. विसनगर हे त्या काळात शिक्षण खात्यातील शिक्षेचे ठिकाण समजले जात होते. तरीसुद्धा डॉ. पवार यांनी शुन्यातून सुरुवात करून तेथील नवीन कॉलेजची प्रगती अल्पावधीत साधली. कॉलेजची इमारत त्यांनीच पूर्ण करून घेतली आणि सरकारची कायम मान्यता मिळवून त्यांनी ते कॉलेज सुस्थिर केले. त्यामुळे प्राचार्य पवार तेथे अत्यंत लोकप्रिय झाले.

त्यांची प्राचार्यपदावरील एकूण सात वर्षांची प्रशासकीय कारकिर्द अत्यंत यशस्वी आणि प्रभावी झाली. त्यामुळे त्यांचा मुंबई राज्याच्या शिक्षण प्रशासन सेवेत समावेश झाला. त्यांनी मुंबई राज्याच्या आणि महाराष्ट्र राज्याच्या शिक्षण प्रशासन सेवेत शिक्षण उपसंचालक; चेअरमन, माध्यमिक शालांत परीक्षा मंडळ, शिक्षण सहसंचालक, शिक्षण संचालक अशा जबाबदारीच्या विविध पदांवर प्रशंसनीय काम केले. माध्यमिक शालांत परीक्षा मंडळाच्या कारभाराची एकूण जडणघडण त्यांच्याच कारकिर्दीत झाली.

१० एप्रिल १९५९ रोजी त्यांची राज्याचे शिक्षण संचालक म्हणून नेमणूक करण्यात आली. ऑगस्ट १९६२ पर्यंत ते या पदावर कार्यरत होते. त्यांची शिक्षण संचालक पदाची कारकीर्द महाराष्ट्राच्या शैक्षणिक इतिहासातील 'सुवर्ण युग' ठरले. त्यांनी शिक्षण प्रसाराला सर्वाधिक प्राधान्य देऊन संचालक पदाच्या कार्यकालात राज्यात शिक्षणाचा संख्यात्मक विकास घडवून आणला. शिक्षण संचालक या पदावरून डॉ. आप्पासाहेब पवारांनी यशवंतराव चव्हाण, बाळासाहेब देसाई यांच्या शैक्षणिक परिवर्तनाच्या आशा-आकांक्षांना मूर्त स्वरूप देण्याचे महान कार्य केले.

शिवाजी विद्यापीठाची उभारणी :

कोल्हापुरच्या शिवाजी विद्यापीठाची उभारणी हा डॉ. आप्पासाहेब पवार यांच्या कार्यकर्तृत्वाचा कळसाध्याय होता. छत्रपती शिवाजी महाराजांच्या नावाने कोल्हापूर येथे विद्यापीठाची स्थापना करणे हे प्राचार्य डॉ. बाळकृष्ण यांचे स्वप्न होते. महाराष्ट्र विधिमंडळाने १९६२ साली कोल्हापूर येथे शिवाजी विद्यापीठाची स्थापना करण्याचे विधेयक मंजूर केले आणि डॉ. बाळकृष्णांचे ते स्वप्न साकार झाले. राज्यशासनाने या नवीन विद्यापीठाचे पहिले कुलगुरू म्हणून डॉ. पवारसाहेब यांची नियुक्ती केली. नव्याने स्थापन झालेल्या विद्यापीठाच्या उभारणीचे आव्हान नूतन कुलगुरूंच्यापुढे उभे राहिले; परंतु डॉ. पवार यांनी दूरदृष्टी, शास्त्रशुद्ध नियोजन, जबरदस्त जिद्द, अविश्रांत परिश्रम या गुणांच्या जोरावर परिस्थितीचे आव्हान समर्थपणे पेलले. शिवाजी विद्यापीठ हे आपले जीवित कार्य मानून विद्यापीठाच्या उभारणीसाठी त्यांनी स्वत:ला वाहून घेतले. नवोदित प्रादेशिक विद्यापीठाच्या सर्व गरजा लक्षात घेऊन त्यांनी शिवाजी विद्यापीठाची उभारणी केली. कोल्हापूर शहराच्या आग्नेय दिशेकडील ओसाड, निर्जन सागरमाळावर दोन-तीन वर्षांच्या कालावधीत शिवाजी विद्यापीठाचा देखणा, नेटका परिसर विकसित करून डॉ. पवार साहेबांनी तेथे आधुनिक विद्यानगरी वसविली.

शिवाजी विद्यापीठाचे प्रशासन शिस्तबद्ध, कार्यक्षम, गतिमान आणि लोकाभिमुख असावे असा त्यांचा कटाक्ष होता. शिवाजी विद्यापीठाच्या परीक्षा विभागाचा सुरुवातीपासून फार चांगला लौकिक आहे. त्याचे श्रेय डॉ. पवार यांनाच द्यावे लागते. त्यांनी शिवाजी विद्यापीठात विद्यार्थी कल्याण मंडळ, कमवा-शिका योजना, स्पर्धा परीक्षा मार्गदर्शन केंद्र, विविध व्याख्यानमाला इ. उपक्रम अंमलात आणले. शिवाजी विद्यापीठ हे जनताभिमुख शिक्षण केंद्र व्हावे अशी डॉ. पवारांची ध्येयनिष्ठा होती. त्यासाठी १९६५ साली त्यांनी विद्यापीठात बहि:शाल शिक्षण मंडळाची स्थापना केली. जनतेपर्यंत विद्यापीठ नेण्याची कल्पना या बहि:शाल शिक्षण मंडळामार्फत प्रत्यक्ष अंमलात आणली गेली. त्या मंडळाने 'खेडे दत्तक योजना' आणि 'ग्रामीण

शिबिरे' हे दोन अभिनव उपक्रम राबविले. राष्ट्रपती व्ही. व्ही. गिरी यांनी १९६९ साली आपल्या भाषणात शिवाजी विद्यापीठाच्या या उपक्रमांची प्रशंसा केली. आपले विद्यापीठ गुणवत्ता व दर्जा याबाबतीत देशातील अन्य कोणत्याही विद्यापीठाच्या तुलनेत कमी पडू नये, गुणवत्तापूर्ण शिक्षण आणि संशोधन यांच्या जोरावर शिवाजी विद्यापीठाचा लौकिक देश-विदेशात व्हावा हे त्यांचे स्वप्न होते. डॉ. आप्पासाहेब पवार यांच्या एका तपाच्या कारकिर्दीतच शिवाजी विद्यापीठाच्या उभारणीचे बहुतांश काम झाले. सागर माळावर शिवाजी विद्यापीठाच्या रूपाने उभे असलेले ज्ञानतीर्थ डॉ. आप्पासाहेब पवार यांच्या कार्याची नित्य जाणीव करून देते.

इतिहास संशोधक : डॉ. पवार :

महाराष्ट्रातील शैक्षणिक जगताला डॉ. आप्पासाहेब पवार यांचा परिचय मुख्यतः एक उत्तम प्रशासक असा होता. त्यामुळे इतिहास संशोधनाच्या क्षेत्रातील त्यांच्या भरीव कामगिरीवर पुरेसा प्रकाशझोत पडला नाही. ते अव्वल दर्जाचे संशोधक होते. मराठ्यांचा इतिहास सत्यस्वरूपात उजेडात यावा अशी त्यांची तळमळ होती. इ.स. १६०० ते १७६१ या कालखंडातील मराठ्यांच्या इतिहासाचा त्यांचा गाढा व्यासंग होता. प्राचार्य डॉ. बाळकृष्ण हे इतिहास संशोधनाच्या क्षेत्रातील त्यांचे महत्त्वाचे प्रेरणास्थान होते. डॉ. आप्पासाहेब पवार यांचे इतिहास संशोधनातील योगदान दोन प्रकारचे असल्याचे आढळते- (१) त्यांचे प्रकाशित शोधनिबंध (२) ऐतिहासिक कागदपत्रांचे संपादन. डॉ. आप्पासाहेब पवार राजाराम कॉलेजमध्ये कार्यरत असताना आणि नंतरही त्यांनी अनेक शोधनिबंध लिहिले आणि ते मान्यवर संशोधनपत्रिका नियतकालिकात प्रकाशित झाले. त्यांपैकी १४ निवडक शोधनिबंध १९७१ साली 'स्टडीज ऑफ मराठा हिस्ट्री, व्हॉल्यूम - १' या शीर्षकाच्या ग्रंथरूपाने प्रकाशित झाले. त्यांच्या शोधनिबंधांपैकी 'शिवाजीची दिल्ली काबीज करण्याची प्रतिज्ञा', 'शिवाजी - रामदास संबंध', 'ताराबाई, रामराजा आणि पेशवा बाळाजी बाजीराव', 'डॉ. बाळकृष्ण' हे शोधनिबंध आजही अत्यंत महत्त्वाचे वाटतात. १९७० साली शिवाजी विद्यापीठाने 'ऐतिहासिक ग्रंथमाला' नावाची ग्रंथ प्रकाशन मालिका सुरू केली. त्या ग्रंथ मालिकेअंतर्गत शिवाजी विद्यापीठाने डॉ. पवार यांनी संपादित केलेल्या ताराबाईकालीन मराठी कागदपत्रांचे तीन खंड आणि फार्सी कागदपत्रांचा एक असे एकूण ४ खंड प्रकाशित केले. त्यांपैकी एका खंडाच्या प्रस्तवानेत त्यांनी कागदोपत्री पुराव्यासह ताराबाईंच्या भूमिकेचे समर्थन केले आहे. त्याचप्रमाणे या ऐतिहासिक ग्रंथमालेअंतर्गत त्यांनी संपादित केलेला 'जिजाबाईकालीन कागदपत्रे' हा संदर्भसाधनांचा आणखी एक खंड प्रकाशित करण्यात आला.

राजर्षी छत्रपती शाहू महाराजांच्या उत्तुंग व्यक्तिमत्त्वाचा आणि त्यांच्या क्रांतिकारक सामाजिक सुधारणाकार्याचा सखोल अभ्यास व्हावा, त्यासाठी लागणारी अव्वल दर्जाची अप्रकाशित संदर्भसाधने उजेडात आणावित, त्यांचे संकलन – संपादन आणि प्रकाशन व्हावे अशी उद्दिष्टे पुढे ठेवून डॉ. आप्पासाहेब पवार यांनी १९७० साली शिवाजी विद्यापीठात शाहू संशोधन केंद्राची स्थापना केली. त्यांनी स्वत: राजर्षी शाहू छत्रपतींच्या जीवनकार्यावर प्रकाश टाकणारी असंख्य कागदपत्रे जमा केली होती. त्यांचे संपादन करून ती ग्रंथ रूपाने प्रकाशित करणेसाठी डॉ. पवार यांनीच शिवाजी विद्यापीठाच्या 'राजर्षी शाहू छत्रपती पेपर्स' या ग्रंथमालेचे नियोजन केले. या ग्रंथमालेतील From adoption to installation या पहिल्या खंडाचे संपादन खुद्द डॉ. पवार यांनीच केले. डॉ. आप्पासाहेब पवार यांचे स्वतःचे इतिहास संशोधन, ऐतिहासिक साधनग्रंथांचे त्यांनी केलेले संपादन, संशोधन कार्याला त्यांनी दिलेले संस्थात्मक स्वरूप, विविध व्याख्यानमालांचे आयोजन इ. उपक्रमांमुळे करवीर राज्याच्या इतिहासाचे अध्ययन, संशोधन हे मराठ्यांच्या इतिहासातील एक महत्त्वपूर्ण दालन बनले.

शिवाजी विद्यापीठाच्या कुलगुरू पदावरून जानेवारी १९७५मध्ये निवृत्त झाल्यानंतर अल्पावधीत डॉ. पवार कायम वास्तव्यासाठी पुण्याला गेले. तेथेच त्यांचे ३० डिसेंबर १९८१ रोजी निधन झाले. महाराष्ट्र राज्याच्या शैक्षणिक इतिहासातील एका युगाचा अंत झाला.

थोर चरित्रकार धनंजय कीर यांनी म्हटल्याप्रमाणे ''ज्यांचे पुतळे उभारून पिढ्यान्‌पिढ्या स्फूर्ती घेत रहावी असे कर्तृत्व डॉ. आप्पासाहेब पवारांनी दाखवले आहे.'' त्यांच्या पवित्र स्मृतीस विनम्र अभिवादन !!

(आकाशवाणीच्या कोल्हापूर केंद्रावरून दिनांक ५ मे २०१५ रोजी रात्री ९.३० वाजता प्रसारित करण्यात आलेले भाषण. आकाशवाणी कोल्हापूर केंद्राच्या सौजन्याने.)

संदर्भ :

१) भोसले, अरुण, शिवाजी विद्यापीठाचे शिल्पकार कुलगुरू डॉ. आप्पासाहेब पवार, कोल्हापूर, २०१२

लेखक-परिचय

डॉ. अरुण भोसले (१९५१) हे नामवंत इतिहास संशोधक असून शिवाजी विद्यापीठाच्या (कोल्हापूर) इतिहास विभागाचे विभागप्रमुख व प्राध्यापक म्हणून सेवानिवृत्त झाले आहेत. त्यांनी दीर्घकाळ इतिहास विषयाचे अध्यापन केले असून 'सातारा जिल्ह्यातील स्वातंत्र्य चळवळीचा इतिहास (१८८५-१९४७) एक चिकित्सक अभ्यास' या विषयावर त्यांनी पीएच.डी. संपादन केली आहे. त्यांना ब्रिटिश कौन्सीलच्या फेलोशिप अंतर्गत इंग्लंडमध्ये भारतीय स्वातंत्र्य चळवळी संदर्भातील दुर्मिळ अभिलेखांचे संशोधन करण्याची संधी मिळाली होती. त्यांनी 'दक्षिणी संस्थानातील प्रजापक्षीय चळवळ' हा संशोधन प्रकल्पही पूर्ण केला आहे. भारतीय स्वातंत्र्य लढा, भारतीय संस्थाने व विसाव्या शतकातील महाराष्ट्र ही त्यांची विशेष अभ्यासक्षेत्रे आहेत.

राष्ट्रीय चळवळ १९२०-१९४७, फ्रीडम मुव्हमेंट इन प्रिन्सली स्टेट्स ऑफ महाराष्ट्र (संपा.), शिवाजी विद्यापीठाचे शिल्पकार कुलगुरू डॉ. आप्पासाहेब पवार हे त्यांचे प्रकाशित ग्रंथ आहेत. त्यांनी काही ग्रंथांचे सहलेखनदेखील केलेले आहे. त्यांनी शिवाजी विद्यापीठाचे प्रभारी कुलसचिव व संचालक महाविद्यालय विकास महामंडळ तसेच दूरशिक्षण केंद्राचे संचालक म्हणूनही काम पाहिले आहे. शिवाजी विद्यापीठाच्या छत्रपती शाहू महाराज मराठा इतिहास अध्यासन केंद्राच्या स्थापनेत त्यांचा पुढाकार होता. शिवाजी विद्यापीठ इतिहास परिषदेचे ते माजी अध्यक्ष आहेत. महाराष्ट्र राज्य मराठी विश्वकोश निर्मिती मंडळाचे ते विद्यमान सदस्य आहेत. महाराष्ट्र राज्य शासनाच्या शिक्षक पुरस्काराने त्यांना सन्मानित करण्यात आले आहे.

(पत्ता : 'विधाता', शाहू कॉलनी, २०९अ/६, 'ई' वॉर्ड, कारंडे मळा, कोल्हापूर, फोन - ०२३१-२६५२७६०)